எம்.ஜி.ஆர், கொலை வழக்கு

சிறுகதைகள்

எம்.ஜி.ஆர். கொலை வழக்கு – சிறுகதைகள்
ஷோபாசக்தி

மூன்றாம் பதிப்பு: டிசம்பர் 2021
இரண்டாம் பதிப்பு: 2016
முதற்பதிப்பு: மார்ச் 2009க

வெளியீடு: கருப்புப் பிரதிகள்
பி 55, பப்பு மஸ்தான் தர்கா, லாயிட்ஸ் சாலை
சென்னை 600 005
பேச: 94442 72500
மின்னஞ்சல்: karuppupradhigal@gmail.com

முகப்பு – உள்வடிவமைப்பு: விஜயன்
அலுவல் உதவி: அறிவொளி
அச்சாக்கம்: ஜோதி எண்டர்பிரைசஸ், சென்னை 600 005

விலை: ரூ. 150.00

M.G.R. Kolai Vazhakku – Short Stories
Shobasakthi

Third Edition: December 2021
Second Edition: February 2016
First Edition: March 2009

Published by Karuppu Pradhigal
B55, Pappu Masthan Darga, Lloyds Road,
Chennai 600 005, Tamil Nadu, South India
Mobile: 94442 72500
Email: karuppupradhigal@gmail.com

Cover Design & Layout: Vijayan
Printed by: Jothy Enterprises, Chennai 600 005

Price: Rs. 150.00

எம்.ஜி.ஆர். கொலை வழக்கு

சிறுகதைகள்

ஷோபாசக்தி

கருப்புப் பிரதிகள்

**கருப்புப்
பிரதிகள்**

இலக்கியத்தூய்மை, உள்ளொளி, தவச்செயல் என சீனப்பெருஞ்சுவரை விட மகத்தானதாய் நமது சாதிமான்களால் கட்டப்பட்டிருந்த இலக்கியக் கோட்டையை இயல்பில் புறந்தள்ளி எழுதவந்த ஷோபாசக்தியின் இரண்டாவது சிறுகதைத் தொகுப்பு இது.

கால்நூற்றாண்டிற்கும் மேலாக நிகழ்த்தப்பட்டு வரும் இனப்படுகொலைகளும் இடையுறாப் போரும் மனித உளவியல் மீது பதிமங்களாக, கண்காணிப்புகளாக, இன்னொரு மனித உயிரை நீக்கி இன்பம் கொள்கிற பேரவலங்களாக மாறிவிடுகிறப் பிரச்சினைப்பாடுகளை, மனப்பிறழ்வுகளை தந்துவிடக்கூடிய அனுபவங்களைப் படைப்பின் கண்ணிகளாக மாற்றி தப்பித்துச் செல்பவை ஷோபாசக்தியின் இச்சிறுகதைகள்.

மொழிபேசும் உளவியற் தளத்தில் இயக்கம் கொள்கிற எழுத்துத்தானெனினும் அவற்றின் மையங்களிலிருந்தும், பாசிசங் கொள்கிற வேர்களிலிருந்தும் முற்று முழுதாக விலகி விளிம்புகளை நோக்கி ஓடிவருவதே அவரின் கதையாடித்தனத்தின் தனித்துவம் மட்டுமன்று. இருப்பை தாண்டியலாத படைப்புக் கோட்பாடுகளைச் சுமந்தலையும் தமிழ் மனங்களுக்குச் சவாலானதாகவும் திகழ்கிறது. ஷோபாவின் எழுத்துக்களை அவரின் செயற்பாடுகளின், அனுபவங்களின் தொடர்புபட்ட புள்ளியில் நின்று நூலாக்குவதில் தனித்த மகிழ்வை எய்துகிறோம்.

துணைநின்ற அ.மார்க்ஸ், சுகன், தியோ ரூபன், அமுதா, பெங்களூரு விஜய் ஆனந்த், மதிவண்ணன், பானுபாரதி – தமயந்தி நூல் வடிவமைப்பில் தோழமை காட்டிய விஜயன் உள்ளிட்ட நண்பர்களுக்கு நன்றிகள்.

தோழமையுடன்
நீலகண்டன்

தோற்றுப்போன புரட்சியாளன்
ரோகண விஜேவீரவிற்கு...
இந்நூல் காணிக்கை

CROSS FIRE •	9
F இயக்கம் •	20
குண்டு டயானா •	34
எம்.ஜி.ஆர். கொலை வழக்கு •	51
பரபாஸ் •	67
ரம்ழான் •	82
தமிழ் •	97
வெள்ளிக்கிழமை •	114
திரு.முடுலிங்க •	125
விலங்குப்பண்ணை •	142

உள்ளே...

கேட்கப்படாத கேள்விகள் மட்டுமே
முட்டாள்தனமானவை
- மால்கம் **X**

நன்றிகள்

காலம், உயிர்மெய், தீராநதி, எதுவரை, புதுவிசை,
அநிச்ச, இன்மை, பவளமல்லி, தமிழினி

ஷோபாசக்தி

CROSS FIRE

01.01.2008ல் பிராங்போர்ட் நகரில் 'இனங்களின் அய்க்கியத்திற்கான இலங்கையர் ஒன்றியம்' நடத்திய கருத்தரங்கில் கலந்துகொண்டு 'இலங்கையில் மனித உரிமை மீறல்களும் அதன் பரிமாணங்களும்' என்ற தலைப்பில் இலங்கை ஊடகச் சுதந்திரப் பாதுகாப்பு அமைப்பின் செயலாளரும் பத்திரிகையாளருமான உதுல் கீர்த்தி (39) ஆற்றிய உரை:

தோழர்களே!

இன்றைக்கு ஒரு கொலையோடு புத்தாண்டு நமக்கு விடிந்திருக்கிறது. முன்னாள் இந்து கலாச்சார அமைச்சரும் தற்போதைய கொழும்பு நாடாளுமன்ற உறுப்பினருமான தியாகராசா மகேஸ்வரன் இன்று காலையில் கொல்லப்பட்டுள்ளார். அமரர் மகேஸ்வரனை ஊடகவியலாளன் என்ற முறையில் நான் இரு தடவைகள் சந்தித்திருக்கிறேன். அந்தச் சந்திப்புகளின் ஞாபகங்களை உங்களுடன் பகிர்ந்துகொள்ள என்னை அனுமதியுங்கள்.

நானொரு இடதுசாரிப் பத்திரிகையாளன் என்ற முறையில் எனக்கென்று சில கொள்கைகள் இருக்கின்றன. அந்தத் தளத்திலிருந்தே சில விடயங்களை நான் பேச விழைகிறேன். எனினும் தமிழ்ச் சகோதரர்களே நிறைந்திருக்கும் இந்த மண்டபத்தில்

பெரும்பான்மை இனத்தைச் சேர்ந்த எனது உரையை நீங்கள் எவ்வாறு புரிந்துகொள்வீர்களோ என்ற நியாயமான அச்சமும் என்னுள் தோன்றுவதை நான் உங்களிடம் மறைக்க விரும்பவில்லை. இங்கே பேசிய தோழர் ரகுநாதன் முஸ்லீம் மக்களை ஒடுக்கிக்கொண்டிருக்கும் தமிழ்த் தேசிய இனத்தில் பிறந்ததற்குத் தான் வெட்கப்படுவதாகச் சொன்னார். அவரை அடியொற்றிச் சொன்னால் பெரும்பான்மைச் சிங்கள இனத்தில் பிறந்ததற்காக நான் குற்றவுணர்வு கொள்கிறேன்.

தியாகராசா மகேஸ்வரன் இந்து கலாச்சார அமைச்சராயிருந்தபோது ஒரு பத்திரிகை நேர்காணலுக்காக முதற் தடவையாக நான் அவரை அவரது அலுவலகத்தில் சந்தித்தேன். மகேஸ்வரனுடைய அரசியலில் எனக்கு எப்போதும் கடும் விமர்சனங்கள் இருந்திருக்கின்றன. குறிப்பாக அவர் சார்ந்திருந்த அய்க்கிய தேசியக் கட்சியை நான் எப்போதும் கடுமையாக விமர்சித்தே வந்திருக்கிறேன். ஆனால் அந்த இனவாதக் கட்சிக்குள் ஒரு தமிழரான மகேஸ்வரனால் எப்படி ஒத்தோட முடிகிறது என்ற கேள்வி என்னிடமிருந்ததில்லை. ஏனெனில் இலங்கையின் முன்னணி வர்த்தகரும் சொந்தமாகக் கப்பல்களை வைத்திருந்து யாழ்ப்பாணத்து மக்களுக்கு மண்ணெண்ணை விற்றே மில்லியனரானவருமான மகேஸ்வரனின் வியாபார நலன்களிற்கும் அவரின் அரசியலுக்குமான தொடர்புகளை எல்லோரைப் போலவே நானும் அறிவேன். ஆனால் என்னிடம் வேறொரு கேள்வியிருந்தது. இந்த வியாபார நலன்களைத் தாண்டியும் ஒடுக்கப்படும் சிறுபான்மை இனத்தவர், ஒரு தமிழர் என்ற முறையில் மகேஸ்வரனின் அரசியலுக்கு ஏன் இன்னொரு பக்கம் இருக்கக் கூடாது என்று நான் யோசித்தேன். அந்த நேர்காணல் முழுவதும் அவரின் மறுபக்கத்தை - அப்படியொன்றிருந்தால் - வெளிக்கொணரவே நான் முயற்சித்தேன். ஆனால் அமைச்சர் மகேஸ்வரனிடம் மூன்றாவது பக்கமொன்றிருந்தது.

இலங்கையில் 'முதலீட்டுத்துறை அமைச்சர்' என்றொரு பதவியிருப்பதுபோல 'முறையீட்டுத்துறை அமைச்சர்' என்றொரு பதவி உருவாக்கப்பட்டால் அதற்கு மகேஸ்வரனை விடச் சிறப்பானவராக ஒருவரைத் தேடியும் கண்டுபிடிக்க முடியாது. முழு நேர்காணலிலும் அமைச்சர் என்னிடம் முறையிட்டுக் கொண்டேயிருந்தார். ஜனாதிபதி, அரசாங்கம், புலிகள், இந்தியா, ஈழிடிபி, மனோ கணேசன், யுத்தநிறுத்தக் கண்காணிப்புக் குழு எனச் சகலரைக் குறித்தும் அவர் அந்த நேர்காணலில் முறையிட்டார். எதிர்ப்புக் குரலுக்கும் முறையீட்டுக் குரலுக்குமுள்ள வித்தியாசத்தை நீங்கள் விளங்கிக்கொள்வீர்கள் என்று நம்புகிறேன். அவருடைய

குரல் உரிமை கோரிய குரலாயில்லாமல் கருணை கோரிய குரலாயிருந்தது.

நேர்காணலில், அவரின் வியாபாரத்தின் திடீர் வளர்ச்சி குறித்து நான் கேட்டபோது அமைச்சர் 'ஹித்த ஹொந்த அம்மாட்ட ஹம தாம படே' என்றார். இந்தப் பிரபலமான சிங்களப் பழமொழிக்கு 'நல்ல மனதுள்ள அம்மாவுக்கு வயிற்றில் எப்போதும் பிள்ளையிருக்கும்' என்று பொருள். மிகச் சிக்கலான கேள்விகளை என்னிடமிருந்து மகேஸ்வரன் எதிர்கொண்டபோது, குறிப்பாக அவரின் வியாபாரத்திற்கும் அவரின் அமைச்சர் பதவிக்குமான தொடர்புகளைக் குறித்து நான் கேட்டபோது அவர் உரத்த குரலில் என்னைக் குறித்துக் கடவுளிடம் முறையிட்டார்.

மகேஸ்வரன் என்னோடு என்ன குரலிலும் தொனியிலும் பேசினாரோ அதைப் போலவே கடவுளிடம் முறையிடும் போதும் மேலே பார்த்துக் கைகளை விரித்துக் கடவுளிடம் விலாவாரியாகப் பேசினார். அவரின் சொந்த ஊரான காரைநகர் சைவசமய மயப்படுத்தப்பட்ட ஊர் என்று நான் கேள்விப்பட்டிருக்கிறேன். அந்த ஊரை 'ஈழத்துச் சிதம்பரம்' என்றும் சொல்வார்கள். அந்தப் பின்னணியிலிருந்து வந்த அமைச்சரின் இறை நம்பிக்கையில் எனக்குச் சந்தேகங்கள் எதுவுமில்லை. நெற்றியில் விபூதியும் காதில் பூங்கொத்துமாகத்தான் அமைச்சர் நாடாளுமன்றத்திற்குப் போவார்.

இரண்டாவது தடவையாகவும் இறுதியாகவும் கடந்த நவம்பர் மாதம் இருபத்தைந்தாம் தேதி நான் மகேஸ்வரனைச் சந்தித்தேன். அப்போது அவர் அமைச்சரல்ல. பூசா தடுப்பு முகாமிலும் களுத்துறைச் சிறையிலும் தடுத்துவைக்கப்பட்டிருக்கும் கைதிகளைப் பார்வையிடுவதற்காக அன்று காலையில் கொழும்பிலிருந்து ஒரு குழு புறப்பட்டது. நீதியமைச்சர் அமரசிறி தொடங்கொட, பிரதி அமைச்சர்கள் பி. இராதாகிருஷ்ணன், கே.ஏ. பாயிஸ், தி. மகேஸ்வரன் எம்.பி, ஐக்கிய நாடுகள் அவையின் சமூகப் பொருளாதாரக் கவுன்சில் உறுப்பினர் நிக்டீம்ஸ், செஞ்சிலுவைச் சங்கத்தின் பிரதிநிதி சாலா வேர்னர், ஒரு மொழிபெயர்ப்பாளர் இவர்களோடு பத்திரிகையாளர்களும் அந்தக் குழுவில் இடம்பெற்றிருந்தோம்.

நிக்டீம்ஸ் கனடா நாட்டவர். சாலா வேர்னர் ஓஸ்ரியா நாட்டவர். கனடாவிற்கும் ஓஸ்ரியாவிற்கும் நிச்சயமாக எதாவது வரலாற்றுப் பகையிருக்க வேண்டும் என்றுதான் நினைக்கிறேன். ஏனெனில் சாலா வேர்னரால் ஒரு வார்த்தையைக் கூட நிக்டீம்சுடன் அமைதியாகப் பேச முடியவில்லை. நிக்டீம்ஸ் ஒரு கதைக்குக் "காலையிலேயே வெப்பம் அதிகமாயிருக்கிறது" என்றால் சாலா வேர்னர் "மனித உரிமைப் பணிகளில் ஈடுபடுவர்கள் வானிலை அறிவிப்பாளர்களைப்

போலப் பேசுவது விரும்பத்தக்கதல்ல" என்றார். நிக்பீம்ஸ் தனது கழுத்துப்பட்டியைத் தளர்த்தி "இப்போது காற்று நன்றாக வீசுகிறது" என்றால் "உங்களது பேச்சு ஒரு உல்லாசப் பயணியின் பேச்சுப் போலவேயிருக்கிறது" என்றார் சாலா.

சாலாவின் சீண்டல் பேச்சுகள் நிக்பீம்ஸை எந்த வகையிலும் சலனப்படுத்தியதாக எனக்குத் தெரியவில்லை. நிக்பீம்ஸ் அழுகிறாரா சிரிக்கிறாரா என்று கண்டுபிடிக்க முடியாதளவிற்கு உணர்ச்சி ரேகைகளேயற்ற ஒரு சிறப்பான முகவாகு அவருக்கு அமைந்திருந்தது. நிக்பீம்ஸ் அன்று காலை முழுவதும் தனது ஜோக்குகளால் சாலா வேர்னரைக் கவரவே முயற்சி செய்தார். அவரது ஜோக்குகளும் ஒன்றும் மோசமல்ல. ஆனாலும் சாலா வேர்னருக்கு இந்தப் பகடிப் பேச்சுகளில் சிரத்தையிருக்கவில்லை. அவர் இலங்கைப் பிரச்சினைகளைக் குறித்துப் பத்திரிகையாளர்களான எங்களின் கருத்துகளை அறிவதிலேயே படு தீவிரமாயிருந்தார். சாலா வேர்னர் யாழ்ப்பாணத்து நிலைமைகள் குறித்து என் கருத்தைக் கேட்ட போது அது குறித்து இங்கிருக்கும் எவரைவிடவும் அந்தப் பிரதேசத்தைச் சேர்ந்த மகேஸ்வரன் எம்.பிக்கு அதிகமாகத் தெரிந்திருக்கும், நீங்கள் அவரிடம் கேளுங்களேன் என்றேன். சாலா வேர்னர் தனது கண்களை விரித்து 'மிஸ்டர் மகேஸ்வரன் ஒரு தமிழரா?' என்று ஆச்சரியப்பட்டார். அன்றைக்கென்று பார்த்து எம்.பி. நெற்றியில் விபூதியும் காதில் பூவுமில்லாமல் வந்திருந்தார்.

பூசா இராணுவ முகாமுக்குச் சற்றுத் தூரத்தில் தடுப்பு முகாம் அமைந்திருக்கிறது. மதியத்திற்குச் சற்று முன்பாக எங்களது குழு பூசா தடுப்பு முகாமைச் சென்றடைந்தது. நாங்கள் சென்றிருந்தபோது அங்கே 138 கைதிகள் தடுத்து வைக்கப்பட்டிருந்தார்கள். முன்னாள் விமானப்படை அதிகாரி கஜநாயக்குடன் சேர்ந்து கடத்தல், கப்பம் என்று குற்றச் செயல்கள் புரிந்ததாக நான்கு சிங்களவர்களும் விடுதலைப் புலிகளுடன் தொடர்புடையவர்கள் என்ற சந்தேகத்தின் பேரில் திருகோணமலை, பொலநறுவ மாவட்டங்களைச் சேர்ந்த ஒன்பது முஸ்லிம்களும் மற்றும் 125 தமிழர்களும் அங்கே தடுத்துவைக்கப்பட்டிருந்தனர். தமிழர்களில் ஏழுபேர்கள் பெண்கள். பருத்தித்துறையைச் சேர்ந்த தமயந்தி என்ற இளம்பெண் தனது ஆறுவயதுப் பெண்குழந்தையுடன் அங்கே தடுத்து வைக்கப்பட்டிருக்கிறார்.

எந்தவித அடிப்படை வசதிகளுமில்லால் பூசா முகாம் சீரழிந்து கிடக்கிறது. அங்கு கைதிகளின் எந்த உரிமைகளும் மதிக்கப்படுவதில்லை. விசாரணை என்ற பெயரில் கைதிகள் மிருகத்தனமாகச் சித்திரவதை செய்யப்படுகிறார்கள். பெண்கள்

மட்டுமல்லாமல் இளைஞர்களும் அதிகாரிகளால் பாலியல் தொந்தரவுகளுக்கு உள்ளாக்கப்படுகிறார்கள். அங்கே மாதக் கணக்காக அடைக்கப்பட்டிருப்பவர்களில் நூற்றுக்கு மேலானவர்கள் ஒருதடவை கூட நீதிமன்றத்திற்கு அழைத்துச் செல்லப்பட்டதில்லை. நான் அடுத்தநாள் பத்திரிகையில் பூசா முகாமை குறித்து எழுதிய கட்டுரைக்கு விவிலிய வார்த்தையான 'உத்தரிப்பு ஸ்தலம்' என்ற வார்த்தையையே தலைப்பாயிட்டேன்.

அரசாங்கத்தின் அனைத்து மனிதவுரிமை மீறல்களும் அவசரகாலச் சட்டம் என்ற நிழலிலேயே இரண்டு தசாப்தங்களுக்கும் மேலாக நியாயப்படுத்தப்படுகின்றன. நான் மகேஸ்வரன் எம்பியிடம் பணிவாக 'சேர் பாராளுமன்றத்தில் அவசரகாலச் சட்டத்திற்கு ஆதரவாகக் கையைத் தூக்கும் உறுப்பினர்கள்தான் நாட்டின் முதலாவது பயங்கரவாதிகள்' என்றேன். மகேஸ்வரன் மெல்லிய குரலில் என்னிடம் 'நான் இப்போது கையைத் தூக்குவதில்லை என்பது உங்களுக்கும் தெரியும் கடவுளுக்கும் தெரியும்' என்றார்.

நீதியமைச்சர் தலைமையிலான குழு கைதிகளிடம் அவர்களது குறைகளைக் கேட்டறியத் தொடங்கியது. சாலா வேர்னர் பூசா கிடந்த கோலத்தைப் பார்த்து அதிர்ந்து போயிருந்தது அவரின் முகத்தில் தெளிவாகத் தெரிந்தது. அவர் தனது கழுத்தில் தாறுமாறாகச் சுற்றிக்கிடந்த பாசிமணிமாலைகளை கையில் எடுத்துப் பற்களிடையே நன்னியவாறே அமர்ந்திருந்தார். நிக்லீம்சிடம் பதற்றம் எதுவுமில்லை. அவர் இதைப்போல எத்தனை முகாம்களை எத்தனை நாடுகளில் கண்டிருப்பார்! மகேஸ்வரன் எம்.பி. வழமைபோலவே முகட்டைப் பார்த்தவாறே அமர்ந்திருந்தார். கைதிகள் ஒரே குரலில் விசாரணையென்ற பெயரில் அதிகாரிகள் தங்களை அடித்துத் துவைப்பதாக முறையிட்டார்கள். நீதியமைச்சர் அமரசிறி தொடங்கொட 'கைதிகள் சொல்வது உண்மையா?' எனப் பூசா தடுப்பு முகாமின் பொறுப்பதிகாரி ஜனக சந்திரஜித்திடம் கேட்டார். 'விசாரணையின் போது முரணான பதில்களைச் சொல்லும்போது சில தருணங்களில் லேசாக அடிக்க வேண்டியிருக்கிறது' என்றார் பொறுப்பதிகாரி.

பருத்தித்துறை விதவையான தமயந்தி ஆறு மாதங்களுக்கு முன்பு அவரின் வீட்டில் வைத்துக் கைது செய்யப்பட்டதாகவும் அவரின் வீட்டிலிருந்து ஆயுதங்களைக் கைப்பற்றியதாகவும் அரசாங்கம் சொல்கிறது. ஆனால் தமயந்தியோ தனக்கு வீடேயில்லை என்றும் தன்னை அகதிகள் முகாமில் வைத்தே படையினர் கைதுசெய்தார்கள் என்றும் சொல்லியழுதார். கோப்பாயைச் சேர்ந்த இளைஞர் ஒருவர் புலிகளின் பிரச்சாரப் பாடல்களடங்கிய ஒலிநாடாவுடன்

கொழும்பில் வைத்துக் கைது செய்யப்பட்டிருக்கிறார். அந்த ஒலிநாடாவைத் தனது அறையில் வைத்திருந்ததுதான் அந்த இளைஞர் செய்த குற்றம். இந்தக் குற்றத்திற்காக ஒன்றரை வருடங்களாக நீதி விசாரணைகளின்றி அவர் தடுத்துவைக்கப்பட்டிருக்கிறார். அந்த இளைஞரைக் கேட்டால் 'சமாதான காலத்தில் ஏ9 பாதையால் பயணித்த எல்லோருக்குமே அந்த ஒலிநாடவைப் புலிகள் விற்றார்கள் என்கிறார். சிங்களவர்களுக்குக் கூட அந்த ஒலிநாடாவைப் புலிகள் விற்றார்களாம்.

நெடுந்தீவைச் சேர்ந்த ஓய்வுபெற்ற ஆசிரியர் ஒருவரும் பூசாவில் தடுத்து வைக்கப்பட்டிருக்கிறார். நீரிழிவு நோயாளியான அவருக்கு சிறையில் சரியான சிகிச்சையளிக்கப்படாததால் அவர் முற்றாகப் பார்வையிழந்துவிட்டார். அவர் ஏன் கைது செய்யப்பட்டார் என்பதை அந்த முதியவர் எங்களிடம் இப்படிச் சொன்னார்: "என்னிடம் ஒரு ஸ்கூட்டர் இருந்தது. பொதுப் போக்குவரத்து வசதிகளில்லாத நெடுந்தீவில் நான் எனது ஸ்கூட்டரையே எனது போக்குவரத்திற்கு நம்பியிருந்தேன். ஒரு ஈபிடிபி உறுப்பினர் என்னிடம் வந்து தங்களது பொறுப்பாளர் எனது ஸ்கூட்டரை வாங்கிவரச் சொன்னதாகச் சொன்னார். நான் முடியாது என்று மறுத்துவிட்டேன். அந்தப் பொடியனோ அது தனது பொறுப்பாளரின் உத்தரவு என்றான். நான், தம்பி உமது பொறுப்பாளரை எனக்குத் தெரியாது. ஆனால் ஸ்கூட்டருக்கு நான்தான் பொறுப்பாளர் ஸ்கூட்டரைத் தர முடியாது என்று சொல்லிவிட்டேன். அன்றிரவே புலிகளின் உளவாளி என்று நான் படையினரால் கைதுசெய்யப்பட்டேன். படையினரோடு அந்த ஈபிடிபி பொடியனும் என்னை அடையாளம் காட்ட வந்திருந்தான்."

குருநகரைச் சேர்ந்த டெய்ஸியம்மா என்ற பெண் கைதியின் கதை கொடுமையானது. புலிகள் இயக்கத்திலிருந்த அவரது தங்கையின் மகள் சமாதான காலத்தில் வன்னியிலிருந்து யாழ்ப்பாணத்திற்கு இயக்க வேலையாக வந்திருந்தபோது வழியில் இரகசியமாக டெய்ஸியம்மா வீட்டிற்கு வந்திருக்கிறாள். தனது கையால் ஒரு பிடி சோறுகூடச் சாப்பிட நேரமில்லாமல் அந்தப் பிள்ளை உடனேயே திரும்பிவிட்டதாக டெய்ஸியம்மா சொன்னார். ஆனால் இரகசியம் எப்படியோ வெளியே கசிந்திருக்கிறது. இது நடந்து ஆறுமாதத்திற்குப் பின்பு புலிகளுடன் தொடர்பு என்ற குற்றச்சாட்டில் டெய்ஸியம்மாவும் அவரது மூத்த மகளும் கைதுசெய்யப்பட்டார்கள். டெய்ஸியம்மாவோடு கைது செய்யப்பட்ட அவரது மூத்தமகள் இமெல்டா படையினரால் எங்கே தடுத்து வைக்கப்பட்டிருக்கிறார் என்பது டெய்ஸியம்மாவிற்குத்

தெரியாது. டெய்ஸியம்மா நீண்டகாலமாகப் பூசாவில் தடுத்து வைக்கப்பட்டிருக்கிறார். எட்டு மாதங்களுக்கு முன்பு முகமாலையில் ஏற்பட்ட மோதல் ஒன்றில் இராணுவத்தினரால் டெய்ஸியம்மாவின் தங்கையின் மகள் கொல்லப்பட்டுவிட்டாள். இதைச் சொல்லிக் கொண்டிருக்கையிலேயே டெய்ஸியம்மா முழந்தாளிலிருந்து அப்படியே மடிந்து சாலா வேர்னரதும் நிக்பீம்சினதும் கால்களில் விழுந்து கதறியழத் தொடங்கினார்.

தோழர்களே! அண்மையில் 'தினக்குரல்' பத்திரிகையில் கோகர்ணன் குறிப்பிட்ட ஒரு விடயத்தை நான் உங்களுக்கு ஞாபகப்படுத்த விரும்புகிறேன். 1980களில் காணாமற்போன தங்களது பிள்ளைகளைத் தேடித் தமிழ்த் தாய்மார்கள் போராட்ட முன்னணி அமைத்து வீதியில் இறங்கிப் போராடி அரசாங்கத்திடம் நீதி கேட்டார்கள். அதே தாய்மார்கள் இப்போது கண்ணில் படும் வெள்ளையர்களின் காலிலெல்லாம் விழுந்து தங்கள் குழந்தைகளுக்காக இறஞ்சுகிறார்கள்.

பூசாவில் தடுத்து வைக்கப்பட்டிருக்கும் விவேகானந்தனின் வலது கை முழங்கைக்குக் கீழே முழுமையாகத் துண்டிக்கப்பட்டிருக்கிறது. 1989ல் இந்திய அமைதிப் படையினரின் ஷெல் விழுந்தே தனது கை துண்டிக்கப்பட்டதாக விவேகானந்தன் சொல்கிறார். அவரின் உடலின் வேறுபாகங்களிலும் இருக்கும் தழும்புகளையும் வைத்துப் பார்க்கும்போது அவர் சொல்வது உண்மையென்றே எனக்குப்படுகிறது. ஆனால் அரசாங்கமோ விவேகானந்தன் புலிகள் இயக்கத்திலிருந்து போரிட்டபோதே அவரின் கை துண்டிக்கப்பட்டிருக்கிறது என அழி வழக்காடுகின்றது. விவேகானந்தன் சரளமாகச் சிங்களம் பேசக் கூடியவர். அன்று அவர் நீதியமைச்சரிடம் மிகவும் துணிச்சலாகப் பேசினார்: 'அய்யா இங்கே மாட்டை அடிப்பதுபோல எங்களைப் போட்டு உரிக்கிறார்கள். எந்த இரவு இவர்கள் எங்களைச் சாறு பிழிய அடித்து நொறுக்குகிறார்களோ அன்று பகலில் புலிகள் ஏதாவது ஒரு தாக்குதலை எங்கோ வெற்றிகரமாக நடத்தியிருக்கிறார்கள் என்பதை நாங்கள் விளங்கிக்கொள்வோம்; உண்மையில் இங்கேயிருக்கும் கைதிகளது இப்போதைய முழுநேரப் பிரார்த்தனை கடவுளே! புலிகள் தோற்கவேண்டும்! என்பதாகவேயிருக்கிறது சற்று நிறுத்திய விவேகானந்தன் தனது வலது முழங்கையில் இடது கையைச் சேர்த்துக் கும்பிடுவதுபோல பாவனை செய்து 'புலிகள் தோற்கட்டும்' என்றார்.

பூசா முகாமில் இருவர் இருவராக நாற்பது கைதிகள் இருபது அறைகளில் தடுத்து வைக்கப்பட்டிருக்கிறார்கள். எஞ்சியவர்கள்

குறுகிய மண்டபமொன்றில் மிருகங்களைப் போல அடைத்து வைக்கப்பட்டிருக்கிறார்கள். ஆறுவயதில் சிறையிருக்கும் பருத்தித்துறை தமயந்தியின் மகளை ஏழு வயதில் வெளியே விட்டால் அவள் எட்டுவயதில் புலிப்படையில் சேருவாளா இல்லையா என்பதை நீங்கள் உங்கள் நெஞ்சுகளில் கையை வைத்துச் சொல்ல வேண்டும். அப்போது நாங்கள் 'குழந்தைப் போராளிகள்' என்று இன்னொரு கருத்தரங்கை பெர்லினிலோ, லண்டனிலோ நடத்தி அந்தக் குழந்தையைப் புலிகளிடமிருந்து மீட்பது குறித்துக் கலந்துரையாட வேண்டியிருக்கும். இதற்கு யார் பொறுப்பு? ஆறு வயதுக் குழந்தையை வேலைக்கே வைத்திருக்கக் கூடாது என்று சட்டமுள்ள நாட்டில் எந்தச் சட்டத்தின் கீழ் குழந்தைகளைச் சிறையில் வைத்திருக்கிறார்கள்? The law maker should not be a law breaker

கிரிதரன் சசிதரன் என்ற இரு சகோதரர்கள் தடுப்பு முகாமின் ஓர் அறையில் கடந்த ஏழு மாதங்களாக அடைக்கப்பட்டிருக் கிறார்கள். இருவருக்குமே இருபது வயதிற்குள் தானிருக்கும். அவர்களைச் சிறுவர்கள் என்று கூடச் சொல்லலாம். சகோதரர்கள் மட்டக்களப்புக் கிராமம் ஒன்றைச் சேர்ந்தவர்கள். அந்தக் கிராமம் படுவான்கரையைச் சேர்ந்தது. அந்தப் பகுதி முழுவதும் புலிகளும் கருணா குழுவினரும் மாறிமாறிப் படுகொலைகளைச் செய்துகொண்டிருக்கிறார்கள். விரும்பினால் கருணா குழுவென்ற சொல்லுக்குப் பதிலாக இப்போது பிள்ளையான் குழுவென்று சொல்லிக்கொள்ளுங்கள். இளைஞர்களை வலுக்கட்டாயமாகத் தங்கள் அமைப்புகளிலும் சேர்த்துக்கொள்கிறார்கள். இந்தக் கொலைச் சூழலிலிருந்து தப்பிச் சிங்களப் பிரதேசமான மொனராகலக்கு இரு சகோதரர்களும் வந்து அங்கே தங்கியிருந்து தச்சுத் தொழில் செய்தார்கள். இவர்களிடம் முறையான ஆவணங்களும் மொனராகல பொலிஸ் நிலையப் பதிவும் இருந்தும் ஒருநாள் இவர்கள் காரணமேயில்லாமல் கைதுசெய்யப்பட்டு பூசா தடுப்பு முகாமுக்கு அனுப்பப்பட்டார்கள். அரசாங்கம் இவர்கள் சந்தேகத்துக்குரிய நபர்கள் என்கிறது. இலங்கையில் யார் மீதுதான் யாருக்குச் சந்தேகமில்லை. கடந்த ஜனாதிபதித் தேர்தலின்போது கோடிகோடியாகப் புலிகளுக்கு பணம் கொடுத்தார் என்று மஹிந்த ராஜபக்ஷ மீது சந்தேகமிருக்கிறது. அந்தப் பணத்தை வாங்கினார் என்று பிரபாகரன் மீதும் சந்தேகமிருக்கிறது. இதற்குத் தரகுவேலை பார்த்தார் என்று மகேஸ்வரன் எம்.பி. மேற் கூடச் சிலர் சந்தேகப்படுகிறார்கள்.

அந்த இரு சகோதரர்களும் சிறையில் எவருடனும் பேசுவதில்லையாம். இருவரும் நாள் முழுவதும் ஒன்றாக அறைக்குள்

முடங்கிக் கிடப்பார்களாம். அவர்களுக்கு அங்கு நடக்கும் எதைப்பற்றியும் அக்கறை கிடையாதாம். அவர்கள் விசாரணையின் போது வாயைத் திறப்பதில்லை என்றும் அவர்கள் சரியாக ஒத்துழைக்காததால்தான் அவர்கள் மீது எந்த முடிவும் எடுக்க முடியாதிருக்கிறது என்றும் முகாம் பொறுப்பதிகாரி ஜனக சந்திரஜித் சொன்னார். அந்த இரு சகோதரர்களது தேகங்களைப் பார்த்தால் அவர்கள் ஆறுமாதங்களாகச் சிறையிலிருப்பவர்கள் போலத் தெரியவில்லை. இருவரும் மல்யுத்த வீரர்களைப்போல ஓங்குதாங்கான கட்டுடல்கள் வாய்க்கப் பெற்றிருந்தார்கள். அன்று அவர்கள் எங்களிடமும் பேச மறுத்தார்கள். அவர்களின் கண்களில் துக்கத்தையோ பரிதாபத்தையோ என்னால் பார்க்க முடியவில்லை. அவர்களின் கண்கள் ஒளிர்ந்துகொண்டிருந்தன. சகோதரர்கள் இருவரும் ஒருவர் முகத்தை மற்றவர் விடாது பார்த்தவாறே நின்று கொண்டிருந்தார்கள். அந்த இளைஞர்கள் மனநிலை சரிந்திருக்கிறார்களோ என்று நான் சந்தேகப்பட்டேன். அப்போது நீதியமைச்சர் அந்தச் சகோதரர்களைப் பார்த்து 'நீங்கள் உண்மையைச் சொன்னால் மட்டுமே இங்கிருந்து விடுதலையாக முடியும். பைத்தியங்களாக நடிப்பதால் உங்களுக்கு எந்த நன்மையும் கிட்டப்போவதில்லை' என்றார். சகோதரர்கள் அவர்களது அறைக்குத் திருப்பியனுப்பப்பட்டனர்.

சற்று நேரத்தில் சாலா வேர்னர் அந்தச் சகோதரர்களின் அறையைப் பார்வையிடப் போனார். முகாம் பொறுப்பதிகாரியும் மொழிபெயர்ப்பாளரும் பத்திரிகையாளர்கள் இருவரும் அவருக்குப் பின்னால் போனோம். அந்தச் சகோதரர்களிடம் சாலா வேர்னர் 'உங்களை இங்கே யாராவது அடிக்கிறார்களா?' என்று கேட்டார். சகோதரர்கள் அப்போது தங்கள் கண்களைப் பூமிக்குத் தாழ்த்தினார்கள். 'நீங்கள் இங்கே எவருக்கும் பயப்பட வேண்டாம். நான் செஞ்சிலுவைச் சங்கத்திலிருந்து வந்திருக்கிறேன். நீங்கள் என்னுடன் ஒத்துழைத்தால் என்னால் உங்களுக்கு உதவ முடியும்.' என்று சாலா வேர்னர் சொன்னபோது கூட அந்தச் சகோதரர்கள் மவுனமாகவே நின்றிருந்தார்கள். சாலா வேர்னர் முகாம் பொறுப்பதிகாரியைத் திரும்பிப் பார்த்தபோது அவர் வேறு ஏதோ வேலையிருப்பது போல பாவனை செய்தவாறே அங்கிருந்து மெல்ல நழுவினார். சாலா வேர்னர் அந்த இளைஞர்களைச் சட்டையைக் கழற்றிக் காட்டுமாறு கேட்டார். சகோதரர்களின் முகத்தில் சட்டென ஒரு மகிழ்வு தொற்றி ஓடியதை நான் கவனித்தேன். அவர்கள் சட்டையைக் கழற்றியபோது சகோதரர்களின் சிவந்த உடல்களில் வரிவரியாக அடிவாங்கிய கோடுகளும் சிராய்ப்புகளும் இருப்பதை நாங்கள் கண்டோம். அந்தச் சகோதரர்களை அன்று

காலையிற் கூட யாரோ அடித்திருக்க வேண்டும். அப்போது சாலா வேர்னரின் கண்கள் ஆத்திரத்தில் துடித்தன. 'யார் உங்களை அடித்தார்கள்?' என்று சாலா வேர்னர் கேட்டபோது அவர்கள் சட்டைகளை மறுபடியும் அணிந்துகொண்டு அறையின் மூலையில் உட்கார்ந்துகொண்டார்கள். சாலா வேர்னர் மறுபடியும் அந்தக் கேள்வியைக் கேட்டபோது சகோதரர்களில் ஒருவன் படாரென மற்றவனின் கன்னத்தில் அறைந்தான். சாலா வேர்னர் 'ஓ கடவுளே' என முணுமுணுத்துவிட்டு வேகமாக அங்கிருந்து நடக்கத் தொடங்கினார்.

சாலா வேர்னரின் பின்னாலேயே வந்த மொழிபெயர்ப்பாளர் 'மேடம் அவர்கள் இருவருமே முறைவைத்து ஒருவருக்கொருவர் அடித்துக்கொள்வார்கள் எனப் பக்கத்து அறைகளில் இருட்பவர்கள் சொல்கிறார்கள்' என்றார். அப்போது எதிரே வந்த நிக்டீம்சிடம் சாலா வேர்னர் 'இது காட்டுமிராண்டி அரசாங்கம், இந்த நாட்டில் எந்த நெறிகளும் கிடையாது இந்த நாட்டின் அதிபரை யுத்தக் குற்றவாளி என்று சொல்லக்கூட நான் தயங்கப்போவதில்லை. இங்கேயிருக்கும் கைதிகளை இந்த அரசாங்கம் கொன்று கொண்டிருக்கிறது' என்று வெடித்தார். நிக்டீம்ஸ் அமைதியாக 'ஆனால் கைதிகளது பிரார்த்தனை புலிகள் தோற்க வேண்டும் என்பதாகத்தானேயிருக்கிறது' என்றார்.

நான் மெதுவாக நடந்து மகேஸ்வரன் எம்.பிக்கு அருகே சென்றேன். 'என்ன உபுல் கீர்த்தி, வெள்ளைக்காரர்கள் என்ன சொல்கிறார்கள்?' என்று மகேஸ்வரன் எம்.பி. கேட்டார். சாலா வேர்னரும் நிக்டீம்சும் பேசியதைச் நான் அவருக்குச் சொன்னேன். மகேஸ்வரன் நீதியமைச்சரிடம் சென்று 'நாங்கள் இப்போது புறப்பட்டால்தான் களுத்துறைச் சிறையைப் பார்வையிட நேரம் சரியாயிருக்கும்' என்றார்.

நான் நேற்றிரவு நண்பர் சிவபாலன் வீட்டில் தங்க வைக்கப்பட்டிருந்தேன். இரவு நீண்டநேரம் விழித்திருந்து இன்று இந்தக் கருத்தரங்கில் உரையாற்றுவதற்காக் குறிப்புகள் எடுத்துக்கொண்டிருந்தேன். விடியற் காலையில் கொழும்பிலுள்ள எனது பத்திரிகை அலுவலகத்திலிருந்து என்னைத் தொலைபேசியில் அழைத்து மகேஸ்வரன் எம்.பி. கொல்லப்பட்ட செய்தியைச் சொன்னார்கள். நான் நண்பர் சிவபாலனிடம் மகேஸ்வரன் கொல்லப் பட்ட செய்தியைச் சொன்னேன். அப்போது சிவபாலன் 'மகேஸ்வரன் எங்கே வைத்துக் கொல்லப்பட்டார்?' எனக் கேட்டார். கொழும்பு பொன்னம்பலவாணேஸ்வரர் கோயிலுக்கு வழிபாட்டிற்காகச் சென்றிருந்தபோது எம்.பி. சுடப்பட்டார் என்றேன்.

உடனே சிவபாலன் 'அது மகேஸ்வரனுக்கு வைக்கப்பட்ட இலக்குத்தானா அல்லது வேறு யாருக்காவது வைக்கப்பட்ட இலக்கில் மகேஸ்வரன் தவறுதலாகச் சிக்கினாரா?' எனக் கேட்டார். என்னிடம் இந்தக் கேள்விக்கு என்ன பதிலிருக்க முடியும்? நான் பத்திரிகையாளன் என்பதால் எனக்கு எல்லாம் தெரிந்திருக்கும் என்று சிவபாலன் நம்பியிருக்க வேண்டும். அவர் மீண்டும் என்னிடம் அந்தக் கேள்வியைக் கேட்டார். நானே சற்றும் எதிர்பாராத வகையில் அந்தக் கேள்விக்கான பதில் என் உள்ளத்தில் அப்போது தோன்றியது. நான் சிவபாலனிடம் 'அது கடவுளுக்கு வைக்கப்பட்ட இலக்கு, கும்பிடப்போன மகேஸ்வரன் குறுக்கே மாட்டிக் கொண்டார்' என்றேன். சிவபாலன் புன்னகைத்தார். உபுல்கீர்த்தி பைத்தியத்துக்கு நடிக்கிறானென்று அவர் நினைத்திருக்கக்கூடும்.

இப்போது பூசா முகாமில் எண்ணூறு பேர்கள் தடுத்து வைக்கப்பட்டிருக்கிறார்கள்.

F இயக்கம்

நான் இந்தக் கதைக்கு முதலில் 'X இயக்கம்' என்றுதான் பெயரிட்டிருந்தேன். இந்தக்கதை இரண்டு முன்னாள் தமிழீழ விடுதலைப் போராளிகளைப் பற்றியது. இவர்கள் இருவருமே பல வருடங்களிற்கு முன்பே அரசியல் அகதிகளாக அய்ரோப்பாவுக்குப் புலம் பெயர்ந்தவர்கள். இவர்கள் இருவரும் எந்த இயக்கத்தைச் சேர்ந்தவர்கள்? இருவரும் ஒரே இயக்கத்தைச் சேர்ந்தவர்களா? அல்லது வெவ்வேறு இயக்கங்களைச் சேர்ந்தவர்களா போன்ற எந்த விபரமும் எனக்குத் தெரியாது. கதையின் எந்த இடத்திலும் இவர்கள் எந்த இயக்கங்களைச் சேர்ந்தவர்கள் என வாசகர்கள் ஊகம் செய்யப் பிடிகொடுக்காதவாறு கதையை நகர்த்திச் செல்வதும் அதைக் கதை முடித்த பின்பும் காப்பாற்றுவதும் இந்தக் கதையைப் பொறுத்தவரையில் முக்கியமான உத்திகள். எனவே அறியப்படாத ஒன்றை குறிப்பதற்கு X என்ற குறியீட்டை உபயோகிக்கும் மரபையொட்டிக் கதைக்கு X இயக்கம் எனப் பெயரிட்டிருந்தேன்.

கதையின் தலைப்பைக் கேட்ட மாத்திரத்திலேயே 'இந்தக் கதை 'செம்படை' இயக்கம் குறித்த கதையா?" என நண்பரொருவர் கேட்கவும் நான் ஏங்கிப் போனேன். 1985 வரை 'செம்படை' என்றொரு தமிழீழப் போராட்ட இயக்கமும் இயங்கி வந்தது நீண்ட வருடங்களிற்குப் பிறகு எனக்கு அப்போதுதான் ஞாபகத்திற்கு வந்தது. நண்பர் ஈழப் போராட்ட வரலாற்றைக் கரைத்துக் குடித்தவர்.

தவிரவும் ஒன்றிரண்டு போரியல் ஆய்வுக் கட்டுரைகளையும் எழுதியவர். நான் குழப்பத்துடன் "கதையைக் கூடப் படிக்காமல் செம்படை இயக்கம் குறித்த கதையென எப்படிச் சொல்கிறீர்கள்?" என அவரிடம் கேட்டேன். அதற்கு அவர் "அந்த இயக்கத்தின் தலைவரின் பெயர் சேவியர். எனவே X என்பது ஆங்கிலத்தில் அவரின் பெயரின் முதலெழுத்தைக் குறிப்பிடுகிறது' என்றார்.

இப்படிக் கூட உளகிக்க முடியுமா என எனக்கு வியப்பாயிருந்தது. X என்பது கணிதம் முதற்கொண்டு போர்னோப் படங்கள்வரை நாம் சர்வ சாதாரணமாக உயோகித்து வந்த ஒரு குறியீடு என்பதையும் முந்திக்கொண்டு X என்பது ஒரு இயக்கத் தலைவரின் முதலெழுத்தாக விளங்கிக்கொள்ளப்பட்டதை என்னால் உடனே விளங்கிக்கொள்ளவே முடியவில்லை. நிதானமாக யோசித்துப் பார்த்ததில் கடந்த இருபத்தைந்து வருடங்களில் இப்படியான இசுகுபிசுகுகள் ஏராளமாக நிகழ்ந்திருக்கின்றன என்பது பிடிபட்டது. முன்பெல்லாம் சக்கையென்றால் மிச்சம் அல்லது திறமையற்றது எனப் பொருள். இப்போது சக்கையென்றால் மிச்சம் மீதி வைக்காமல் அழிக்கக் கூடிய வீரியமான வெடிமருந்து எனப் பொருள். முன்பெல்லாம் பொட்டு வைப்பதென்றால் மங்கலம் என்று பொருள். இப்போது பொட்டு வைப்பதென்றால் தாலியறுப்பது என்று பொருள். 'கொல்வது' என்ற வினைச்சொல்லுக்கு மட்டுமே 'டம் பண்ணுதல்', 'மண்டையில் போடுதல்', 'தட்டுதல்', 'மட்டை' என்று பல்வேறு இயக்க வழக்குகள் புழக்கத்திலிருக்கின்றன

எந்த வகையிலும் கதையில் குறிப்பிடப்படும் இருவரும் எந்த இயக்கங்களைச் சேர்ந்தவர்கள் என வாசகர்கள் ஊகிக்க இடம் கொடுக்கக் கூடாது என்பதில் நான் கவனமாயிருந்ததால் X என்ற எழுத்துக்குப் பதிலாக வேறெந்த எழுத்தைக் கதையின் தலைப்புக்குத் தெரிவுசெய்யலாம் என நான் யோசித்தபோதுதான் அப்படியொரு எழுத்தைக் கண்டுபிடிப்பது அவ்வளவு சுலபமான காரியமல்ல என்பது எனக்கு உறைத்தது. ஏனெனில் ஆங்கிலத்தில் இருபத்தாறு எழுத்துகள் மாத்திரமே உள்ளன. ஆனால் நம்மிடையே முப்பத்தேழு இயக்கங்களும் எண்ணற்ற தலைவர்களுமிருந்தார்கள். நான் A என்ற எழுத்திலிருந்து ஆரம்பித்தேன்:

A அருளர்
B பாலகுமார்
C சந்திரஹாசன்
D டல்ஸ் தேவானந்தா
E ஈ.பி.ஆர்.எல்.எவ்., ஈ.என்.டி.எல். எவ் மற்றும் பல
F ....

G ஞானசேகரன் என்ற பரந்தன் ராஜன்
H ஹென்ஸி மோகன்
I இன்பம்
J ஜெகன்
K கருணா
L எல்.ரி.ரி.ஈ.
M முகுந்தன்
N என். எல். எவ். ரி
O ஓபராய் தேவன்... என்று தொடர்ந்த பட்டியலில் F என்ற எழுத்து மட்டுமே கேட்பாரற்றுக் கிடந்தது. எனவே நான் அந்த எழுத்தைக் கைப்பற்றிக்கொண்டேன். எங்கே இனி முடிந்தால் ஊகித்துப் பாருங்கள் பார்ப்போம்.

பாரிஸ் விமான நிலையத்திலிருந்து புறப்பட்ட 'லுப்தான்ஸா' விமானத்தில் இவன் பயணம் போனான். பிராங்போர்ட் விமான நிலையத்தில் மறு விமானம் பிடித்து இவன் கொழும்புக்குப் போவான். பிராங்போர்ட் விமான நிலையத்தில் சோதணைகளை முடித்துக் கொழும்பு செல்லவிருக்கும் விமானத்தில் ஏறி உட்கார்ந்தான். இவனது அருகாமை இருக்கை வெறுமையாயிருந்தது. அந்த இருக்கையில் ஒரு அழகிய ஜெர்மானியப் பெண் வந்து உட்காரக் கூடுமென இவனது உள்ளுணர்வு சொல்லிற்று. ஆனால் இவனது உள்ளுணர்வு ஒருபோதுமே பலித்ததில்லை என்பதே வரலாறு.

மாதத்திற்கு ஒரு தடவையாவது இவனது உள்ளுணர்வு அப்பா இன்றோ நாளையோ இறந்துவிடுவார் என்றே இவனுக்குச் சொல்லி வந்தது. ஆனால் அப்பா இன்னமும் உயிரோடு நோயும் பாயுமாகத்தான் இருக்கிறார். அதிகாலையில் தொலைபேசி அழைக்கும்போதெல்லாம் இவன் அப்பாவின் சாவுச் செய்தியை எதிர்பார்த்தே தொலைபேசியை எடுப்பான். யாழ்ப்பாணத்துக்குப் போய் அப்பாவைப் பார்த்துவிட்டு வரலாமா என்று பல காலமாகவே மண்டையைப் போட்டுக் குழப்பியவன் இவன். அப்பாவின் மரணச் செய்தி வந்தால் இந்தத் தொடர் துயரிலிருந்து விடுபடலாமே என்று கூட இவன் நினைத்ததுண்டு. அப்படி நினைத்தற்காக ஒருமுறை இரவில் தண்ணியைப் போட்டுவிட்டு இவன் தன் முகத்தில் தானே ஓங்கி ஓங்கி அறைந்துகொண்டான்.

இவனோடு வேலை செய்யும் நண்பர்களின் உறவினர்கள் கொழும்பிலோ வவுனியாவிலோ இருந்து தீபாவளி, வருடப் பிறப்பு என்றும் கலியாணம், படிப்பு என்றும் காசு கேட்பதும் நண்பர்கள் அனுப்புவதும் வழமை. ஆனால் இவனின் சின்னக்காவும்

பெரியக்காவும் அத்தான்மாரும் அப்படி இவனிடம் காசு கேட்பதில்லை. அவர்கள் எப்போதுமே அப்பாவுக்கு நோய் கடுமையாயிருக்கிறது, சிகிச்சைக்காகக் கொழும்புக்கு அழைத்துப் போகப் போகிறோம், இந்தியாவுக்குக் கூட்டிப் போகப் போகிறோம் என்று சொல்லியே காசு கேட்பார்கள். ஆனால் அவர்கள் அப்பாவைப் பாயிலிருந்து எங்குமே நகர்த்தியதாகத் தெரியவில்லை. சின்னக்காவும் பெரியக்காவும் ஒருவருக்குத் தெரியாமல் ஒருவர் காசு கேட்டார்கள். ஒருவரையொருவர் குற்றம் சொன்னார்கள். சிகிச்சைக்காக அப்பாவைக் கொழும்புக்கு அழைத்துச் செல்லாததற்காகப் புதுப் புதுச் சாட்டுக்களைச் சொன்னார்கள். குறிப்பாக இவன் இதைப்பற்றிப் பெரியத்தானிடம் கேட்ட போதெல்லாம் கொழும்புக்கு அழைத்துப் போக முடியாததற்கான காரணங்களை அத்தான் அரசியல் ரீதியாகத்தான் விளக்கினார். அவர் சந்திரிகா பண்டாரநாயக்காவின் செத்துப்போன புருசனையும் ரணில் விக்கரமசிங்காவின் தாயையும் மகிந்த ராஜபக்சவின் பெண்சாதியையும் தூசணத்தால் ஏசினார். உங்கள் அப்பா எப்போதிருந்து நோய்ப் படுக்கையிலிருக்கிறார் என யாராவது கேட்கும்போதெல்லாம் 'சந்திரிகாவின் காலத்திலிருந்தே படுக்கையிலிருக்கிறார்' என்று சொல்லலாமா என்று கூட இவன் யோசிப்பான். சோமாலியாக் கடற்கொள்ளைக்காரர்களிடம் சிக்கிய கப்பல் போல அப்பா அக்காமாரிடம் பணயமாக இருப்பது போலத்தான் இவனுக்குப் பட்டது. அப்பாவிற்குச் சாகிற வயதுதான். ஆனால், இவர்கள் அப்பாவைச் சாக விடமாட்டார்கள். பணயப் பொருளைத் தொலைப்பதற்குக் கடத்தல்காரர்கள் விரும்புவதில்லை.

தான் இப்படியெல்லாம் யோசிப்பதற்குத் தன்னிடம் சகோதர பாசம், தந்தைப் பாசம் எல்லாமே அற்றுப் போய்விட்டதுதான் காரணமோ என இவன் யோசித்தான். தீர யோசித்துப் பார்த்ததில் அப்பாவின் மீதல்ல, எவர்மீதும் தனக்கு உண்மையான அன்பு கிடையாதென்றும் தன்மேலும் எவருக்கும் அன்பு கிடையாதென்றும் நிர்ப்பந்தங்களால் மட்டுமே அன்பு செலுத்துவதாக நடிக்க வேண்டியிருப்பதாகவும் இவன் நினைத்தான். 'உறவுகள் எல்லாமே காசுக்காக' என்ற பிரபலமான புலம் பெயர் பழமொழியை எல்லோரைப் போலவே இவனும் அடிக்கடி முணுமுணுத்தான். 'வணக்கம்' என்ற வார்த்தையைப் போலவே 'விசா' என்ற வார்த்தையைப் போலவே இந்தப் பழமொழியும் புகலிடத்தில் சர்வ சாதாரணமாகப் புழக்கத்திலிருந்தது.

ஆனால் சென்ற கிழமை அக்கா தொலைபேசியில் 'அப்பா இந்தமுறை தப்பமாட்டார்' என்றும் அப்பா திடீர் திடீரெனக் கண் விழித்து இவன் வந்துவிட்டானா என்று கேட்டுக்

கொண்டிருப்பதாகவும் சொன்னபோது அப்பாவைப் போய்க் கடைசியாக ஒருதடவை பார்க்க வேண்டுமென இவன் முடிவெடுத்தான். அம்மா இறந்தபோது இவன் பிரான்ஸுக்கு வந்து மூன்று வருடங்களே ஆகியிருந்தன. அம்மாவின் பிரேதம் கொள்ளி போடப் பிள்ளையில்லாமலேயே எரிந்தது. தனக்கும் அப்படியொரு நிலை ஏற்படக் கூடாது என அப்பா அழுதாராம். யாழ்ப்பாணம் போக முடிவெடுத்த கணத்திலேயே இவனின் மனம் கிளர்ச்சியடையத் தொடங்கியது. இவனின் கிராமமும் உறவுகளும் நட்புகளும் வரிசையாக மூளைக்குள் படமாய் ஆடின. அப்பாவின் இறுதிச் சடங்கில் தான் வேட்டி உடுத்திக்கொண்டு கொள்ளியிடும் சித்திரம் இவனின் மனதில் தோன்றியபோது இவனுக்குக் குறுகுறுப்பாயிருந்தது. விமானத்தின் இருக்கைப் பட்டியை அணிந்து கொள்ளும்போது இவன் கொழும்பில் இறங்கும்போது அப்பாவின் மரணச் செய்தி இவனுக்காகக் காத்திருக்கும் என இவனது உள்ளுணர்வு சொல்லிற்று.

விமானம் புறப்படவிருக்கும் தருணத்தில் இவன் வயதேயுள்ள கரிய, தடித்த உருவமுடைய ஒரு மனிதன் இவனின் அருகாமை இருக்கையை நோக்கிப் பதற்றத்துடன் வந்தான். வந்தவன் இவனைப் பார்த்து ஒரு புன்னகை கூடச் செய்யாமல் இவனையும் இருக்கையையும் மாறி மாறிப் பார்த்தான். வேறு வழி இல்லாதவன் போல முகத்தை இறுக்கமாக வைத்துக்கொண்டு இருக்கையில் தன் பருத்த உடலைச் சாய்த்தான். தனது கால்களிற்கு இடையே தனது கையிலிருந்த தோற்பையை வைத்துக்கொண்டான். இருக்கைப் பட்டியைச் சிரமப்பட்டுப் போட்டுக்கொண்டு கையிலிருந்த ஜெர்மனிய மொழிப் பத்திரிகையொன்றை அந்த மனிதன் வாசிக்கத் தொடங்கினான். இவன் கடைக் கண்ணால் அந்த மனிதனின் கால்களுக்குக் கீழே வைக்கப்பட்டிருந்த கைப்பையில் தொங்கவிடப்பட்டிருந்த முகவரிச் சீட்டைச் சிரமப்பட்டுப் படித்தான். அதில் 'அருமநாயகம் தெய்வேந்திரன், டோர்ட்முண்ட், ஜெர்மனி என எழுதப்பட்டிருந்தது.

விமானம் புறப்பட்ட அடுத்த அரைமணி நேரத்திற்கு இவன் ஜன்னலால் வெளியே பார்த்தும் கைகளைக் கோர்த்தும் பிரித்தும் கால்களை ஆட்டியும் சேட்டைகள் செய்துகொண்டிருந்தான். அருகிலிருந்தவனுடன் இனியும் பேசாமல் இருக்கமுடியாது எனத்தோன்றியது. கடைக்கண்ணால் அருகிலிருந்தவனைக் கவனித்தான். அவனும் முகத்தைத் திருப்பாமலேயே தன்னைக் கவனித்துக்கொண்டிருப்பது போல இவனுக்குப் பட்டது. அருகிலிருந்தவனுடன் பேசுவதற்கான வார்த்தைகள் இவனின் வாய்க்குள் முட்டிப் போயிருந்தன. பேச்சை எப்படி ஆரம்பிப்பது

என இவன் மனதிற்குள் ஒரு சிறிய ஒத்திகை பார்த்துக்கொண்டு முகத்தைத் திருப்பியபோது அருகிலிருந்தவன் இவனிடம் பேசத் தொடங்கினான். ஒரு முட்டாள்தனமான கேள்வியுடன் அந்த உரையாடல் ஆரம்பிக்கலாயிற்று.

"நீங்கள் தமிழா?"

இவன் கொழும்புக்குப் போய், அங்கிருந்து யாழ்ப்பாணத்திற்கு போகப் போவதாகவும் தனது தகப்பனார் மரணப் படுக்கையில் கிடக்கிறார் எனவும் சொன்னான். அதைத்தான் மற்றவனும் சொன்னான். அவனின் தாயார் வாய்ப் புற்றுநோயால் யாழ்ப்பாணக் கிராமமொன்றில் மரணப் படுக்கையில் கிடக்கிறாராம். அவன் இவனிடம் கல்யாணம் செய்துவிட்டீர்களா எனக் கேட்டபோது 'ஓம்' என்று இவன் பொய் சொன்னான். அவன் ஜெர்மனியில் ஒரு அச்சகசாலையில் வேலை செய்வதாகவும் தனக்கு மூன்று குழந்தைகள் என்றும் சொன்னான். இவன் தான் பாரிஸில் ஒரு சுப்பர் மார்க்கட்டில் வேலைசெய்வதாகவும் தான் பிரான்சுக்குப் போய் இருபது வருடங்கள் ஆகின்றன எனவும் சொன்னான். அவன் தானும் ஜெர்மனிக்கு வந்து இருபது வருடங்கள் ஆகின்றன என்றான். இருவருமே வந்ததற்கு முதல் முறையாக இப்போதுதான் இலங்கைக்குப் போகிறார்களாம். இவன் தனது பெயர் சந்திரன் என்று சொன்னான். அவன் தன்னுடைய பெயர் மாறன் என்றான்.

அவனுடைய பெயரை அருமைநாயகம் தெய்வேந்திரன் என்று இவன் ஏற்கனவே அவனுடைய கைப்பையிலுள்ள முகவரிச் சீட்டிலிருந்து தெரிந்து வைத்திருந்தான். மாறன் என்பது அவனின் வீட்டுப் பெயராக இருக்கலாம் என இவன் நினைத்துக்கொண்டான். பேசிக்கொண்டிருந்தபோது தான் அவனை ஏற்கனவே எங்கேயோ பார்த்திருப்பதாக இவனுக்குத் தோன்றியது. இவனின் வாய் பேசிக்கொண்டிருந்தாலும் இவனது கண்கள் மாறனின் கண்களையே உளுருவிக்கொண்டிருந்தன. திடீரென இவனது தேகம் குளிர்ந்து போயிற்று. தன்னோடு இப்போது பேசிக்கொண்டிருக்கும் மாறனைத் தான் எங்கேயோ பார்த்திருப்பதாகவும் அப்போது மாறனின் கையில் துப்பாக்கியிருந்ததாகவும் இவனுக்குள் ஒரு சித்திரம் உருவாகியது. அந்தச் சித்திரம் புகையால் திட்டப்பட்டிருந்தது. அருகிலிருப்பவன் இயக்கக்காரன் என இவனது உள்ளுணர்வு எச்சரித்தது. பேச்சை நிறுத்திவிட்டு இவன் ஜன்னல் பக்கம் திரும்பியதும், அருகிலிருந்தவன் அதற்காகவே காத்திருந்தவன் போலக் கண்களை மூடிக்கொண்டு இருக்கையில் சாய்ந்ததும் ஒரே கணத்தில் நிகழ்ந்தன. மாறனை எங்கே பார்த்திருக்கிறேன் என்று மண்டையைப் போட்டு இவன் உடைத்துக்கொண்டான்.

1984 மார்ச்: யாழ்ப்பாணம் புத்தவிகாரைக்குப் பக்கத்தில் நடந்த கண்ணிவெடித் தாக்குதலுக்குப் பின்னாகக் கோட்டையிலிருந்து நகரத்துக்குள் நுழைந்த இராணுவத்தினர் பெரியகடைப் பகுதியைக் கொளுத்தினர். அவர்களின் கைகளிலிருந்த துப்பாக்கிகள் இலக்குகள் இல்லாமல் சுட்டுத் தள்ளின. ஒருமணி நேர வெறியாட்டத்திற்குப் பின்பு இராணுவத்தினர் நகரத்தை விட்டு வெளியேறியதும் இயக்கங்கள் நகருக்குள் நுழைந்தன.

தெருவில் காயப்பட்டுக் கிடந்தவர்களையும் தெருவிலும் கடைகளுக்குள்ளும் பிணங்களாகக் கிடந்தவர்களையும் இயக்கப் பொடியன்கள் ஆஸ்பத்திரிக்கு எடுத்துச் சென்றார்கள். காயப்பட்டவர்களை எடுத்துச் செல்வதற்காக வீதியில் நின்ற வாகனங்கள் இயக்கங்களால் எடுத்துக்கொள்ளப்பட்டன அல்லது கடத்தப்பட்டன. நாவற்குழி இராணுவ முகாமிலிருந்து இராணுவத்தினர் நடைவனியாகப் புறப்பட்டு விட்டார்கள் என்ற செய்தி கிடைத்தபோது கொஞ்ச இயக்கப் பொடியள் துவக்குகளோடு சைக்கிள்களிலும் மோட்டார் சைக்கிள்களிலும் நாவற்குழியை நோக்கிப் பறந்தார்கள். பெரியாஸ்பத்திரியில் காயப்பட்டவர்களைச் சேர்த்துவிட்டு இரத்தம் வழங்குவதற்காகக் கொஞ்சம் இயக்கப்பொடியள் காத்திருந்தார்கள். அவர்களுக்கு அவசரம். இரத்தம் கொடுத்துவிட்டு நாவற்குழிக்குப் போக அவர்கள் துடித்துக்கொண்டிருந்தார்கள். வெளியே வந்த பெரிய டொக்டர் அவர்களைத் துவக்குகளை வெளியே வைத்துவிட்டு இரத்தம் வழங்க உள்ளே வருமாறு கூப்பிட்டார்.

அவிழ்த்து வைத்த இருக்கைப் பட்டிகளை மறுபடியும் அணியுமாறு விமானத்தில் சொன்னார்கள். விமானம் மேலேயும் கீழேயும் உலாஞ்சியது. இவன் முன்னாலிருந்த திரையில் பார்த்தபோது விமானம் பல்கேரியாவுக்கு மேலாகப் பறந்துகொண்டிருந்தது. இவன் தலையை மெதுவாகத் திருப்பிப் பக்கத்திலிருந்தவனைக் கவனித்தான். அவன் பத்திரிகை படித்துக்கொண்டிருந்தான். அந்தக் கண்களும் மூக்கும் தடித்த உதடுகளும் மறக்க முடியாதவை. ஆனால் அவற்றை எங்கே பார்த்தான் என்பதுதான் இவனின் ஞாபகத்திற்கு வரவில்லை. ஆனால் துப்பாக்கியுடன்தான் பார்த்திருக்கிறான்.

1985 ஜூலை: பூட்டானில் நடந்துகொண்டிருந்த சமாதானப் பேச்சுவார்த்தைகள் ஈழத் தமிழர்களுக்கான தீர்வில்லை எனக் கண்டித்து எல்லா இயக்கங்களுமாகச் சேர்ந்து ஒரு மாபெரும் பேரணியை மருதனமட்டிலிருந்து யாழ் பல்கலைக்கழகத்தை நோக்கி நடத்தினார்கள். பாடசாலை மாணவர்கள் முதலிலும்

● ஷோபாசக்தி

பொதுமக்கள் அடுத்ததாகவும் வாகனங்கள் கடைசியாகவும் சென்ற அந்தப் பேரணியின் இரு புறங்களிலும் இயக்கப் பொடியன்கள் பேரணியை கட்டுப்பாடாக நடத்திச் சென்றுகொண்டிருந்தார்கள். ஒவ்வொரு இயக்கமும் பேரணி வேலைகளைத் தங்களுக்குள் பகிர்ந்துகொண்டிருந்தன. பேரணியினரின் முழக்கங்கள் ஒரே குரலில் ஒலித்தன

"பூட்டான் என்ன, பாட்டன் வீடா!"

"வேண்டாம் வேண்டாம் பேச்சு, தமிழீழமே இறுதி மூச்சு!"

"திம்பு நாடகத்தை, நம்பவே மாட்டோம்"

"கொள்கைகளை விற்றிட மாட்டோம், தோழர்களின் கல்லறைகளை ஏமாற்ற மாட்டோம்!"

பேரணி பல்கலைக் கழகத்துக்குள் நுழைந்து அமர்ந்ததும் முதலில் அங்கே 'மண்சுமந்த மேனியர்' நாடகம் நடத்திக் காட்டப்பட்டது. இறுதியில் நடைபெற்ற பொதுக்கூட்டத்தில் எல்லா இயக்கங்களைச் சேர்ந்தவர்களும் பேசினார்கள். இயக்கங்களின் இரண்டாம் கட்டத் தலைவர்கள் அங்கே பேசியதால் மேடையைச் சுற்றி அவர்களின் மெய்ப்பாதுகாவலர்கள் துப்பாக்கிகளுடன் நின்றிருந்தார்கள்.

விமானப் பணிப்பெண் தேனீருடன் வந்தபோது பக்கத்திலிருந்தவன் அவளிடம் தேநீர் கோப்பையை வாங்கி இவனிடம் கொடுத்தான். இவன் அவனைப் பார்த்து நன்றியுடன் புன்னகைத்தான். அவனும் பதிலுக்குப் பற்கள் தெரிய புன்னகைத்தான். நிச்சயமாக இந்தச் சிரிப்பை இவன் முன்பே எங்கோ பார்த்திருக்கிறான். அதுவும் துப்பாக்கியும் சிரிப்புமாகப் பார்த்திருக்கிறான்.

1986 ஏப்ரல்: காரைநகர் கடற்படைத் தளத்திலிருந்து இரவோடு இரவாக முன்னேறிய கடற்படையினர் ஊறாத்துறை அந்தோனியார் கல்லூரியில் முகாமிட்டனர். விடிந்ததும் விடியாததுமாக இயக்கம் அந்தோனியார் கல்லூரியைச் சுற்றி வளைத்தது. உள்ளே இருநூறு படையினராவில் இருந்தனர். வெளியே வெறும் இருபது பொடியள் வளைத்து நின்றனர். அப்போது பொடியளிடம் பெரிதாக ஆயுதங்களும் கிடையாது. ஒரு M16, இரண்டு G3, ஆறு AK 47, நான்கு SMG துப்பாக்கிகள், ஒரு ரிப்பீட்டர், கொஞ்சம் கைக்குண்டுகள் மட்டுமே வளைத்து நின்ற பொடியளிடமிருந்தன. கடற்படையோ ஆட்டிலரி, ஆர்.பி.ஜி. லெவலில் இருந்தது. கல்லூரியைச் சுற்றி ஒரு ஹெலிகொப்டர் பறந்துகொண்டேயிருந்தது.

ஏழு மணியளவில் பொடியள் தாக்குதலைத் தொடக்கினார்கள். அவர்கள் இருபது பேரும் கல்லூரியின் மதில்களுக்குப் பின்னாகவும் சடைத்திருந்த மரங்களின் மீதும் பதுங்கியிருந்தார்கள். முகாமிலிருந்தவர்களை அச்சுறுத்திப் பின்வாங்க வைப்பதே அவர்களின் நோக்கமாயிருந்தது. மரங்களிலிருந்தவர்கள் உள்ளே குறிபார்த்துச் சுட்டுக்கொண்டிருந்தார்கள். மதிலுக்குப் பின்னால் பதுங்கியிருந்த பொடியள் திடீர் திடீரென வெவ்வேறு இடங்களிலிருந்து எழுந்து நின்று சுட்டார்கள். கைக்குண்டுகளை வீசினார்கள். ஹெலிகொப்டர் வாணவேடிக்கையைத் தொடங்கியது. ஹெலிகொப்டரை நோக்கியும் சூடுகள் பறந்தன. உள்ளேயிருந்த கடற்படையினர் இடையறாமல் எல்லாப் பக்கமும் சுட்டுக்கொண்டிருந்தார்கள். ஒருமுறை ஒரு பொடியன் அவனுக்குப் பதினேழு வயதிருக்கும் - மதிலுக்கு மேலாக எஸ்.எம்.ஜியுடன் எழுந்தபோது கடற்படையிடமிருந்து வந்த 'லோ' தாக்குதலால் அவனின் தலை சிதறியது.

எட்டு மணியளவில் இரண்டு ஹெலிகொப்டர்கள் அந்தோனியார் கல்லூரிக்குச் சற்றுத் தூரத்தில் தரைவைக்குள் சிறப்புக் கொமாண்டோப் படையினரை இறக்கிவிட்டன. கொமாண்டோ அணியினர் அசுர வேகத்தில் அந்தோனியார் கல்லூரியை நோக்கி முன்னேறிக்கொண்டிருந்தார்கள். அது பொடியளுக்குச் சிக்கலாகிவிட்டது. அவர்களுக்கு முன்னே கடற்படையினர். பின்னே கொமாண்டோப் படையினர். இப்போது பொடியள் முற்றுகைக்குள் சிக்கிவிட்டார்கள். பொடியளுக்குப் பின்வாங்கிச் செல்வதற்கு இப்போதும் வாய்ப்புகள் இருப்பினும் அவர்கள் அதை விரும்பியதாகத் தெரியவில்லை. அடிபட்டுச் சாவதென்று முடிவெடுத்ததுபோல அவர்கள் இரு அணியாகப் பிரிந்து இரண்டு பக்கமும் சுட்டுக்கொண்டிருந்தார்கள்.

முற்றுகை வளையம் இறுகிப் பொடியளால் இனித் தப்ப முடியாது என்ற நிலை வந்தபோது மெலிஞ்சி முனைக்குள்ளால் வந்த இன்னொரு இயக்கம் கொமாண்டோப் படையினரைப் பின்னாலிருந்து தாக்கியது. அந்த இயக்கத்திடம் சொந்தத் தயாரிப்பான '2 இஞ்' மோட்டர்கள் இருந்தன. மோட்டர் தாக்குதலில் கொமாண்டோப் படை கதிகலங்கிவிட்டது. கொமாண்டோப் படையினர் திசைமாறித் தம்பாட்டிக் கடற்கரைப் பக்கமாகப் பின்வாங்கத் தொடங்கினார்கள். இப்போது மற்ற இயக்கம் மோட்டர்களுடன் கடற்படையினர் முகாமிட்டிருந்த கல்லூரியை நெருங்கியது. அந்த இயக்கம் வந்தாலே குறைந்தது ஐய்ம்பது பேருடன்தான் தாக்குதலுக்கு வருவார்கள். பயிற்சிபெற்ற போராளிகள்தான் தாக்குதலுக்கு வருவார்கள் என்று சொல்ல

முடியாது. அவர்கள் ஊர்ச் சனங்களையும் திரட்டிக்கொண்டு துப்பாக்கிகள் போதாவிட்டாலும் கத்திகள் பொல்லுகளோடு களத்துக்கு வருவார்கள்.

கிழக்குப் பக்கத்தை மட்டும் படையினர் பின்வாங்கிச் செல்வதற்காகத் திறந்துவிட்டு மற்றைய மூன்று பக்கங்களிலும் இரண்டு இயக்கங்களும் வளைத்து நின்றன. பத்து மணியளவில் மற்றைய இயக்கங்களும் கையில் கிடைத்த ஆயுதங்களுடன் களத்துக்கு வந்துவிட்டார்கள். ஒரு இயக்கத்திடம் ரவைகள் தீர்ந்துவிட்டால் மற்றைய இயக்கம் தன்னிடமுள்ள ரவைகளைக் கொடுத்தது. காயப்பட்ட பொடியனை ஒரே வாகனத்தில் எடுத்துச் சென்றார்கள். மாலை அய்ந்து மணியளவில் கடற்படையினர் பின்வாங்கத் தொடங்கினார்கள். இயக்கங்கள் படையினரை கடற்கரைவரை துரத்திச் சென்றன. அடுத்தநாள் ஒரு இயக்கம் 'தோளோடு தோள்நின்ற சக தோழர்களுக்கு நன்றி' எனத் துண்டுப்பிரசுரம் கூட வெளியிட்டது.

விமானம் தரையிறங்குவதற்குத் தயாராவதாக அறிவிக்கப்பட்டது. இவன் தனது மூளையின் எல்லாச் செல்களையும் வதைத்துப் பார்த்துவிட்டான். அருகிலிருப்பவனை எங்கே பார்த்தோம் என்பது இவனுக்குப் பிடிபடமாட்டேன் என்கிறது. கண்களை உருட்டி உதடுகளை திரும்பத் திரும்பப் பற்களால் கடித்துக் கொண்டிருந்தான். விமானத்தை விட்டு இறங்கியதுமே அவனின் கண்ணில் படாமல் தன்வழியே சென்றுவிட வேண்டும் என முடிவு செய்தான். அப்போது அருகிலிருந்தவன் இவனிடம் "கொழும்பில் எங்கே தங்கப் போகிறீர்கள்?" எனக் கேட்டான். திடுக்கிட்டுப்போன இவன் கொஞ்சம் யோசித்துவிட்டுக் கொழும்பில் தங்கப் போவதில்லை என்றும் காலையிலேயே யாழ்ப்பாணம் செல்வதற்கு விமானச் சீட்டு வாங்கியிருக்கிறேன் என்றும் பதில் சொன்னான். அவ்வளவும் பொய். இவன் கொழும்பில் இறங்கும்போது அக்கா விமான நிலையத்தில் காத்திருப்பார். எப்போது யாழ்ப்பாணம் போவது, எப்படிப் போவது என்பதை எல்லாம் அக்காவிடம் கலந்துபேசித்தான் முடிவு செய்ய வேண்டும். பக்கத்திலிருப்பவன் ஆச்சரியப்படுப்போவது போலக் கண்களை மலர்த்தி "நானும் காலை விமானத்தில்தான் யாழ்ப்பாணம் போகிறேன். நாங்கள் அநேகமாக நாளைக்கும் விமானத்தில் சந்திப்போம் என்று நினைக்கிறேன்" என்றான். அதைக் கேட்டதும் இவனும் ஆச்சரியப்படுவது போலவும் மகிழ்ச்சியடைவது போலவும் கண்களை மலர்த்தினான். ஆனால் இவனுக்கு உள்ளுக்கு எரிந்துகொண்டிருந்தது. அருகிலிருக்கும் தடியனின் கையில் மட்டும் இப்போது ஒரு துப்பாக்கி இருந்தால் அவனைத் தன்னால் உடனேயே அடையாளம் கண்டுபிடிக்க

முடியும் என்று இவன் நினைத்துக்கொண்டான். அவனை எங்கே பார்த்தோமென இனியும் மண்டையைப் போட்டுடைப்பது வீண்வேலை, மறுபடியும் அவனின் கண்ணில்படாமல் இருப்பதே புத்தியான வேலை என இவன் முடிவெடுத்தான்.

விமானநிலையத்தில் இறங்கிச் செல்லும்போது 'இமிக்கிரேசன் கௌண்டர்' வரை அவனும் பின்னால் கூடவே வந்தான். இவன் புத்தியாக வரிசையில் அவனை முன்னால்விட்டுப் பின்னால் நின்றுகொண்டான். அவன் இமிக்கிரேசனில் சரளமாகச் சிங்களம் கதைப்பது இவனுக்குக் கேட்டது. இவனுக்குச் சிங்களத்தில் ஒரு வார்த்தை கூடத் தெரியாது. அவன் சிங்களம் கதைப்பது இவனுக்கு ஏனோ கவலையைக் கொடுத்தது. இவன் 'இமிக்கிரேசன்' தாண்டியதும் சுற்றுமுற்றும் பார்த்தான். பிராங்போர்ட்டிலிருந்து கூடவே வந்த தடியனைக் காணவில்லை. இவன் வேகமாக நடந்து சென்று கழிப்பறைக்குள் புகுந்துகொண்டான். கழிப்பறையின் கதவை மூடிக்கொண்டு சும்மாதான் உள்ளே நின்றிருந்தான்.

'எனக்கு மூளை மரத்துப்போய் ஞாபகம் மங்கியிருக்கலாம். ஆனால் கூட வந்த தடியனுக்கும் அப்படியிருக்க வாய்ப்பில்லை. என்னை அவன் அடையாளம் கண்டிருக்கலாம். என்னை அவன் முதற் பார்வையிலேயே அடையாளம் கண்டிருக்கக் கூடும். பேச்சின் போதுகூட அநேகமாக நான் சொல்லுபவற்றையே திருப்பிச் சொல்லும் டெக்னிக்கைத்தான் அவன் பாவித்தான். அவனின் மாறன் என்ற பெயர்கூடச் சாதாரணமான யாழ்ப்பாணப் பெயரில்லை. இந்த மாறன், பரிதி, சங்கிலி போன்ற பெயர்களை இயக்கப் பொடியள்தான் வைத்துக்கொள்வார்கள்' என்று யோசித்துக் கொண்டிருந்தவனுக்குத் தன்னுடைய இயக்கப் பெயர் பீற்றர் என்பது ஞாபகத்திற்கு வந்தது. அதைத் தொட்டு 'வாளெடுத்தவனுக்கு வாளாலேதான் சாவு' என்ற பைபிள் வாசகமும் ஞாபகத்திற்கு வந்தது. 'இருபது வருசமாகப் பாரிஸில் மூடிக்கொண்டிருந்ததுபோல அங்கேயே இருந்திருக்கலாம், அப்பா பாசத்தில் நாட்டுக்கு வந்து நாட்டில் கால் வைக்கும்போதே நிம்மதியின்மையோடும் பயத்தோடும் தவிக்க வேண்டியிருக்கிறதே' என்று இவன் கக்கூசுக்குள் நின்று கலங்கிக்கொண்டிருந்தான். இவன் வாயில் அப்பாவைப் பற்றி ஒரு வசவு வார்த்தையும் வந்து போயிற்று. அதிக நேரம் கழிப்பறைக்குள் நின்றால் அது வேறு பிரச்சினையைக் கொண்டுவரலாம் என யோசித்துவிட்டுக் கதவைத் திறந்து துயக்கத்தோடு வெளியே வந்தான்.

கழிப்பறைக்கு வெளியே அந்தத் தடியன் மாறன் நின்றுகொண்டிருந்தான். ஒருவரையொருவர் கண்டுகொண்டதாகவே இருவரும் காட்டிக்கொள்ளவில்லை. இவன் நிதானமான ஒரு நடையைப் போட்டு பெட்டிகள் எடுக்கும் பகுதிக்குப் போனான்.

அந்தப் பகுதியில் இவனின் பெட்டி மட்டும் அநாதரவாகப் பெல்டில் சுற்றிக்கொண்டிருந்தது. இவன் பெட்டியை இழுத்துக்கொண்டு விறுவிறென வெளியே நடந்தான்.

வெளியே பார்வையாளர்களைச் சந்திக்கும் பகுதியில் ஒரே கூட்டமாயிருந்தது. சிங்களத்திலும் தமிழிலும் பேரிரைச்சலாயிருந்தது. அங்கே அக்காவைக் காணாமல் இவன் பதறிப்போனான். தனியாக நின்றவனைச் சிலர் அணுகிச் சிங்களத்தில் ஏதோ கேட்டனர். இவன் ஒரு வலிந்த புன்னகையுடன் அவர்களைக் கடந்து சென்றான். அங்கே அந்தத் தடியன் மாறன் இருக்கிறானா என இவனின் கண்கள் தேடிக்கொண்டிருந்தன. காவலுக்கு துப்பாக்கியும் கையுமாக நின்றிருந்த ஒரு பொலிஸ்காரனின் அருகில் போய் இவன் நின்றுகொண்டான். அது இவனுக்கு ஏனோ சற்று அமைதியையும் பாதுகாப்பு உணர்வையும் கொடுத்தது. அக்காவும் அத்தானும் ஒருவாறு இவனைக் கண்டுபிடித்தபோது இவன் அவர்களில் எரிந்து விழுந்தான். அத்தான் வாகனம் தயாராக இருக்கிறது என்று சொன்னார். இவன் உற்சாகமில்லாமல் வாகனத்தை நோக்கி நடந்தான். அந்தப் பொலிஸ்காரனை விட்டுப்போவது இவனுக்குக் கவலையைக் கொடுத்தது. இவனை வைத்துக் கதை எழுதுவது ஆய்க்கினை பிடித்த வேலை. இவன் எப்போது என்ன நினைப்பான், எதற்குக் கவலைப்படுவான், எதற்கு மகிழ்ச்சியடைவான், எதற்குப் பதற்றமடைவான் என்று ஒரு இழவும் விளங்கவில்லை. இது போதாதென்று இவனது உள்ளுணர்வு வேறு கதையை ஒரு பக்கமாக இழுக்கிறது.

இவனும் அக்காவும் அத்தானும் கொள்ளுப்பிட்டியிலுள்ள ஒரு விடுதியில் தங்கினார்கள். அத்தான் 'யாழ்ப்பாணம் போவதற்கு எந்தத் தேதியில் விமானச்சீட்டுப் பதிவு செய்ய வேண்டும்?' என இவனிடம் கேட்டார். அதற்கு இவன் 'கொஞ்ச நாட்கள் கொழும்பிலிருந்து கொழும்பைச் சுற்றிப் பார்த்துவிட்டுப் பின்பு யாழ்ப்பாணம் போகலாம்' என்றான். அதைக் கேட்டதும் அக்காவுக்கும் அத்தானுக்கும் மகிழ்ச்சியால் முகம் விரிந்துபோனது. அக்கா 'கொழும்பில் பார்ப்பதற்கு நிறைய இடங்களிருக்கின்றன' என்றார். அந்தக் கிழவன் அங்கே சாகக் கிடக்கிறான், இவர்கள் கொழும்பு பார்க்க நிற்கிறார்கள் என இவன் மனதிற்குள் முறுகிக்கொண்டான். இப்போது யாழ்ப்பாணம் போவது புத்திசாலித்தனமான செயல் அல்ல என்று இவனது உள்ளுணர்வு சொல்லிக்கொண்டேயிருந்தது. கண்ணை மூடிக் கண்ணைத் திறந்தால் அந்தத் தடியன் மாறனின் கறுத்த முகமே முன்னால் வந்து இவனை அலைக்கழித்தது.

அக்காவும் அத்தானும் கொழும்பு பார்க்கப் போக, தனக்கு

உடம்பு சுகமில்லை என்று சொல்லவிட்டு இவன் இரண்டு நாட்களாக விடுதிக்குள்ளேயே முடங்கிக் கிடந்தான். கொழும்பில் நடமாடக் கூட இவன் விரும்பவில்லை. கட்டிலில் குறுகிப் படுத்துக்கொண்டான். வடக்கிலும் இயக்கங்கள், தெற்கிலும் இயக்கங்கள் எந்தப் பக்கம் கால் நீட்டிப் படுப்பதென்றே இவனுக்குத் தெரியவில்லை. திரும்பிப் பிரான்ஸுக்கே போய்விடலாமா என்றுகூட யோசித்துப் பார்த்தான். எந்த நேரத்திலும் அப்பாவின் மரணச் செய்தி வரவிருக்கும் நிலையில் தான் திரும்பிப்போக நினைப்பது சரியான வேலையில்லை எனத் தனக்குத்தானே சொல்லிக்கொண்டான். அப்பா சாவதற்கு முன்பு அவரின் முகத்தை ஒருமுறை பார்த்துவிடுவது அவசியம் என்று இவனுக்கு மறுபடியும் தோன்றியது. முன்னொரு முறை பாரிஸில் வந்த அந்த உணர்வுதான் இவனை இந்த இடம் வரைக்கும் இழுத்து வந்திருக்கிறது. அந்த எண்ணம் நெஞ்சில் வந்ததும் தான் மாறனை விமானத்தில் சந்தித்தது வெகு சாதாரண நிகழ்வென்றும் அவனைத் தான் எங்கேயோ துப்பாக்கியும் கையுமாகப் பார்த்த நினைவு வெறும் பிரமையாகக் கூட இருக்குமென்றும் இவனுக்குப்பட்டது. இவன் பாரிஸிலிருந்து கிளம்பிய விமானத்தில் கொடுக்கப்பட்ட அரைப் போத்தல் வெள்ளை வைனையும் பிராங்போர்ட் விமான நிலையத்தில் மூன்று கோப்பைகள் சிவப்பு வைனையும் கலந்து குடித்துவிட்டுத்தான் பயணம் செய்திருந்தான். வைன் இப்படியான அதீத கற்பனைகளைத் தூண்டிவிடக் கூடியது என்பது இவனுக்குத் தெரியும். பாரிஸில் ஒருமுறை இவன் வைனை முட்டக் குடித்துவிட்டுச் சுப்பர் மார்க்கட்டுக்கு வேலைக்குப் போய்க் குழந்தைகளுக்கான உணவு டப்பாக்கள் இருக்கும் பகுதியில் பூனைகளுக்கான உணவு டப்பாக்களை அடுக்கி வைத்துவிட்டான். இவ்வளவுக்கும் குழந்தைகளின் உணவு டப்பாக்களில் குழந்தைகளின் முகமும் பூனைகளுக்கான உணவு டப்பாவில் பூனைகளின் முகமும் அச்சிடப்பட்டிருக்கும். இவனுக்கு அன்று பூனைகள் குழந்தைகளைப் போலத் தோன்றின.

அப்பாவைப் பார்க்கப் போவது உறுதியானவுடன் யாழ்ப்பாணம் செல்வதற்கு விமானப் பயணச் சீட்டுப் பதிவு செய்வதற்காக வெளியே புறப்பட்டான். தங்கும் விடுதிக்கு எதிரேதான் பயணச்சீட்டுப் பதிவு செய்யும் அலுவலகம் இருந்தது. இவன் விடுதியிலிருந்து வெளியே வந்து தெருவைக் கடந்து அந்தப் பக்கம் சென்றபோது அங்கே ஒரு தேநீர்க் கடையின் ஓரமாக அந்தத் தடியன் மாறன் நின்று கொண்டிருப்பதைக் கண்டான். இவனின் கால்கள் அப்படியே நகராமல் நின்றன. ஒரு செக்கனில் சமாளித்துக்கொண்டு இவன் மாறன் நின்றிருந்த திசைக்கு எதிர்த்திசையால் மெதுவாக நடந்தான்.

தன்னை அவனும் கண்டுவிட்டான் என்பது இவனுக்குத் தெரியும். அடுத்தநாளே யாழ்ப்பாணம் போவதாகச் சொன்ன தடியன் இங்கே நின்று என்ன செய்கிறான்? இவன் பதற்றத்தோடு கடற்கரையை நோக்கி நடக்கத் தொடக்கியவன் திடீரெனத் திசையை மாற்றிக் கொள்ளப்பிட்டி பொலிஸ் நிலையம் நோக்கி நடக்கத் தொடங்கினான். இடையிடையே சப்பாத்தைச் சரிசெய்வது போல நின்று பின்னாலே பார்வையை எறிந்தான்.

அன்றிரவே அந்தத் தங்கும் விடுதியை விட்டு வேறு இடத்துக்கு மாறவேண்டும் என இவன் அத்தானிடம் சொன்னான். அத்தானுக்கு இவனின் போக்குப் பிடிபடுவதாயில்லை. அந்த விடுதியிலிருந்து மாறி கொட்டஞ்சேனையிலிருந்து ஒரு விடுதிக்கு வந்து தங்கினார்கள். அப்பாவின் இறுதிச் சடங்குகளுக்கு வேண்டிய துணிமணிகளை வாங்குவதில் அக்கா அக்கறைகாட்டினார். யாழ்ப்பாணத்தில் நல்ல துணிகள் கிடைக்காதாம். கிடைத்தாலும் அறா விலையாம். கொள்ளி வைக்கும்போது கட்டுவதற்காக இவனுக்கு ஒரு வேட்டியும் பந்தம் பிடிக்கும் பேரக் குழந்தைகளுக்காகத் துண்டுகளும் வாங்கப்பட்டன.

இவன் அறையைவிட்டுச் சாப்பிடுவதற்கு மட்டுமே வெளியே போனான். வெயில் உடம்புக்கு ஒத்துக்கொள்ளவில்லை என்று அக்காவிடம் சொன்னான். புதிய விடுதிக்கு வந்த நான்காவது நாள் காலையில் சாப்பிடச் சென்றவன் நிம்மதியால் கழுவப்பட்ட முகத்துடன் உற்சாகமாகத் தங்கும் விடுதிக்குத் திரும்பி வந்தான். அத்தானிடம் யாழ்ப்பாணம் புறப்படுவதற்கு உடனே பயணச் சீட்டுகள் வாங்குமாறு சொன்னான். இவனது கிராமமும் உறவுகளும் பழைய நட்புகளும் இவனுக்குள் உயிர்த்தெழுந்தன. அப்பாவின் இறுதிச் சடங்கையும் அங்கே உடுத்த வேட்டியுடன் தான் சிதைக்குத் தீ மூட்டுவதையும் நினைத்தபோது இவனுக்குப் புல்லரித்தது. அந்த மரணச் செய்தி இன்று காலையில் இவனுக்குக் கிடைத்தது. அந்தச் செய்தி இவன் கையில் சுருட்டி வைத்திருந்த பத்திரிகையில் அந்தத் தடித்த, கறுத்த மனிதனின் புகைப்படத்துடன் பிரசுரிக்கப்பட்டிருந்தது. ஜெர்மனியை வசிப்பிடமாகவும் யாழ்ப்பாணம் மூன்றாம் குறுக்குத்தெருவைப் பிறப்பிடமாகவும் கொண்ட அந்த மனிதன் நேற்றுக் காலையில் யாழ் ஆஸ்பத்திரி வீதியில் வைத்து மோட்டார் சைக்கிளில் வந்த இனந்தெரியாத நபர்களால் சுட்டுக்கொல்லப்பட்டானாம். ஏனோ தெரியவில்லை இவன் மிகச் சிரத்தையுடன் அந்தப் பத்திரிகையைத் தனது பெட்டிக்குள் வைத்து மூடினான்.

இப்படியாக இந்தக் கதை சட்டென்று முடிந்தது.

குண்டுயானா
1992-2007

"இறந்துபோன குழந்தையை
அந்தப் பாலைமரத்தடியில் விதைத்து வந்தேன்
இரவெல்லாம் பாலைமரம் தீனமாய் அழுகிறது."

- தமிழ்நதி

ஈவ் தானியல் என்ற அந்தப் பிரஞ்சு நீதிபதி செல்வி டயானாவின் மரணச் சான்றிதழை வரி வரியாகப் படித்து முடித்துவிட்டுச் சான்றிதழின் தலையில் பொறித்திருந்த சிங்க இலச்சினையை விரல்களால் வருடிப் பார்த்தான். பின்பு அந்த மரணச் சான்றிதழைத் தூக்கிப் பிடித்து ஒரு 'லேசர்' பார்வை பார்த்தான். சான்றிதழோடு விளையாடிக்கொண்டிருக்கும் நீதிபதியின் முகத்தைச் சலனமேயில்லாமல் அகதி வழக்காளி தே. பிரதீபன் பார்த்துக் கொண்டிருந்தான். மரணச் சான்றிதழை ஓரமாக வைத்த நீதிபதி தனது கொழுத்த மூஞ்சியை விரல்களால் தேய்த்துவிட்டவாறே தே. பிரதீபனிடம் கீழ்வரும் கேள்விகளைக் கேட்கலானான் :

"டயானா மகேந்திரராஜாவிற்கு குண்டு விழுந்தபோது நீர் எங்கிருந்தீர்?"

"குண்டு வீச்சு விமானங்களின் சத்தத்தைக் கேட்டதுமே தூக்கத்திலிருந்து நாங்கள் விழித்துக்கொண்டோம். பள்ளிக்கூடத்தின் மேலே குண்டுகள் விழுந்து வெடிக்கும் சத்தம் கேட்டது. வெடிச்சத்தம் கேட்டதும் முற்றத்தில் படுத்திருந்த நான்

ஓடிப்போய் குடிசைக்குப் பின்னால் ஒரு பாலைமரத்தின் கீழே வெட்டப்பட்டிருந்த பதுங்கு குழிக்குள் இறங்கிவிட்டேன். குடிசைக்குள் தூங்கிக்கொண்டிருந்தவர்களும் ஒருவர் பின் ஒருவராகப் பதுங்கு குழிக்கு ஓடிவந்தார்கள். டயானா பதுங்கு குழிக்கு ஓடிவரும் வழியிலேயே அவள் மீது குண்டு விழுந்தது. அவளின் பிரேதம் கூட எங்களுக்குக் கிடைக்கவில்லை. பதுங்கு குழிக்கும் குடிசைக்கும் நடுவில் குண்டு விழுந்த இடத்தில் ஏற்பட்ட அரைக்கிணறு ஆழமுள்ள குழிக்குள் டயானா உடுத்திருந்த உடைகள் தூசி போலச் சிதறிக் கிடந்தன."

இப்போது நீதிபதியின் கண்கள் சலனமேயில்லாமல் பிரதீபனைப் பார்த்தன. பின்பு நீதிபதியின் சன்னமான குரல் ஒளியைப் போல அந்த இடத்தில் பரவிற்று. "குண்டு வீச்சில் இறந்துபோன டயானா உமக்கு என்ன உறவு?"

பிரதீபன் மொழிபெயர்ப்பாளரின் முகத்தைப் பார்த்தான். மொழிபெயர்ப்பாளர் கேள்வியைத் தமிழில் சொல்லத் தொடங்கும்போதே பிரதீபனின் முகம் கறுக்கத் தொடங்கியது. அவனின் பார்வை இருளைப் போல அந்த அந்த இடத்தை நிரப்பிற்று. அவனின் மார்பு ஏறி இறங்கி அவனிலிருந்து பிரிந்த பெருமூச்சு அந்த விசாரணை மன்றத்தில் அமர்ந்திருந்த ஒவ்வொருவருக்கும் கேட்டிருக்கக்கூடும். குரல் நடுங்கிக் கிடக்க பிரதீபன் நீதிபதிக்குப் பதில் சொன்னான்:

"டயானா என்னுடைய மச்சாள், அல்லைப்பிட்டிப் படுகொலைகளுக்குப் பிறகு தீவிலிருந்து இடம்பெயர்ந்து வன்னிக்குப் போன நாங்கள் நல்லான்குளத்தில் அவளின் குடும்பத்துடனேயே தங்கியிருந்தோம்."

"அன்று எத்தனை குண்டுகள் வீசப்பட்டன?"

"மூன்று குண்டுகள் வீசப்பட்டன. முதலாவது குண்டு கிராமத்தின் பாடசாலை மீதும் இரண்டாவது குண்டு அங்கிருந்து அரைக் கிலோமீற்றர் தூரத்திலிருந்த ஒரு குடியிருப்புப் பகுதியிலும் மூன்றாவது குண்டு டயானா வீட்டின் மீதும் போடப்பட்டன.

"நல்லான் குளம் என்று இங்கே குறிப்பிடப்படும் கிராமத்துக்கும் கிளிநொச்சி நகரத்துக்கும் இடையே எவ்வளவு தூரமிருக்கும்?"

"ஐந்து கிலோமீற்றர்கள் தூரமிருக்கும்."

நீதிபதி கேள்விகள் கேட்பதை நிறுத்தி, குனிந்து எழுதிவிட்டு நிமிர்ந்தபோது அகதி வழக்காளி தே. பிரதீபனின் வழக்கறிஞர்

"பிரபு! 21. 05. 2007 அன்று அந்தக் கிராமத்தில் இலங்கை வான்படையினரால் குண்டுகள் வீசப்பட்ட தமிழ்ச் செய்திப் பத்திரிகைக் குறிப்பும் அதன் பிரெஞ்சு மொழிபெயர்ப்பும் தங்களுக்குச் சமர்ப்பிக்கப்பட்டிருக்கின்றன" என்றார்.

நீதிபதி தலையை அசைத்தவாறே அந்தப் பத்திரிகைக் குறிப்பையும் டயானாவின் மரணச் சான்றிதழையும் அருகருகே வைத்துப் பார்த்தான். மரணச் சான்றிதழின் முகப்பில் பொறிக்கப்பட்டிருந்த சிங்க இலச்சினையை அவனின் விரல்கள் வருடியவாறேயிருந்தன. முரட்டு காகிதத்தில் ஒரு ரூபா நாணயமளவுக்கு பொறிக்கப்பட்டிருந்த அந்த சிங்க இலச்சினையை விரல்களால் தடவிப் பார்க்கும்போது நீதிபதியின் விரல்கள் இலச்சினையில் உராய்வை அறியாமல் வழுக்கிப் போயின. போலிச் சான்றிதழ்களுக்கும் அசல் சான்றிதழ்களுக்குமுள்ள வேறுபாட்டை இலச்சினையை விரல்களால் வருடிப் பார்த்தே கண்டறியக்கூடிய அனுபவசாலியான நீதிபதி ஈவ் தானியல் அதுவொரு உண்மையான மரணச் சான்றிதழ் என்பதைக் கண்டுகொண்டான்.

தூரத்தில் அந்த ரீங்காரத்தைக் கேட்டதும் பிரசவ விடுதியின் கட்டில்களில் படுத்துக் கிடந்த பெண்கள் அனிச்சையில் புரண்டு விழுந்து கட்டில்களின் கீழே பதுங்கிக்கொண்டார்கள். அந்த ரீங்காரம் இரைச்சலாய் அவர்கள்மீது கவிந்தபோது அவர்கள் ஓலங்களை எழுப்பினார்கள். பிரசவவலி பொறுக்காமல் அங்குமிங்கும் நடந்து திரிந்துகொண்டிருந்த இளம் பெண்ணொருத்தி அடி வயிற்றைக் கைகளால் ஏந்திப் பிடித்தவாறே ஓடிச்சென்று கழிப்பறைக்குள் ஒளிந்துகொண்டாள். தாயின் படுக்கையினருகே நின்றிருந்து சிறுமி துஷ்யந்தி துள்ளிப் பாய்ந்து கட்டிலில் ஏறித் தாயாரை மூடியிருந்த கொசுவலைக்குள் தானும் நுழைந்து தன் கண்களை மூடிக்கொண்டாள். 150 கிலோ எடையுள்ள குண்டுகளிலிருந்து அந்தக் கொசுவலை தன்னைக் காப்பாற்றும் என துஷ்யந்தி நம்பியிருக்க வேண்டும்.

தென்திசை முகில்களுக்குள் மறைந்து வந்த விமானங்களிரண்டும் ஒரு கணத்தில் முகில்களில் சறுக்கிக் குத்திட்டு இறங்கி அதே கணத்தில் கூவிக்கொண்டே மூளாய் பிரசவ ஆஸ்பத்திரியின் மீது நெருப்புக் குண்டுகளை வீசியபோது பேரோசையுடன் ஆஸ்பத்திரியின் அலுவலக அறையும் சமையற்கூடமும் சிதறிப்போயின. வெடியின் அதிர்வில் பிரசவ வார்ட்டின் ஓடுகள் காகிதங்களாய் பறக்க பிரசவ வார்ட் கந்தகப் புகையால் நிரம்பிற்று. அப்போது டயானா பிறந்து தொண்ணூறு நிமிடங்கள் மட்டுமே

ஆகியிருந்தன. அம்மா இன்னும் பிரசவ மயக்கம் தெளியாமல் வெள்ளத்தில் கரைந்த மண் சிலையாகப் படுக்கையிலேயே கிடந்தார்.

தாதியொருத்தி தள்ளிச் செல்லக்கூடிய ஒரு தொட்டிலுக்குள் டயானாவையும் இன்னும் மூன்று சிசுக்களையும் தூக்கிக் கிடத்தித் தொட்டிலை இழுத்துக்கொண்டு ஆஸ்பத்திரியின் பின் ஒழுங்கைக்குச் சென்று மொட்டையாயிருந்த பூவரசம் மரத்தின் கீழே தொட்டிலை நிறுத்திவிட்டு ஆகாயத்தைப் பார்த்தபோது ரீங்காரத்துடன் சுற்றிக்கொண்டிருந்த விமானங்கள் இரண்டும் முகில்களில் ஏறிப்போயின. தாதியின் முகத்தில் ஒரு மாசில்லாச் சிரிப்புத் தொற்றியது. டயானாவும் தன்னாரவாரம் சிரித்தது.

டயானாவுக்கு மூன்று வயதானபோது மழைக்கால இரவொன்றில் அவர்கள் ஊரிலிருந்து வெளியேற வேண்டியிருந்தது. முழு யாழ்ப்பாணமும் கைதடிப் பாலத்தால் நடந்துகொண்டிருந்தது. டயானா சாக்குப் பை ஒன்றினால் முக்காடிடப்பட்டு அப்பாவின் தோளில் உட்கார்ந்திருந்தாள். அப்பாவுக்கு மகேந்திரராஜா என்று பெயர். அப்பாவை 'மென்டல்' மகேந்திரம் என்றுதான் ஊரில் கூப்பிட்டார்கள். அப்பா தனது குச்சிக் கால்களால் அடிமேல் அடிவைத்து நடந்துகொண்டிருந்தார். அம்மா தலையில் ஒரு மூட்டையும் கையிலொரு பையுமாக முன்னே நடந்தார். இருளைக் கிழித்துக்கொண்டு வானத்திலிருந்து வெளிச்சப் புள்ளிகள் விழலாயின. விமானத்திலிருந்து தேடுதல் விளக்குகள் சனங்களின் மீது போடப்பட்டன. சனங்கள் அந்த வெளிச்சத்தில் வன்னியை நோக்கி அங்குலம் அங்குலமாக நகர்ந்துகொண்டிருந்தார்கள். பாலத்தில் ஒரு பெண்ணுக்குப் பிரசவம் நடந்தபோதோ, ஒரு முதியவரோ ஒரு கைக்குழந்தையோ இறந்தபோதோ அந்த அகதிகளின் வரிசை பாலத்தில் அசையாமல் நின்றது. முன்னாலிருந்தவர்களால் நகர முடியவில்லை. அப்பாவுக்குத் தனது ஒருகாலின் மீது மற்றைய காலை ஊன்றி நிற்கவேண்டியிருந்தது. அம்மா பார்த்தபோது அப்பாவின் தோளில் டயானா சிலையாக விறைத்துப்போயிருந்தாள். அப்பாவின் தலைமுடிகளைப் பற்றியிருந்த அவளின் கைகளிலிருந்து அப்பாவின் முடிகளை விடுவிக்க முடியவில்லை. குழந்தையைத் தோளிலிருந்து இறக்கவும் முடியவில்லை. டயானாவின் கண்கள் சொருகியிருந்தன. டயானாவோடு கீழே அப்பா உட்கார முயற்சித்தபோது பின்னாலே வந்த சனத்திரள் அப்பாவை எற்றி முன்னாலே தள்ளியது. அந்தப் பெருமழையின் துளியால் கூடப் பாலம் நனைவதாயில்லை. அப்பாவின் கண்ணீரை மழைதான் கழுவிவிட்டது.

அந்த நிலைக்கு என்ன பெயர் என்று எவருக்கும் தெரியவில்லை. டயானா துறுதுறுவென ஓடிக்கொண்டிருப்பாள். ஒரு உரத்த சத்தத்தைக் கேட்கும்போதோ அல்லது அவளை யாராவது மிரட்டும்போதோ அவளுக்கு முதலில் காதுகள் அடைத்துக்கொள்ளும். பின்பு வாயைக் கிழித்து இரண்டு மூன்று கொட்டாவிகள் விடுவாள். அப்படியே உடல் மரத்துப்போய் சிலையாய் நின்றுவிடுவாள். உட்கார்ந்திருந்தால் உட்கார்ந்தபடியே சிலையாகிவிடுவாள். சாப்பிட்டுக் கொண்டிருந்தால் சோற்றுக் கோப்பைக்குள் கையை வைத்தவாறே அப்படியே மரத்திருப்பாள். அவளின் கண்கள் பாதி திறந்திருக்க கருமணிகள் மேலே சொருகியிருக்கும். சிலவேளைகளில் நின்றவாக்கிலேயே உடல் மடங்காமல் சரிந்து அவள் நிலத்தில் விழுவதுண்டு. மூன்று நிமிடங்களிலோ நான்கு நிமிடங்களிலோ அவள் கண்களை மலங்க மலங்கப் புரட்டிக்கொண்டே மறுபடியும் தன்னுணர்வுக்கு வருவாள். கழிந்த அந்த நிமிடங்களில் நடந்தது எதுவும் அவளுக்குத் தெரியாதிருக்கும்.

வற்றாப்பளை அம்மன் கோயில் திருவிழாவுக்குச் சென்றிருந்த சனங்கள் மீது போர் விமானங்கள் சுற்றிச் சுற்றி வந்தபோது சனங்கள் கலைந்து ஓடினார்கள். அப்பா டயானாவின் கையைப் பிடித்துக்கொண்டு ஓட முயன்றபோது டயானா வாய் கிழிந்து கொட்டாவி விட்டாள். அப்பா அவளைத் தூக்கிக்கொண்டு கோயிலுக்குள் ஓடினார். குண்டுவீச்சு விமானம் கீழே பதிந்தபோது டயானா கண்கள் சொருக் பொத்தெனக் கோயிலுக்குள் விழுந்தாள். பின்பு சனங்கள் ஓடிவந்து பார்த்தபோது இடிபாடுகளுக்கிடையே கண்டெடுக்கப்பட்ட ஒரு வெள்ளிச் சிலையாக டயானா அசையாமல் கிடந்தாள். அவள் கண் திறந்ததும் கண்களைப் புரட்டிப் பார்த்துவிட்டு முதலில் வெட்கத்துடன்தான் சிரித்தாள். வெட்கத்துக்கும் அச்சத்துக்கும் இடையே கோடுகள் ஏதுமில்லை. அச்சம் வெட்கமாயும் வெட்கம் அச்சமாயும் கணத்திலேயே மாறுகின்றன. இப்போது டயானா அச்சப்படலானாள். அச்சம் அவளைத் தொடர்ந்துகொண்டிருந்தபோது அவளால் வெட்கத்தை உணர முடியாமற் போயிற்று.

அச்சத்தால் நிரப்பப்பட்ட டயானாவின் உடல் ஊதிக்கொண்டே போயிற்று. பத்து வயதிலேயே அவள் பருவத்துக்கு வந்தாள். அவளது வெள்ளை வெளேரென்ற உடலில் கைகளும் தொடைகளும் கரணை கரணையாகப் பழுத்திருந்தன. கன்னக் கதுப்புகளும் தாடையும் வீங்கிக் கிடந்தன. இப்படித்தான் அவளுக்கு 'குண்டச்சி' என்ற பெயர் கிராமத்திலும் 'குண்டு' டயானா என்ற பெயர் பள்ளிக்கூடத்திலும் வாய்த்தது.

கிளிநொச்சி நகரத்திலிருந்த பிரஞ்சுத் தொண்டு நிறுவன மருத்துவர் டயானாவைப் பரிசோதித்துவிட்டு அவளின் விறைத்துப் போகும் நோயே அவளின் உடல் வீக்கத்துக்குக் காரணமென்றார். இப்போது வன்னியில் மட்டும் இருபது குழந்தைகளுக்கு இந்த விறைத்துப்போகும் நோயிருப்பதாக மருத்துவர் அம்மாவிடம் சொன்னார். அப்பாவிடம் மாத்திரைகளைக் காட்டியவாறே அம்மா இந்தச் செய்தியைச் சொன்னபோது அப்பா படாரென்று "வன்னியில் இருபது குண்டன்களும் குண்டச்சிகளும் இருக்கிறார்கள்" என்றார். அம்மா பாவமாய்ச் சிரித்தார்.

டயானா பாடசாலையிலிருந்து திரும்பி வரும்போது மெயின் ரோட்டின் ஓரமாக நின்றிருந்த பாலைமரத்தில் ஒரு மனிதனைக் கைகால்களைப் பிணைத்து இயக்கம் கட்டி வைத்திருந்தது. அந்த மனிதன் இராணுவத்தின் உளவாளியாம். அவனுக்கு இராணுவத்தினரால் வழங்கப்பட்ட குண்டொன்றை இயக்கம் அவனிடம் கண்டுபிடித்தாம். அந்தக் குண்டு அந்த மனிதனின் மார்பில் கட்டப்பட்டிருந்தது. டயானா கூட்டத்திலிருந்து விலகி வீட்டை நோக்கி ஓடத் தொடங்கினாள். பருத்த உடலைத் தூக்கிக்கொண்டு முச்சிரைக்க அவள் ஓடிக்கொண்டிருந்தபோது அந்த மனிதனின் மார்பில் கட்டப்பட்டிருந்த குண்டு வெடிக்க வைக்கப்பட்டது. அந்த வெடிச் சத்தம் டயானாவில் மோதியபோது டயானா வீதியில் நின்றவாறே கொட்டாவிகளை விட்டாள். அவள் வாயிலிருந்து காற்றுப் பிரிந்தது. அந்தத் தெருவில் ஒரு கால் முன்னேயும் மறுகால் பின்னேயுமாகக் கையில் இறுகப் பிடித்த புத்தகப் பையுடன் வெண்ணிறச் சீருடையில் டயானா சிலையாக நிற்கத் துவங்கினாள்.

டயானா எட்டாம் வகுப்புப் படித்துக்கொண்டிருக்கும்போது ஒருகாலையில் இயக்கம் டயானாவின் பள்ளிக்கூடத்துக்கு வந்தது. மாணவிகளை முற்றத்தில் நிறுத்திவைத்து இயக்கம் போராட்டத்தின் அவசியம் குறித்துப் பேசலாயிற்று. பத்தாவது வகுப்புக்கு மேலே படிக்கும் மாணவிகள் அடுத்தடுத்த வாரவிடுமுறை தினங்களில் இயக்கத்தால் நடத்தப்படவிருக்கும் முதலுதவிப் பயிற்சி முகாமில் கலந்துகொள்ள வேண்டுமென்று இயக்கம் கண்டிப்புடன் சொன்னது. பயிற்சி முகாமுக்கு வராதவர்களை இறுதிப் பரீட்சைகளை எழுதத் தாங்கள் அனுமதிக்கப் போவதில்லை என்றும் இயக்கம் சொல்லியது. மாணவிகள் பயிற்சிக்காக இயக்கத்திடம் தங்கள் பெயர்களைக் கொடுத்துக் கொண்டிருந்தபோது எட்டாம் வகுப்பு வரிசையில் நின்றிருந்த டயானாவின் மீது ஒரு இயக்கப் பொடியனின் பார்வை விழலாயிற்று. அவன் துப்பறியும் புலியாய் இருக்கக்கூடும். டயானாவின் குண்டுத் தோற்றம் அவளை வயதுக்கு

மீறியவளாகத்தான் காட்டியது. அவள் பயிற்சிக்கு வருவதைத் தவிர்ப்பதற்காக எட்டாம் வகுப்பு வரிசைக்குள் மறைந்து நிற்கிறாள் என அந்தப் பொடியன் சந்தேகப்பட்டிருக்கலாம். அவன் தனது விரலை மடக்கி டயானாவைப் பார்த்து அவளை முன்னே வரும்படி அழைத்தபோது டயானா வரிசையிலிருந்து அசையவில்லை. அந்த இயக்கப் பொடியன் கண்களைச் சுருக்கி ஒரு புலனாய்வுப் பார்வையுடன் டயானாவை நெருங்கியபோது அவள் வரிசையிலேயே விறைத்திருந்தாள். அவன் மவுனமாகத் திரும்பியபோது டயானா பிடரி அடிபட மல்லாக்கப் பறிய நிலத்திலே விழுந்தாள்.

அடுத்த வாரவிடுமுறையில் இயக்கத்தால் பயிற்சிக்காக அழைத்துச் செல்லப்பட்ட மாணவிகள் பயிற்சி மைதானத்தில் காலையில் குழுமி நின்றபோது அந்த மாணவிகள் மீது விமானங்கள் துல்லியமாகக் குண்டுகளை வீசின. அறுபத்துநான்கு மாணவிகள் அந்த மைதானத்திலே அன்று தசையும் நிணமுமாகச் சிதறிக்கிடந்தார்கள். சக மாணவிகளின் கூட்டு ஓலம் ஆகாயத்தை நோக்கிக் கிளம்பிற்று. அறுபத்துநான்கு உடல்களும் ஒரே வரிசையில் அஞ்சலிக்காக வைக்கப்பட்டிருந்தபோது அஞ்சலி செலுத்த டயானாவும் தன் பள்ளி மாணவிகளுடன் போயிருந்தாள். அன்று முழுவதும் அவள் அழுதுகொண்டேயிருந்தாள். துக்கமும் அச்சமும் தாளமுடியாத எல்லையை மீறியபோது அவள் விறைத்துப்போக விருப்பப்பட்டாள். அஞ்சலி மண்டபத்தின் ஒரு மூலையில் குந்தியிருந்து கைகளை இறுகப் பொத்தியபடிக்கும் கண்களை மூடிக்கொண்டும் ஒரு மீன்போல வாயைத் திறந்து வாயினால் காற்றை வெளியேற்றியும் அவள் விறைத்துப்போக முயன்றாள்.

சற்று நாட்களில் இயக்கம் வீட்டுக்கொருவர், அது ஆணோ பெண்ணோ இயக்கத்தில் சேரவேண்டும் என்றது. அதிகாலை வேளையில் படுக்கைகளில் கிடந்த சிறுவர்களையும் சிறுமிகளையும் இயக்கக்காரர்கள் தட்டியெழுப்பித் தங்களுடன் அழைத்துச் சென்றார்கள். பள்ளிக்கூடங்களிலும் வீதிகளிலும் சிறுவர்கள் இயக்கத்தால் பிடித்துச் செல்லப்பட்டார்கள். பிள்ளைகளைப் பெற்றவர்கள் இயக்க அலுவலகங்களின் வாசல்களிலே தங்கள் பிள்ளைகளைத் தேடி அன்னத் தண்ணியில்லாமல் பழியாய்க் கிடக்கலானார்கள்

எந்த நேரமும் அவர்கள் தன்னையும் பிடித்துச் செல்லக்கூடுமென அஞ்சி அஞ்சி டயானா செத்துக்கொண்டிருந்தாள். தனக்கு ஒரு தம்பியோ அண்ணனோயிருந்தால் இயக்கம் அவர்களைப் பிடித்துச் செல்லத் தான் தப்பித்துக்கொள்ளலாம் என்றுகூட அவள் நினைத்துக்கொண்டாள். இப்போது டயானாவுக்கு எவரைப் பற்றியும்

அக்கறை கிடையாது. ஒரு விமானக் குண்டு வீச்சு நிகழும்போதோ, ஒரு 'ஷெல்' வீசப்படும்போதோ, இயக்கம் பிடிக்க வரும்போதோ எப்படி தப்பித்துக்கொள்வது, முக்கியமாக அந்தத் தருணத்தில் எப்படி விறைத்து விழாமலிருந்து தப்பிப்பது என்று மட்டுமே அவள் சிந்தித்தாள். அவள் அம்மாவிடம் "என்னை அவர்கள் பிடித்துப் போவதால் அவர்களுக்கு ஒரு பிரயோசனமும் இல்லை, நான் விறைத்து விறைத்துத்தான் விழுவேன்" என்றாள். தாள்வாரத்திலிருந்து கம்பு சீவிக்கொண்டிருந்த அப்பா "வீட்டுக்கு ஒருவரைத்தானே கேட்கிறார்கள், அவர்கள் இங்கே வந்தால் அவர்களுடன் நான் போகிறேன்" என்றார். டயானாவுக்குச் சிரிப்புத்தான் வந்தது.

அவர்களின் குடிசைக்குப் பக்கத்துக் குடிசையிலிருந்த பழனியின் மகனைப் பிடிப்பதற்காக இயக்கம் பழனியின் குடிசையை ஒரு காலையில் சுற்றி வளைத்தபோது பழனியின் மகன் ஓடிப்போய்க் குடிசையின் பின்னால் ஓங்கி வளர்ந்திருந்த பாலைமரத்தின் மீது ஒரு குரங்குபோல தொற்றியேறி உச்சிக்குப்போய் பதுங்கிக்கொண்டான். இயக்கம் மரத்தைச் சுற்றி நின்று அந்தச் சிறுவனைக் கீழே இறங்குமாறு மிரட்டிக்கொண்டிருந்தது.

பழனி தோட்டக்காட்டிலிருந்து வந்து வன்னியில் குடியேறிய மனிதர். இப்போதும் அவரின் பேச்சு கலப்பில்லாத தோட்டக்காட்டுத் தமிழாகவேயிருந்தது. அவர் காசுக்குச் சல்லியென்றும் கடவுளுக்குப் பெருமாளென்றும் சொல்வதைக் கேட்டு டயானா விழுந்து விழுந்து சிரிப்பாள். டயானாவைக் 'குண்டுப் பாப்பா' என்றுதான் அவர் கூப்பிடுவார். 'மென்டல்' மகேந்திரத்தை 'அண்ணாச்சி' என்பார்.

அன்று பழனி இயக்கப் பொடியன்களிடம் சாமி சாமியென்று கெஞ்சிக் கூத்தாடினார். "நாங்கள் ஏழைப்பட்டவர்கள், சாமி என் மகனை விட்டுவிடுங்கள்" என்று பழனி இயக்கப் பொடியளிடம் மன்றாடியபோது ஒரு இயக்கப் பொடியன் "நாங்கள் ஏழைகளுக்கும் சேர்த்துத்தான் தமிழீழம் கேட்டுப் போராடுகிறோம்" என்று சொல்லிவிட்டு ஒரு கல்லை எடுத்து பாலைமரத்தில் தொற்றியிருந்த சிறுவனை நோக்கி வீசினான். மரத்தில் தொற்றியிருந்த சிறுவன் இன்னொரு பாய்ச்சலில் மரத்தின் இன்னொரு கிளைக்குத் தாவினான்.

பாலைமரத்தின் கிளைகளைக் காட்டிலும் மரத்தின் கீழே கிடந்த கற்கள் அதிகமாயிருந்தன. ஒரு கல் சிறுவனைத் தாக்கியபோது சிறுவன் "அய்யா" என்று கத்தினான். அந்த அலறலைக் கேட்ட பழனியின் கால்கள் குடிசைக்குள் பாய்ந்து திரும்பிய வேகத்தில்

அவரின் கையிலே ஒரு கோடரியிருந்தது. இயக்கப் பொடியன் நிதானிப்பதற்கு முதலே ஒரு இயக்கப் பொடியனின் தோளிலே கோடரி வெட்டு விழுந்தது. உடனடியாகவே இயக்க வாகனத்தில் காயப்பட்டவன் எடுத்துச் செல்லப்பட்டான். ஒரு பத்து நிமிடங்கள் கழித்து பழனியும் அவரின் மகனும் ஒருவரின் கையோடு மற்றவரின் கை கயிற்றால் பிணைக்கப்பட்டு, இயக்கத்தால் தெருவில் இழுத்துச் செல்லப்பட்டார்கள்.

பழனியின் குடிசைக்கு இயக்கம் வந்ததைக் கண்டவுடனேயே டயானா ஓடிப்போய் குசினிக்குள் இருந்த 'பக்கீஸ்' பெட்டிக்குள் ஒளிந்து கொண்டாள். சட்டி பானைகளும் அரிசி சாமான்களும் வைக்கப் பயன்படுத்தப்பட்ட அந்தப் பெட்டிக்குள் தனது பருத்த தேகத்துடன் அவள் கடும் சிரமப்பட்டுத்தான் புகுந்துகொண்டாள். இயக்கம் அங்கிருந்து போனதன் பின்பு அப்பா ஓடிவந்து 'பக்கீஸ்' பெட்டியைத் திறந்து பார்த்தார். முழங்கைகளையும் முழங்கால்களையும் கீழே ஊன்றி ஒரு மாடுபோல மண்டியிட்டு டயானா அந்தப் பெட்டிக்குள் சிலையாக விறைத்திருந்தாள்.

ஆண்டுத் தொடக்கத்தில் டயானா ஒன்பதாம் வகுப்புக்குச் செல்வதற்கு முன்பாக உள்ளாடைகள், செருப்பு, சோப்பு, சீப்பென்று சில பொருட்கள் அவளுக்குத் தேவைப்பட்டன. டயானாவின் உடல் வீங்கிக்கொண்டேயிருந்ததால் அந்தப் பஞ்சத்திலும் டயானாவுக்கு ஆறு மாதத்திற்கு ஒரு தடவை புதிய உடுப்புகள் தேவைப்பட்டன. டயானாவும் அம்மாவும் அவற்றை வாங்குவதற்காக கிளிநொச்சி நகரத்திற்குப் புறப்பட்டுச் சென்றார்கள். நல்லான்குளத்திலிருந்து நகரத்திற்கு வந்த ட்ரக்டரில் ஏறிவந்த அவர்கள் பாதிவழியில் இருக்கும்போதே குண்டுகள் வெடிக்கும் சத்தங்களைக் கேட்டார்கள். நகரத்தை நெருங்கும்போது நகரத்திலிருந்து திரும்பிக் கொண்டிருந்தவர்கள் நகரத்துக்குள் 'கிடீர்' விமானங்கள் குண்டு வீசியதால் சனங்கள் செத்துப் போய்விட்டதாகச் சொன்னார்கள். டயானா பதற்றத்துடன் அம்மாவிடம் "நாங்கள் திரும்பிப் போய்விடுவோம்" என்றாள். அம்மா வாகனச்சாரதியிடம் கேட்ட போது அவன் ஓங்காளித்துக் காறித் துப்பிவிட்டு "நாளைக்கும் குண்டு போடுவார்கள்" என்று சொல்லிவிட்டு வாகனத்தை நகரத்தின் மையப்பகுதியை நோக்கிச் செலுத்தினான்.

கடை வீதியில் கடைகள் திறந்துதானிருந்தன. வியாபாரமும் ஒன்றுபாதி நடந்துகொண்டுதானிருந்தது. கடை வீதியின் ஓரத்தில் இரத்தமும் சதையுமாகக் கிடந்த உடல்களைத் தூக்கி வாகனம் ஒன்றிற்குள் சனங்கள் அடுக்கிக்கொண்டிருப்பதை டயானா பார்த்தாள். அவள் ட்ரக்டருக்குள் இருந்து வாயைக் கிழித்துக்

கொட்டாவிகள் விட்டாள். அவள் காதுகள் அடைத்துக் கொண்டன. கைகள் இரண்டையும் மார்புக்குக் குறுக்கே இறுகக் கட்டியவாறே கால்கள் சப்பணமிட்டிருக்க டயானா ட்ரக்ருக்குள் விறைத்துப்போயிருந்தாள்.

டயானா அப்பாவிடம் விமானக் குண்டுவீச்சிலிருந்து தப்பிப்பதற்காக குடிசைக்குப் பின்னே ஒரு பதுங்கு குழி வெட்ட வேண்டுமென்று சொன்னாள். அப்பா சிரித்துக்கொண்டே "இந்தக் காட்டுக்குள் வந்தெல்லாம் குண்டு போடமாட்டார்கள்" என்றார். அப்பா சொல்வது போல நல்லான்குளத்தை கிராமம் என்று சொல்வதைவிடக் காடு என்று சொல்வதுதான் சரியாயிருக்கும். அந்தச் சிறுகுளத்தைச் சுற்றி எட்ட எட்டக் குடிசைகளிருந்தன. நல்லான்குளத்தில் எண்ணி மூன்று கல்வீடுகளேயிருந்தன. ஒரு கிராமத்திற்குரிய எந்தக் கட்டமைப்பும் அங்கே கிடையாது. டயானா அம்மாவிடம் பதுங்கு குழி வெட்ட வேண்டும் என்று சொன்னபோது அம்மா "இதென்ன வெட்கக்கேடு" என்றார். நல்லான்குளத்தில் யாரும் அதுவரை பதுங்கு குழிகள் அமைத்துக்கொண்டதே கிடையாது.

டயானாவோ கோரிக்கையைக் கைவிடுவதாகயில்லை. அவள் இருபத்து நான்கு மணிநேரமும் குண்டுகளை நினைத்து அச்சப்பட்டுக்கொண்டேயிருந்தாள். வள்ளிபுனத்தில் வரிசையாக அடுக்கி வைக்கப்பட்டிருந்த மாணவிகளின் உடலங்கள் அவள் கண்களுக்குள் உருண்டுகொண்டேயிருந்தன. அறுபத்துநான்கு டயானாக்கள் வரிசையாக நிலத்தில் பிணங்களாக நீட்டுக்கு அடுக்கி வைக்கப்பட்டிருப்பதை அவள் பார்த்தாள். கிளிநொச்சி கடைத்தெருவில் டயானா வயிறு வெடித்துக் குடல் சரியப் பிணமாய்க் கிடந்தாள். அவள் ஒரு இரவில் அப்பாவிடம் "விமானங்கள் குண்டுபோட வரும்போது நீங்களும் அம்மாவும் ஓடிவிடுவீர்கள், நான் விறைத்துப் போய் விழுந்துவிடுவேன்" என்றாள். அப்பா தலையை மேலும் கீழுமாக அசைத்துக்கொண்டே "நீ குண்டச்சி உன்னைத் தூக்கிக்கொண்டு ஓடவும் முடியாது" என்று சொல்லிவிட்டுச் சிரித்தார். அவரின் சிரிப்பு விக்கல் மாதிரியிருந்தது.

மறுநாள் காலையில் அப்பா 'முழியன்' செல்வத்தைக் கூட்டி வந்தார். செல்வத்தின் ஒருதோளில் மண்வெட்டியும் மறுதோளில் நீண்ட அலவாங்குமிருந்தன. அப்பா தனது தலையில் ஒரு கடத்தைக் கவிழ்த்தபடி வந்தார். குடிசையின் பின்னால் ஓங்கி வளர்ந்திருந்த பாலைமரத்தின் கீழே அப்பாவும் செல்வமும் பதுங்கு குழி தோண்டத் தொடங்கினார்கள். டயானா அன்று பாடசாலைக்குப் போகவில்லை. அவள் உற்சாகமாகப் பதுங்கு குழி தோண்டுபவர்களுக்கு உதவிகள்

செய்தாள். அப்பா தொடர்ச்சியாக வேலை செய்யுமளவிற்கு தேக ஆரோக்கியம் உள்ளவரல்ல. அவர் பத்து நிமிடங்களுக்கு ஒருமுறை மண்வெட்டியைக் கீழே போட்டுவிட்டு "இங்கே வந்து யார் குண்டு போடப் போகிறார்கள்" என்று சொல்வார். ஒருமுறை செல்வம் அப்பாவின் சலிப்புக்குப் பதிலாகத் தனது முழிக் கண்களால் சிரித்துக்கொண்டே "அண்ணே பிள்ள ஆசைப்படுகிறதல்லவா" என்று சொல்லிவிட்டு ஒரு இயந்திரம் போல வேலை செய்தான். அம்மா வந்து வாயில் கைவைத்துக்கொண்டே "இந்தக் கூத்தைப் பார்த்தால் அயலட்டம் சிரிக்கவல்லவா போகிறது" என்றார்.

முழியன் என்ற செல்வத்துக்கு இருபத்தைந்து அல்லது இருபத்தாறு வயதிருக்கும். மெலிந்த ஆனால் உரமான கறுவல். பஞ்சத்தில் அடிபட்ட அவனது முகத்தில் இரண்டு கண்களும் எந்த நேரத்திலும் கீழே தெறித்து விழப்போவதுபோல துருத்திக்கொண்டிருக்கும். வெற்றிலைக் காவியேறிய பெரிய பற்கள் உதடுகளுக்கு மேலாக நீண்டிருக்கும். அந்த உதடுகளில் இரத்தம் துளியாய்க் காய்ந்திருக்கும். பேசும் போது எப்போதும் தலையைச் சத்தாராகச் சாய்த்து வைத்திருப்பான். அவன் பேசும்போது அவனது வலதுகை விரல்கள் வெற்றிலைச் சுண்ணாம்பு கிள்ளுவது போலக் குவிந்திருக்கும். அன்றிரவு வேலை முடிந்ததும் அப்பா போய் கள் வாங்கிவந்தார். குடிசையின் முற்றத்திலிருந்து அப்பாவும் செல்வமும் கள்ளுக் குடித்தார்கள். அப்பா எப்போதும் குடிப்பவரல்ல. எப்போதாவது குடிக்கும் வாய்ப்புக் கிடைத்தால் ஒரு இராணுவ முகாமைத் தாக்குவதற்குத் தயாரானவர் போல ஒரு சாகச மனோநிலையில் மிதப்பார். ஆனால் ஒரு சிரட்டை கள் குடித்ததுமே நிலத்தில் சுருண்டு விடுவார். அப்பா சுருண்டு விழச் செல்வம் அப்பாவைக் கைகளில் தூக்கிக் குடிசைக்குள் எடுத்துச்சென்று பாயில் கிடத்தினான். பின்பு அவன் தனியாக முற்றத்திலிருந்து கள் குடித்தான். அம்மா செல்வத்தோடு பேசிக்கொண்டிருந்தார். செல்வம் மிக நிதானமாகப் பேசினான். பழமொழிகளும் விடுகதைகளும் காத்தவராயன் கூத்துப் பாடல்களின் வரிகளும் நொடிக்கொரு தரம் அவன் நாவிலிருந்து வழுக்கிக்கொண்டிருந்தன. பேசும் ஒவ்வொரு வாக்கியத்தின் முடிவிலும் செல்வம் 'சரியோ', 'சரியோ' என ராகத்துடன் இழுப்பதில் ஒரு கவர்ச்சியிருந்தது.

பதுங்கு குழி வெட்டும் வேலைகள் மூன்று நாட்களாக நடந்தன. பாடசாலையில் இருக்கும் போதெல்லாம் டயானா பதுங்கு குழி பற்றியே யோசித்துக்கொண்டிருப்பாள். பாடசாலை விட்டதும் உருவாகிக் கொண்டிருக்கும் பதுங்கு குழியைப் பார்ப்பதற்காக அவள் ஓட்டமும் நடையுமாக வீட்டுக்குப் போனாள். வழி தெருவெல்லாம் அவளுக்குப் பதுங்கு குழி குறித்த சிந்தனையாகவேயிருக்கும். வீட்டுக்கு

வந்ததும் உடை கூட மாற்றாமல் பதுங்கு குழியருகே போய் நின்றுகொள்வாள். செல்வம் வேலைக்காரன். 'டானாப் பட ஆறடி ஆழத்துக்கு வெட்டிய குழிக்குள் இறங்குவதற்குத் திருத்தமான படிக்கட்டுகளை மரத் துண்டங்களைக்கொண்டு அமைத்திருந்தான். பதுங்கு குழியின் மேலாக மரக்குற்றிகளைக் காற்றுப் போகவும் இடுக்கின்றி நெருக்கமாக அடுக்கி அவற்றின் மேல் கற்களை அடுக்கிக் கற்களின் மேலாக மண்ணால் நிரவியிருந்தான். செல்வம் ஒரு கலைநயத்தோடு அந்தப் பதுங்கு குழியை வடிவமைத்திருந்தான். அந்தப் பதுங்கு குழி அவன் டயானாவுக்காகக் கட்டிய தாஜ்மஹால்.

செல்வத்திற்கு ஏற்கனவே கல்யாணமாகியிருந்தது. அவனின் மச்சாள் மீராவைத்தான் செல்வம் கட்டியிருந்தான். மூன்று வயதில் ஒரு பெண் குழந்தையும் அவர்களுக்கிருந்தது. இரண்டு வருடங்களுக்கு முன்பாக ஒரு தீபாவளி நாளில் செல்வம் மீராவை அடித்து அவளின் தாய் வீட்டுக்குக் குழந்தையுடன் துரத்திவிட்டான். இந்த இரண்டு வருடங்களாகவே மீராவின் குடும்பத்திற்கும் செல்வத்திற்கும் தீராத பகையாயிருக்கிறது. சென்ற வருடம் செல்வத்தின் தாயார் இறந்தபோது இழவு வீட்டிற்கு வந்த மீராவைச் செல்வம் சனங்களுக்கு முன்னால் வைத்தே அறைந்தான். "குடும்பத்திற்கு ஒத்துவராத பெண்ணை வீட்டுக்கு மருமகளாய் கொண்டுவந்ததை நினைத்துப் பொருமிப் பொருமித்தான் கிழவி செத்தாள்" எனச் சொல்லிச் சொல்லி செல்வம் மீராவை உதைத்தான். மீராவோ அவ்வளவு அடிகளையும் தாங்கியவாறு பிரேதத்தின் கால்களில் முகத்தைப் புதைத்தவாறு "மாமி, மாமி" என்று அரற்றிக்கொண்டிருந்தாள். கடைசியில் செல்வம் கையில் உலக்கையைத் தூக்கவும் சனங்கள் மீராவை அங்கிருந்து அனுப்பி வைத்தார்கள். மீரா போகும்போது ஒரு கையில் குழந்தையைத் தூக்கிக்கொண்டும் மறுகையால் தனது வயிற்றில் அறைந்தவாறும் ஓலமிட்டுக்கொண்டே போனாள். அப்போது கூட அவள் வாயிலிருந்து ஒரு சாபம் வந்ததில்லை. அதற்குப் பின்பு அவள் செல்வத்தின் முற்றத்தை மிதிக்கவேயில்லை. இதற்குச் சிலநாட்கள் கழித்து மீராவின் தம்பிமார்கள் இருவரும் ஒரு இரவில் கணபதியரின் தோட்டத்தில் கிணறு வெட்டிவிட்டு வந்த செல்வத்தை வழியில் மடக்கி அடித்து நொறுக்கிவிட்டார்கள். இரும்புக் கம்பியினாலும் சைக்கிள் செயினாலும் அடிகள் விழுந்தன. வயிற்றிலும் மார்பிலும் மூன்று குத்தூசிக் குத்துகளும் விழுந்தன.

பதுங்கு குழி வெட்டும் வேலைகள் முடிந்த பின்பும் இப்போது செல்வம் டயானாவின் வீட்டுக்கு வந்து போகத் தொடங்கினான். வரும்போது கையில் மான் இறைச்சி, மரை வற்றல் என்றொரு

காரணத்துடன்தான் வருவான். அவன் வரும் மாலைநேரங்களில் டயானா பதுங்கு குழியின் மேலே அமர்ந்திருந்து படித்துக் கொண்டிருப்பாள் அல்லது மேலே சடைத்திருக்கும் பாலைமரத்தை மணிக்கணக்காக வெறுமனே பார்த்துக்கொண்டிருப்பாள். மானோ மரையோ கறியாகி, செல்வம் சாப்பிட்ட பின்பே அங்கிருந்து போவான். "அவன் பாவம் தனியாகச் சீவிக்கிறான், அவனுக்குச் சமைத்துப் போட யாருமில்லை" என்று அம்மாவுக்குப் பரிதாபம். இப்போது டயானா பாடசாலைக்குப் போகவும் வரவும் செல்வம் அவளுக்குப் பின்னாலேயே சைக்கிளை உருட்டிக்கொண்டு நடக்கத் தொடங்கினான். செல்வம் சிரித்துக்கொண்டு கதை சொன்னால் கேட்பவர்களுக்கும் கண்டிப்பாகச் சிரிப்பு வரும். செல்வம் அழுதுகொண்டு கதை சொன்னால் கேட்பவர்களுக்கும் கண்ணீர் வரும். அப்படியொரு வாலாயம் அவனுக்கு. தனது மனைவி மீராவைப் பற்றிச் செல்வம் அழுதழுது டயானாவுக்குக் கதை சொன்னான். தனது குழந்தையை அவள் தன்னிடமிருந்து பிரித்துக்கொண்டு போய்விட்டாள் என்றும் இயக்கத்திடம் புகார் சொல்லி இயக்கத்தைக் கொண்டு தன்னை அடித்துவிட்டாள் என்றும் அவன் கண்கலங்கப் பேசினான்.

மே மாதம் இருபதாம் தேதி இருள் பிரியாத அதிகாலையில் டயானா செல்வத்துடன் ஓடிப்போனாள். செல்வம் டயானாவின் வீட்டுக்குப் பின்னாலிருந்த பாலைமரத்தின் கீழ் கையில் புதுக் கவுன் ஒன்றுடன் நின்றிருந்தான். அவன் அதை டயானாவிடம் கொடுத்து அவள் உடுத்திருந்த சட்டையைக் கழற்றி அங்கேயே வைத்துவிட்டுப் புதுக் கவுனை அணிந்துகொண்டு தன்னோடு வருமாறு சொன்னான். டயானாவின் வீட்டிலிருந்து ஒரு சட்டையைக் கூட டயானா தன்னோடு எடுத்து வரக்கூடாது என்பது செல்வத்தின் நிலைப்பாடு. டயானாவின் வீட்டிலும் எடுத்து வருவதற்கு எதுவுமில்லை. அவர்கள் இருவரும் ஒருவரின் கையை ஒருவர் பற்றிக்கொண்டு செல்வத்தின் குடிசையை நோக்கி நடந்தார்கள். நடந்துகொண்டிருந்த டயானா திடீரென்று செவியைச் சாய்த்துக்கொண்டு வழியில் அப்படியே நின்றாள். அவளின் கால்கள் பதறத் தொடங்கின. தூரத்தில் விமானம் ஒன்றின் மெல்லிய இரைச்சலை அவள் கேட்டாள். அவள் செல்வத்தின் கையை உதறியவாறே "குண்டு போட வருகிறார்கள்" என்று மெதுவாகச் சொன்னாள். செல்வம் அவளின் கையை மறுபடியும் பிடித்தவாறே "இது இயக்கத்தின் விமானம், இரணமெடுவுக்குப் போகிறது" என்றான். டயானா செல்வத்தின் குடிசைக்கு வந்து சேர்ந்தபோது நிலம் வெளிக்கத் தொடங்கியது.

அம்மாவுக்கும் அப்பாவுக்கும் டயானாவைக் காணவில்லை என்று தேடும் சிரமங்கள் எதையும் செல்வத்தின் மனைவி மீரா விட்டு வைக்கவில்லை. நித்திரைப் பாயிலிருந்து அம்மாவையும் அப்பாவையும் மீராவின் குரல்தான் உலுக்கி எழுப்பிற்று. டயானா செல்வத்தின் வீட்டிலிருப்பதை அவள் அவர்களுக்கு வசைகளால் அறிவித்தாள். "என் புருசனை என்னிடமிருந்து பிரிக்கவா நீங்கள் யாழ்ப்பாணத்திலிருந்து வன்னிக்கு வந்தீர்கள்" என்று அவள் கண்களில் நீரும் ஆத்திரமும் கொட்டளிக்கக் கூச்சலிட்டாள். அம்மா இடிந்துபோய் அப்படியே நிலத்தில் உட்கார்ந்துவிட்டார். முற்றத்தில் நின்று ஏசிக்கொண்டிருந்த மீராவை அப்பா வாயைத் திறந்து பார்த்தவாறே சுற்றிச் சுற்றி வந்தார். மீரா "நீ பைத்தியத்துக்கு நடிக்காதே" என்று அப்பாவைப் பார்த்து நிலத்தில் காறியுமிழ்ந்தாள். மீரா அங்கிருந்து போன பின்பும் அப்பா முற்றத்திலேயே கால்களைத் தேய்த்துக்கொண்டு அமைதியாக நடந்துகொண்டிருந்தார். அம்மா எழுந்து அப்பாவுக்குப் பக்கத்தில் வந்து அவரின் முகத்தைப் பார்த்தவாறே "குண்டச்சி அந்த முழியனோடு ஓடிவிட்டாள்" என்றார். அப்பா கண்கள் ஒளிர அம்மாவைப் பார்த்து அமைதியாக "இனி இயக்கம் அவளைப் பிடித்துக்கொண்டு போகாது" என்றார். அம்மா பற்களை இறுகக் கடித்தார். மூடிய அவரின் வாய்க்குள் 'பைத்தியகாரன்' என அவரின் நாவு துடித்தது.

டயானா செல்வத்தின் குடிசைக்குள் குந்தியிருந்து வரிச்சு மட்டைகளுக்கு இடையால் பார்த்தபோது அந்த மத்தியான வெயிலில் மீரா வெறுங் கால்களுடன் கையில் குழந்தையையும் தூக்கிக்கொண்டு குடிசையை நோக்கி நடந்து வருவதைப் பார்த்தாள். குடிசையின் வாசலில் குந்திக்கொண்டிருந்த செல்வமும் வரும் மீராவைக் கண்களை உருட்டிப் பார்த்துக்கொண்டிருந்தான். அவள் கிட்டே வந்ததும் ஒரு மாடு மாதிரிப் பாய்ந்து செல்வம் மீராவை முட்டித் தள்ளினான். சுடுமணலில் தடுமாறி விழுந்த மீராவிடமிருந்து செல்வம் குழந்தையைப் பறித்தெடுத்துத் தன் கைகளில் வைத்துக்கொண்டான். குழந்தையை அவன் பறிப்பான் என்று மீரா எதிர்பார்த்திருக்க மாட்டாள். எனவே அவளுக்கு இப்போது புருசனை மீட்பதை விடக் குழந்தையை மீட்பதே முக்கியமாயிருந்தது. அவள் தவழ்ந்து வந்து செல்வத்தின் கால்களைப் பிடித்துக்கொண்டாள். அவள் குழந்தையைத் தருமாறு செல்வத்திடம் கெஞ்சியழுதாள். செல்வம் குழந்தையுடன் குடிசைக்குள் செல்ல முயற்சித்தான். மீராவோ அவனின் கால்களை விடுவதாயில்லை. செல்வம் குழந்தையை உயரே தூக்கிப் பிடித்தவாறே "டயானா, டயானா" என்று உரத்துக் கூப்பிட்டான். அப்போது டயானாவின் வாய் பிளந்து காற்று வெளியேறியது. அவளின்

காதுகள் அடைத்துக்கொண்டன. செல்வம் என்ன நினைத்தானோ மீராவை எற்றித் தள்ளிவிட்டு அவன் குழந்தையுடன் நடந்து தெருவுக்கு வந்தான். மீரா அவனுக்குப் பின்னால் குமறியவாறே வந்தாள். தெருவில் நின்றிருந்த கொஞ்சப் பேர்கள் செல்வத்தைச் சமாதானப்படுத்தப் பார்த்தார்கள். சனங்களைக் கண்டதும் மீராவுக்குக் கொஞ்சம் தைரியம் வந்திருக்க வேண்டும். அவள் அந்தச் சனங்களிடம் "அந்தக் குண்டச்சியைக் கொண்டுவந்து வீட்டிற்குள் வைத்துக்கொண்டு என்னை அடித்து விரட்டுகிறானே" என்று ஓலமிட்டாள். இதைக் கேட்டதும் செல்வம் தெருவில் கிடந்த ஒரு பெரிய தடியைத் தூக்கி மீராவின் தலையில் அடித்தான். எவ்வளவு அடி வாங்கியும் மீரா அங்கிருந்து போவதாயில்லை. கடைசியில் செல்வம் குழந்தையைக் கீழே இறக்கிவிட்ட பின்புதான் அவள் ஓய்ந்தாள். அவள் குழந்தையைக் கைகளில் வாரியெடுத்துக்கொண்டே தனது தாய் வீட்டைப் பார்த்து நடந்தாள். அப்போது கூட அவள் வாயிலிருந்து புலம்பலும் ஓலமும் வெளிப்பட்டனவே தவிர ஒரு சாபம் விழவில்லை.

செல்வம் குடிசைக்குத் திரும்பி வந்தபோது குடிசைக்குள் டயானா வரிச்சு மட்டைகளைப் பற்றிப்பிடித்தவாறே குந்தியிருந்த நிலையிலேயே விறைத்திருந்தாள். அவள் விழித்ததும் செல்வம் அவளைப் பாயில் படுக்க வைத்துவிட்டு வெளியே போனான். திரும்பிவரும்போது அவனது கையில் ஒரு சாரயப் போத்தலும் ரொட்டியும் மாட்டுக்கறியும் இருந்தன. டயானாவைச் சாப்பிடச் சொல்லிவிட்டு செல்வம் முற்றத்தில் அமர்ந்து சாராயம் குடிக்கத் தொடங்கினான். டயானாவின் பெற்றோர்கள் டயானாவை மீட்பதற்கோ மீராவின் சகோதரர்கள் தன்னைத் தாக்குவதற்கோ வரக் கூடுமென அவன் எதிர்பார்த்திருக்கலாம். அவனின் கைகளின் அருகே நிலத்தில் ஒரு நீண்ட வாள் இருந்தது. லொறி வில்லுத் தகடு கொடுத்து அய்யம்பிள்ளை ஆசாரியிடம் செய்வித்த வாள் அது. போதை ஏற ஏற அவன் காறிக் காறித் துப்பிக்கொண்டான். நேரம் நள்ளிரவுக்கு மேலாகியும் அவன் கையில் வாளுடன் அய்யனார் சிலைபோல முற்றத்தில் ஆடாமல் அசையாமல் தன் எதிரிகளுக்காகக் காத்திருந்தான், அல்லது டயானாவுக்குக் காவலிருந்தான்.

ஆழ்ந்த தூக்கத்திலிருந்த டயானா அவளது கால்கள் முரட்டுத்தனமாக அழுத்தப்படுவதை உணர்ந்து திடுக்குற்றுக் கண்விழித்தபோது அவளை இருள் சூழ்ந்திருந்தது. அங்கே அழுகிய பழவாசனை வீசிற்று. அவள் எழுந்து தலைமாட்டிலிருந்த விளக்கைப் பற்ற வைத்தாள். அவள் படுத்திருந்த பாயின் தலைமாட்டில் ஒரு நீண்ட வாள் தரையில் குத்தென நிறுத்திவைக்கப்பட்டிருந்தது.

கால்மாட்டில் முழிக் கண்கள் இரத்தமாய்ச் சிவந்திருக்கச் செல்வம் நிர்வாணமாகக் குந்திக்கொண்டிருந்தான். டயானா படாரென விளக்கை ஊதி அணைத்துவிட்டுப் பாயில் குப்புறப் படுத்துக்கொண்டாள். டயானாவைச் செல்வத்தின் வலிய கைகள் புரட்டிப்போட்டன. அவள் மார்பில் அவனின் கை பதிந்தபோது டயானா திகிலுடன் அவனது கையை மார்போடு சேர்த்து அணைத்துக் கொண்டாள். அந்த அழுகிய பழவாசனை அவளது உடல் முழுவதும் பரவிற்று. டயானாவிற்கு வாயில் எச்சில் சுரந்தது. டயானாவின் இடுப்புத் தானாகவே மேலே உன்னிற்று. அவளின் உடற்பாரம் முழுதும் அவளின் கெண்டைக் கால்களில் தங்கிற்று. டயானாவின் கொழுத்த காலொன்றைத் தூக்கிச் செல்வம் தன் முதுகில் போட்டபோது டயானாவின் விழிகள் செருகின. அவள் பதற்றத்துடன் "நான் விறைத்துப் போகப் போகிறேன்" என்று முணுமுணுத்தாள். அவளின் வாயில் செல்வத்தின் வியர்வைத் துளிகள் தெறித்தன. அவள் வாயை அகலப் பிளந்துகொண்டே "கொட்டாவி வருகிறது நான் விறைக்கப் போகிறேன்" என்றாள். செல்வத்தின் வலிய கை அவளின் வாயை இறுக மூடிக் கொட்டாவியை அடக்கியது. அவனின் அடுத்த கை டயானாவின் முதுகுக்குக் கீழாக நீண்டு அவளின் ஆசனவாயை மூடியது. அவளின் மனது நிர்மலமாய்க் கிடந்து. அவளின் தலைமாட்டிலிருந்து செல்வம் வாளை உருவி எடுக்கும் ஓசை கேட்டது. அவன் டயானாவை ஒரு கையால் அணைத்தவாறே மறுகையில் வாளைப் பற்றிப் பாயில் கிடந்தான். டயானாவின் அடிவயிற்றில் சுருக்கென ஒரு வலி கிளம்பியது. டயானா கைகளால் தனது நிர்வாண வயிற்றைப் பொத்தியவாறு தனக்குள் ஒரு குழந்தை சனிப்பதாக நினைத்துக்கொண்டாள். அப்போது விமானங்களின் இரைச்சல் அந்த நல்லான்குளத்துக்குள் தாழக் கேட்டது.

டயானா பாயிலிருந்து துள்ளி எழுந்திருந்து காதுகளைக் குவித்துக் கேட்டாள். இப்போது விமானங்கள் குடிசையின் கூரையைத் தட்டிச் செல்வதுபோலப் பேரிரைச்சல் எழுந்தது. டயானா எழுந்து நின்று கவுனை அணிந்துகொண்டு குடிசைக்கு வெளியே ஓடிவந்து பார்த்தாள். அவள் பிடரிக்குப் பின்னாலிருந்து கிளம்பிய பேரிரைச்சல் வடக்கு நோக்கிப் போய் மறுபடியும் திரும்பி நல்லான்குளத்திற்குள் பதிந்து வந்தது. டயானா பார்த்துக்கொண்டிருக்க அவள் கண் முன்னமே ஒரு விமானம் சிவப்பு விளக்கு முணுக் முணுக்கென எரியப் பூமிக்குப் பாய்ந்து குத்திய வேகத்தில் மேலெழுந்தது. பெருத்த வெடியோசை அந்தக் கிராமத்தில் எழுந்தது. டயானா ஒரு செக்கன் கூட யோசிக்கவில்லை. அவள் அந்தக் கச இருட்டில் செல்வத்தின்

குடிசை முற்றத்திலிருந்து ஓடத் தொடங்கினாள். காட்டுக்குள் புகுந்து தனது வீட்டின் பின்புறம் பாலைமரத்தின் கீழே அமைந்திருக்கும் பதுங்கு குழியை நோக்கி அவள் ஓடினாள். இப்போது நல்லான்குளத்தின் தெற்குப் பக்கத்தில் வெடியோசையும் புகையும் எழுந்தன. ஓடிக்கொண்டிருந்த டயானாவுக்குக் காது அடைக்கத் தொடங்கிற்று. அவள் விறைத்து விழப்போகிறாள் என்பது அவளுக்குத் தெரிந்தது. டயானாவால் கால்களை அசைக்க முடியவில்லை. கண்கள் சொருகத் தொடங்கின. டயானா வழியிலிருந்த பாலைமரம் ஒன்றின் கீழே முழங்கால்களை மடக்கிக் குந்திக்கொண்டாள். விமானங்களின் இரைச்சல் வரவரப் பெரிதாகிக்கொண்டேயிருந்தது. பாலைமரத்தின் கீழே குந்தியிருந்த டயானா தான் விறைத்து விழக் கூடாது என்று நினைத்துக்கொண்டாள். எப்படியாவது சமாளித்துக்கொண்டு எழுந்து பதுங்கு குழிக்கு ஓடிவிட வேண்டும் என அவள் நினைத்தாள். அவளது வாய் கிழிந்து கொட்டாவி எழ டயானா சட்டென்று தனது இரு கைகளாலும் வாயை இறுக மூடிக் கொட்டாவியை அடக்கப் பார்த்தாள். பின்பு ஒரு கை வாயிலிருக்க அடுத்த கையை எடுத்து அந்த வெட்கம் கெட்ட டயானா அந்தக் கையால் தனது ஆசனவாயை மூடிக்கொண்டாள்.

அகதி வழக்கு விசாரணை முடிந்து வெளியே வந்த அகதி வழக்காளி தே. பிரதீபன் அவசரமாக ஒரு நண்பனைத் தொலைபேசியில் அழைத்தான். அந்த நண்பனிடம் விசாரணை பிரச்சினைகளின்றி முடிந்தது என்றும் கேட்ட கேள்விகளுக்குத் தான் சரியாகவும் தெளிவாகவும் பதிலளித்திருப்பதாகவும் சொன்ன பிரதீபன் ஒரு சிறிய விசயம்தான் நெருடலாக இருக்கிறது என்று நிறுத்தி, அந்த நண்பனிடம் "நல்லான்குளத்திற்கும் கிளிநொச்சி நகரத்திற்கும் எவ்வளவு தூரமிருக்கும்" என்று கேட்டான். அந்த நண்பன் வன்னியிலிருந்து வந்தவன். அவன் தெளிவாகக் கூட்டிக் கழித்துப் பார்த்துவிட்டு "பதினைந்து கிலோ மீற்றர்களுக்குக் குறையாது" என்றான். பிரதீபனுக்கு நெஞ்சு கமாரிட்டது. அவன் விசாரணையில் நல்லான்குளத்திற்கும் கிளிநொச்சி நகரத்திற்கும் இடையேயான தூரம் ஐந்து கிலோ மீற்றர்கள் என்றே சொல்லியிருந்தான். அவன் ஒரு கையால் தொலைபேசியைப் பிடித்தவாறே மறுகையால் தனது நெற்றியில் ஓங்கி அறைந்து "கெடுத்தாளே பாவி" என்று முணுமுணுத்தான். அவன் டயானாவின் மரணச் சான்றிதழை மரண சான்றிதழ்கள், பிறப்புச் சான்றிதழ்கள், திருமணச் சான்றிதழ்கள் விற்பவர் ஒருவரிடமிருந்து முப்பது ஈரோக்களுக்கு வாங்கியிருந்தான்.

எம்.ஜி.ஆர். கொலைவழக்கு

கேளுங்கள் பௌசர்! இதுதான் கதை. இந்தக் கதையை நீங்கள் நம்பலாம் அல்லது நம்பாதிருக்கலாம். இந்தக் கதையை நீங்கள் உங்கள் பத்திரிகையில் பிரசுரிப்பதும் பிரசுரிக்காமல் விடுவதும் உங்கள் பிரச்சினை. இந்தக் கதை நடந்து அதிக நாட்களாகவில்லை. நீங்கள் பெரியார் நினைவு விழாவுக்குப் பாரிஸுக்கு வந்துவிட்டுப் போனீர்களே, அதற்கு இரண்டு நாட்கள் கழித்து எனக்கொரு தொலைபேசி அழைப்பு வந்தது.

அன்று கடும் குளிர்நாள். மைனஸ் ஏழு என்றளவில் குளிர் வதைத்தது. நான் வெளியே எங்கேயும் போவதில்லை என்ற முடிவுடன் அறைக்குள்ளேயே முடங்கிக் கிடந்தேன். தொலைக்காட்சியில் ஒளிபரப்பாகிய மஹ்மூத் தர்வீஷ் பற்றிய விவரணப் படம் ஒன்றை நான் பார்த்துக்கொண்டிருந்தபோது எனது சொந்தக்காரப் பொடியன் நியூட்டன் என்னைத் தொலைபேசியில் அழைத்து 'மாமா நாங்கள் டொனாஸைப் பிடிச்சு வைச்சிருக்கிறம், நீங்கள் ஒருக்கா என்ட வீட்ட வரவேணும்' என்றான்.

எனக்கு டொனாஸ் என்றால் யாரென்று தெரியவில்லை. நான் "அது ஆர் டொனாஸ்?" என்று கேட்டேன்.

"அது மதிலேனம் அன்ரியின்ர கடைசி மகன் மாமா, அவன் ஊரில இயக்கத்திலயிருந்து கன சனத்தைக் கொலை

செய்திருக்கிறான்' என்றான் நியூட்டன். எனக்கு இப்போது ஞாபகம் வந்தது. நான் தொலைக்காட்சியை அணைத்துவிட்டு உடைகளை அணிந்துகொண்டு வெளியே கிளம்பினேன். நியூட்டனின் வீடு பாரிஸின் புறநகரான மூலோனில் இருந்தது. அந்த வீட்டில் எங்கள் ஊர்ப் பொடியன்கள் ஆறுபேர் சேர்ந்திருக்கிறார்கள். எல்லோருக்குமே இருபதிலிருந்து இருபத்தைந்து வயதுக்குள் தானிருக்கும்.

நான் அவர்கள் தங்கியிருந்த வீட்டுக்குச் சென்றபோது நேரம் இரவு ஏழாகியிருந்தது. அங்கிருந்த பொடியன்கள் ஒரு விறுவிறுப்புடன் என்னை வரவேற்றார்கள். அந்த வீட்டின் ஹோலில் நடுவாகயிருந்த ஒரு நாற்காலியில் டொனாஸ் என்ற அந்த அழகிய இளைஞன் கண்களில் மிரட்சியுடன் உட்கார்ந்திருந்தான். அவன் அசாதாரணமான அழகன். நெற்றியிலும் பிடரியிலும் புரளும் அடர்த்தியான தலைமுடியும் உருளைக் கண்களும் ஒங்குதாங்கான உடலும் பவுண் நிறமுமாக அடிவாங்கிய ஒரு பந்தயக் குதிரைபோல அவன் நாற்காலியில் அமர்ந்திருந்தான். அவனின் உதடுகள் வீங்கிக் கிடந்தன. இடப்புறக் கண் அடியால் சிவந்திருந்தது. அவன் என்னைப் பார்த்ததும் எழுந்திருக்க முயன்றான். அவனின் வாயில் ஒரு பரிதாபமான இளிப்பு வந்து போயிற்று. அவன் என்னிடம் "மாமா 'என்னைத் தெரியுதா?" என்று கேட்டுக் கேட்ட வாயை மூட முன்பே நியூட்டன் அவன் கன்னத்தில் ஓங்கி அறைந்தான். டொனாஸ் என்னைப் பார்த்ததும், நான் தன்னைக் காப்பாற்றக்கூடும் என்று நம்பியிருக்கலாம். நியூட்டனின் அந்த அடியுடன் அவனின் நம்பிக்கை சிதறிப்போயிருக்கும்.

பதினைந்து வருடங்களிற்கு முன்பு நான் வெளிநாட்டுக்கு வரும்போது டொனாஸுக்கு ஆய்ந்து அல்லது ஆறு வயதிருக்கும். வறுமையாலும் வெயிலாலும் வாடி வதங்கிக் கருவாடாயிருந்த எங்கள் ஊர்ச் சிறுவர்களிடையே இவன் ஒரு தேவதையைப் போல திரிந்துகொண்டிருந்தான். எல்லோருக்கும் அடித்த வெயில்தான் இவனுக்கும் அடித்தது. எல்லோர் வீட்டுக் குழந்தைகளைப் போலவே இவனும் வீசிக் கந்தோரில் கொடுக்கப்படும் திறிபோசா மாவைச் சாப்பிட்டுத்தான் வளர்ந்தான். ஆனாலும் இவன் பனங்குருத்துப் போல இருப்பான். மதிலேனம் மாமி நல்ல அழகி. அவரிலிருந்து அந்தச் சிவப்பும் பொலிவும் இவனுக்கும் கிடைத்திருந்தது. நான் அவனைப் பார்க்கும்போதெல்லாம் அவனைக் கைகளில் தூக்கி முத்தமிடுவேன்.

நான் டொனாஸையே பார்த்துக்கொண்டிருந்தேன். மற்றைய பொடியள் மௌனமாக டொனாஸைச் சுற்றி நின்றிருந்தார்கள்.

திரைப்படங்களில் குற்றவாளியைப் பெரிய பொலிஸ் விசாரணை செய்யும்போது சின்னப் பொலிசுகள் கைதியைச் சூழ அடிப்பதற்குத் தயாராக நிற்பார்களே அப்படியிருந்தது அந்தக் காட்சி. நான் எழுந்து போய் டொனாஸின் முன்னால் நின்றேன். நானும் அவனுக்கு அடிக்கப் போவதாக அவன் நினைத்திருக்கலாம். அவனின் இமைகள் வெட்டித் தெறிக்க அவனது தேகம் ஒருமுறை நடுங்கி நின்றதை நான் பார்த்தேன். அவன் மெதுவாக "மாமா நான் விரும்பி இயக்கத்துக்குப் போகயில்ல, என்னை வைபோசாய்தான் பிடிச்சு வைச்சிருந்தவங்கள்" என்றான். அவன் அடுத்த வார்த்தை பேசினால் அது அழுகையாகத்தான் இருக்கும் போலயிருந்தது.

டொனாஸுக்குப் பின்னால் நின்றிருந்த பொடியன் ஓங்கி டொனாஸின் பிடரியில் குத்தினான். சாதாரணமாக அந்த அடிக்குப் பொறி கலங்கி டொனாஸ் முகங்குப்புற விழுந்திருக்க வேண்டும். ஆனால் ஒரு சிறிய அசைவுடன் டொனாஸ் அடித்தவனைத் திரும்பிப் பார்த்தான். அடித்தவனுக்கு அவமானமாயிருந்திருக்கும். அடித்தவனிடம் டொனாஸ் "மச்சான் உங்கள் எல்லாரையும் நம்பித்தானே நான் பிராஞ்சுக்கு வந்தனான்" என்றான்.

அல்லைப்பிட்டியிலோ, மண்கும்பானிலோ ஒவ்வொரு அனர்த்தமும் கொலையும் கைதும் நடக்கும்போது இயக்கத்தின் பெயர் செய்திகளில் அடிபடும். இயக்கத்திலிருந்த டொனாஸின் பெயரையும் இணைத்தே எங்கள் ஊர்ச் சனங்களிடமிருந்து எங்களுக்குச் செய்திகள் வரும். டொனாஸ் இலங்கையிலிருந்து சென்ற கிழமைதான் பிரான்சுக்கு வந்திருக்கிறான். இன்று காலையில் 'லாச்சப்பல்' கடைத்தெருவில் நியூட்டன் இவனைக் கண்டிருக்கிறான். பார்த்தவுடனேயே "என்ன மச்சான்? எப்ப வந்தனி?" என்று பாசத்தைப் பொழிந்து தனது வீட்டுக்கு வருமாறு நியூட்டன் கேட்டிருக்கிறான். முதலில் டொனாஸ் நியூட்டனுடன் வர மறுத்திருக்கிறான். நியூட்டன் கொஞ்சம் தந்திரமாக டொனாஸுக்குத் தங்குவதற்கு நல்ல இடமும் நல்ல வேலையும் ஒழுங்குசெய்து தருவதாக நாடகமாடியிருக்கிறான். அதை நம்பி டொனாஸ் நியூட்டனோடு கிளம்பி வந்திருக்கிறான். வரும் வழியிலேயே நியூட்டன் தொலைபேசியில் தன்னுடைய நண்பர்களுக்குத் தான் டொனாஸை அழைத்துவரும் செய்தியைச் சொல்லியிருக்கிறான். டொனாஸ் நியூட்டனின் வீட்டுக்குள் காலடி எடுத்து வைத்ததுமே எல்லாப் பொடியன்களுமாகச் சேர்ந்து டொனாஸை அடித்திருக்கிறார்கள். அதற்குப் பின்பு அவனை என்ன செய்வது என்று அவர்களுக்குத் தெரியாததால் எனக்குப் போன் செய்திருக்கிறார்கள்.

நான் டொனாஸிடம் 'ரத்தினத்திண்ர கடைக்குள்ள எட்டுப்பேர நீதான் சுட்டனியாம்?' என்று கேட்டேன்.

"இல்லை மாமா, அது என்ன நடந்ததெண்டால் வேவியற்ற மகள் ஒரு நேவிக்காரனைக் கலியாணம் கட்டியிருக்கிறாள். அதுக்குப் பிறகு அல்லப்பிட்டியில வேவியும் அவற்ற மகளும் வச்சுதுதான் சட்டம். அவையளும் ஒரு கடை வைச்சிருந்தவை. பிஸினஸ் பிரச்சினையிலதான் வேவியற்ற மகள் நேவிக்காரன்ள வைச்சு ரத்தினத்திண்ர கடைக்குள்ள சுடப் பண்ணினவள்" என்றான்.

"நேவியோட நீங்களும் போனது எண்டுதானே சொல்லுறாங்கள்?"

"அது எனக்குத் தெரியாது மாமா, நான் அது நடக்கயிக்க நெடுந்தீவில இருந்தனான்."

"சில்வஸ்டர நீதானே சுட்டனி?"

"இல்லை மாமா அவர் என்ர தொட்டையா. எனக்கு அவர்தான் தலை தொட்டவர். அவர நான் சுடுவனா? அவரை 'கொட்டி'தான் சுட்டது" பொடியன் புலிக்குக் 'கொட்டி'யென்று சொல்கிறான்.

எல்லாக் கேள்விக்கும் டொனாஸ் இல்லை என்ற வார்த்தையுடனேயே பதிலைத் தொடங்கினான் பதிலை முடிக்கும்போது மாமன், மச்சான், சித்தப்பா என்று பதிலை முடித்தான். எங்கள் விசாரணைக்குழு சோர்ந்துவிட்டது. அப்போது கதவு தட்டப்படும் சத்தம் கேட்டது. நியூட்டன் போய்க் கதவைத் திறந்ததும் திறக்காததுமாகக் கதவைத் தள்ளிக்கொண்டு "எங்க அவன் எங்க அவன்?" என்று கேட்டுக்கொண்டே திரவியம் உள்ளே ஓடிவந்தார். திரவியத்திற்கு அய்ம்பது வயதுக்கு மேலேயிருக்கும். உயர்ந்த, ஒல்லியான, பலவீனமான மனிதர். இரண்டு வருடங்களிற்கு முன்பு அவரின் பதினைந்து வயதான மகனைக் கடத்தி வைத்துக்கொண்டு அய்ந்து இலட்சம் ரூபாய்கள் பணயத் தொகையாகக் கேட்டிருக்கிறார்கள். அந்தத் தொகையைத் திரட்டுவதற்காக அந்த மனிதர் பாரிஸ் முழுவதும் ஓடித்திரிந்தார். நான்கூட ஆயிரம் ஈரோக்கள் கடனாகக் கொடுத்திருந்தேன். அவர் பணயத்தொகையை அனுப்ப முன்னமே அவரின் மகன் சடலமாக வேலனைக் கடற்கரையில் கிடந்தான். அந்த ஆயிரம் ஈரோக்களை என்னிடம் திருப்பித் தந்த நாளில் திரவியத்தின் முகத்தில் ஒட்டிக்கிடந்த துயரப் புன்னகை என்னைத் தலைகுனிய வைத்தது. திரவியத்தின் மகனைக் கடத்துவதற்கும், கடத்தினால் வெளிநாட்டிலிருந்து காசு வருமென்றும் டொனாஸ்தான் துப்புகள் கொடுத்ததாக அப்போதே திரவியம் என்னிடம் சொல்லியிருந்தார்.

ஓடிவந்த திரவியம் முதலில் டொனாஸின் முகத்தில் காறி உமிழ்ந்தார். பின்பு அவனின் தலைமுடியை பற்றிப் பிடித்து அவனின் முகத்தில் அறைந்தார். திரவியம் அவனின் சட்டையைப் பற்றி இழுத்தபோது அவன் நாற்காலியிலிருந்து குப்புற விழுந்தான். அவனை இழுத்து விழுத்துமளவிற்குத் திரவியம் பலசாலியல்ல. அவர் அடிப்பதற்கும் உதைப்பதற்கும் விழுத்துவதற்கும் தோதாகத் தன்னுடைய தேகத்தை டெனாஸ் அப்போது வளைத்துக் கொடுத்துக்கொண்டிருப்பதாகவே எனக்குப் பட்டது. நான் திரவியத்தைத் தடுக்க முயற்சித்தபோது திரவியம் அழத் தொடங்கினார். பின்பு தளர்நடையுடன் போய்க் கைகளைக் கழுவிவிட்டு வந்தார். அமைதியாக ஒரு நாற்காலியில் உட்கார்ந்தார். அதற்குப் பின்பு அவர் ஒரு வார்த்தை பேசவில்லை. அவர் அங்கே வரும்போதே என்ன செய்ய வேண்டும் என ஒரு நிகழ்ச்சி நிரலைத் தயாரித்துக்கொண்டு வந்து அதன்படி நிகழ்ச்சிகளை நடத்தி முடித்தது திருப்தியாக அமர்ந்திருப்பது போலத் தோன்றியது.

டொனாஸ் தரையில் கிடந்தான். அவனது ஆடைகள் தும்பு தும்பாகக் கிழிந்திருந்தன. உண்மையில் அவனை அடிக்கிறேன் என்ற பெயரில் திரவியம் அவனது ஆடைகளைத்தான் கிழித்திருந்தார். டொனாஸ் மெதுவாக எழுந்து தலையைக் குனிந்தவாறே தரையில் சப்பணம் கட்டி அமர்ந்தான். நான் அவனிடம் 'இப்ப நீ என்ன சொல்றாய்? உன்ர முகத்தைப் பார்த்தாலே ஆயிரம்பேரைக் கொலை செய்தவன்ர முகம் மாதிரி இருக்கு, நீ ஒருத்தரையும் கொலை செய்ய இல்லையோ?' என்று கேட்டேன்.

டொனாஸ் நிமிர்ந்து என்னைப் பார்த்தான். பின்பு கண்களைத் தாழ்த்திக்கொண்டு 'மாமா நான் உண்மையச் சொல்லுறன், அந்தோனியார் சத்தியமா நான் எம்.ஜி.ஆரை மட்டும்தான் கொலை செய்தனான், வேற எதிலும் எனக்குச் சம்மந்தமில்லை' என்றான்.

அங்கிருந்த நாங்கள் எல்லோருமே அப்போது திடுக்கிட்டோம். ஏனென்றால் எம்.ஜி.ஆர் தற்கொலை செய்ததாகத்தான் எங்களுக்குச் செய்தி வந்திருந்தது. அவர் தலையில் தொப்பியுடனும் கண்களில் கறுப்புக் கண்ணாடியுடனும்தான் தூக்கில் தொங்கிக் கொண்டிருந்தாராம்.

2

பழைய கதை சொல்கிறேன் கேளுங்கள் பௌசர்! எங்கள் ஊருக்கு அல்லைப்பிட்டி என்று பெயர் வைத்ததற்குப் பதிலாக எம். ஜி. ஆர். பட்டி என்று பெயர் வைத்திருக்கலாம். அப்போது எங்கள் கிராமம் எம்.ஜி.ஆர். ரசிகர்களாலும் பக்தர்களாலும் நிரம்பியிருந்தது. ஒரு உதாரணம் சொல்கிறேன் கேளுங்கள்:

எனது அண்ணனுக்குப் பதினைந்து வயதிருக்கும்போது வீட்டை விட்டு ஓடிப்போனான். அப்போது எங்கள் கிராமத்துச் சிறுவர்களுக்கு இரண்டு பொழுதுபோக்குகள்தான் வழமையாயிருந்தன. ஒன்று, சுள் கொளுத்தி நண்டு பிடிக்கப்போவது. இரண்டாவது, வீட்டை விட்டு ஓடிப்போவது. சினிமா பார்ப்பது என்பது எங்களைப் பொறுத்தவரை பொழுதுபோக்கு என்ற வகைக்குள் அடங்காது. அது வாழ்க்கை முறைமை, கடமை, இலட்சியம்.

வீட்டை விட்டு ஓடிப்போவதில் மூன்று முக்கியமான படிகள் இருந்தன. முதலாவதாக வீட்டிலிருந்து கொஞ்சம் பணம் திருடவேண்டும். வீட்டில் எப்போது பணம் திருட வாய்ப்பிருக்கிறதோ அதுவே ஓடிப்போவதற்கான நாளாக அமையும். இரண்டாவது படியாக யாழ்ப்பாணம் போய் இரவுவரைக்கும் தொடர்ச்சியாகப் படம் பார்க்க வேண்டும். மூன்றாவது படியாக இரவு ரயிலைப் பிடித்துக் கொழும்புக்குப் போக வேண்டும். கொழும்பில் நான்காம் குறுக்குத் தெருவிலோ, ஐந்தாம் குறுக்குத் தெருவிலோ அரிசிக் கடைகளில் வேலை கிடைக்கும்.

வீட்டை விட்டு ஓடிப்போன எனது அண்ணன் இரண்டாவது படியை நிறைவேற்றுவதற்காகப் படம் பார்க்கப் போயிருக்கிறான். அன்று அவன் எம்.ஜி.ஆரின் 'அன்னமிட்ட கை' படம் பார்த்திருக்கிறான். படத்தைப் பாரத்ததும் அண்ணனுக்குள் தாய்ப்பாசம் பொங்கிவிட்டது. அவன் கொழும்புக்குப் போகாமல் அம்மாவைத் தேடித் திரும்பவும் வீட்டுக்கே வந்துவிட்டான்.

ஒரு ஊரென்றால் அங்கே எம்.ஜி.ஆர் ரசிகர்களும் சிவாஜி கணேசன் ரசிகர்களும் ஜெய்சங்கர் ரசிகர்களும் கலந்திருப்பதுதானே வழமை. ஆனால் அந்த வழக்கமெல்லாம் எங்கள் கிராமத்தில் கிடையாது. சிவாஜி கிவாஜி என்று யாராவது முணுமுணுத்தால் நாங்கள் முளையிலேயே அந்தக் குரலைக் கிள்ளியெறிவதுதான் வழக்கம். எம்.ஜி.ஆரைத் தவிர வேறு எவருக்கும் எங்கள் ஊரில் ரசிகர்கள் இருக்கக் கூடாது என்பது எங்கள் கொள்கை. ஏக பிரநிதித்துவக் கொள்கை. 1979ல் யாழ்ப்பாணத்தில் தொலைக்காட்சியும் டெக்கும் அறிமுகமாகிக் கிராமங்கள் தோறும் திருவிழாக அது கொண்டாடப்பட்டபோது 'அண்ணன் ஒரு கோயில்' என்ற சிவாஜியின் படமே முதன் முதலாக எல்லா இடங்களிலும் காண்பிக்கப்பட்டது. அப்போது வேறு படப்பிரதிகள் புழக்கத்திலில்லை. நாங்கள் காத்திருந்து 'மீனவ நண்பன்' என்ற எம்.ஜி.ஆரின் படத்துடன்தான் மாதா கோயில் பெருநாளில் எங்கள் ஊரில் தொலைக்காட்சியை அறிமுகப்படுத்தினோம். அப்போது

காலையில் எழுந்ததும் உத்தரியமாதா, அந்தோனியார் இவர்களுடன் சேர்த்து எம்.ஜி.ஆரையும் வணங்கும் பழக்கம் எனக்கிருந்தது.

அப்போதெல்லாம் இந்தியாவில் படம் வெளியாகி நான்கு ஐந்து வருடங்களுக்குப் பிறகுதான் இலங்கையில் படம் வெளியாகும். அப்படியும் எம்.ஜி.ஆரின் 'சங்கே முழங்கு', 'பட்டிக்காட்டுப் பொன்னையா' என்ற இருபடங்களும் கடைசிவரை இலங்கையில் வெளியாகவேயில்லை. படம் வெளியாவதற்குச் சில மாதங்களுக்கு முன்னமே தியேட்டரில் படத்தின் சுவரொட்டியும் படத்தின் நான்கைந்து ஸ்டில்களும் ஒட்டப்பட்டிருக்கும். அந்த ஸ்டில்களையும் சுவரொட்டியையும் வைத்தே நான் எனக்குள் அந்தப் படத்தைக் கற்பனை செய்துகொள்வேன். அப்போது படக்கதை சொல்வது என்றொரு அருமையான பழக்கமிருந்தது. வெறும் நான்கு ஸ்டில்களைப் பார்த்ததை வைத்துக்கொண்டே நான் என் பள்ளிக்கூடச் சிநேகிதர்களுக்கு முழுநீளப் படக்கதையையும் சொல்வேன். படம் வெளியாகும்போது பார்த்தால் நான் சொன்ன கதை கிட்டத்தட்டச் சரியாகவேயிருக்கும். 'ராமன் தேடிய சீதை' மட்டும்தான் கொஞ்சம் மிஸ்ஸாகி விட்டது. சுவரொட்டியிலும் ஸ்டில்களிலும் எஸ்.ஏ.அசோகன் சக்கரநாற்காலியில் உட்கார்ந்திருந்தால் அசோகனுடன் எம்.ஜி.ஆர். சண்டையிடும்போது எம்.ஜி.ஆரும் சக்கரநாற்காலியில் அமர்ந்துதான் சண்டையிடுவார் என நான் நினைத்திருந்தேன். இதற்கு ஒரு முன்னுதாரணமும் இருந்தது. 'அடிமைப் பெண்' படத்தில் ஒரு காலில்லாத அசோகனுடன் எம்.ஜி.ஆரும் ஒருகாலைக் கட்டிக்கொண்டுதான் சண்டையிடுவார். ஆனால் இந்தப்படத்தில் சக்கரநாற்காலியில் உட்கார்ந்திருந்த அசோகன் கடைசிக் கட்டத்தில் சக்கர நாற்காலியிலிருந்து துள்ளியெழுந்து இருகால்களையும் ஊன்றி நின்று சண்டை போடுவார் என்பதை நான் எதிர்பார்த்திருக்கவில்லை.

'ஒளிவிளக்கு' இரண்டாவது தடவையாக ராஜா தியேட்டரில் வெளியாகி நூறு நாட்களைக் கடந்தபோது நாங்கள் எங்களது கிராமத்தின் சார்பில் தியேட்டருக்கு முன்பு கஞ்சி காய்ச்சி ரசிகர்களுக்கு வழங்கினோம். 'நாளைநமதே' ராணி தியேட்டரில் தொடர்ந்து 140 காட்சிகள் ஹவுஸ்புல்லாகக் காண்பிக்கப்பட்டது. இது அகில இலங்கை வசூல் சாதனை. அப்போது எம்.ஜி.ஆரின் படங்களுக்குக் காட்சி நேரம் நிர்ணயிக்கப்படுவதில்லை. கொழும்பிலிருந்து ரயிலில் படப் பெட்டி வந்தவுடனேயே அதிகாலையிலேயே காட்சி தொடங்கிவிடும். இரவு முழுவதும் நாங்கள் தியேட்டருக்கு முன்புதான் படுத்துக்கிடப்போம். எம்.ஜி.ஆரின் புதிய பட விளம்பரங்களுக்குக் கீழே 'கொட்டகை

நிறைந்ததும் காட்சிகள் ஆரம்பமாகும், பாஸ்கள் சலுகைகள் ரத்து என்ற வரிகள் தவறாமல் இடம்பெறும்.

எம்.ஜி.ஆர் ரசிகர்களுக்குப் புகழ்பெற்றிருந்த குருநகரில் கூட வாசகசாலைக்கு 'அண்ணா சனசமூக நிலையம்' என்றே பெயர் வைத்திருந்தார்கள். ஆனால் எங்கள் ஊர் வாசகசாலைக்கு நாங்கள் 'மக்கள் திலகம் எம்.ஜி.ஆர் சனசமூக நிலையம்' என்று கட்டன் ரைட்டாகப் பெயர் வைத்திருந்தோம். மட்டக்களப்பில் புயலால் ஏற்பட்ட சேதத்துக்கு நிவாரணமாக அப்போது எம்.ஜி.ஆர் பத்து இலட்சம் ரூபாய்கள் வழங்கியதற்கு நன்றி தெரிவிப்பதற்காக மனோகரா தியேட்டரில் பத்து நாட்களுக்கு எம்.ஜி.ஆரின் பத்துப் படங்களை அரை ரிக்கட்டுக்குக் காண்பித்தார்கள். எம்.ஜி.ஆர். மட்டக்களப்புக்கு நிதி வழங்கியதையொட்டி நாங்களும் எங்கள் வாசகசாலையின் பெயரிலிருந்த 'மக்கள் திலகம்' என்ற பட்டத்தை நீக்கிவிட்டு 'பொன்மனச் செம்மல் எம்.ஜி.ஆர் சனசமூக நிலையம்' எனப் புதிதாகப் பெயரிட்டோம். அந்த வாசகசாலைக்கும் நாங்கள் நடத்திவந்த எம்.ஜி.ஆர். கலா மன்றத்துக்கும் பரிமளகாந்தன் தான் தலைவர்.

எம்.ஜி.ஆர் கலாமன்றத்திலிருந்த நாங்கள் எல்லோரும் விடலைகளாகவேயிருந்தோம். பரிமளகாந்தன் மட்டுமே எங்களில் வயதில் மூத்தவர். பரிமளகாந்தனுக்கு அப்போதே முப்பது வயதுக்கு மேலிருக்கும். எங்கள் ஊர் கிராமசபைக் கட்டடத்தில் அவர் இரவு நேரக் காவலாளியாக வேலைபார்த்து வந்தார். எம்.ஜி.ஆர் போலவே பரிமளகாந்தனுக்கும் குழந்தைகள் கிடையாது. பரிமளகாந்தன் எம்.ஜி.ஆருக்கு ரசிகர் என்றால் பரிமளகாந்தனின் மனைவி பரிமளகாந்தனுக்கு ரசிகை. மாலைநேரங்களில் இரண்டுபேருமாகச் சோடிபோட்டுக்கொண்டு கையில் தேநீர் குடுவையுடன் கடற்கரைக்குப் போய் மணலில் உட்கார்ந்திருப்பார்கள். கடற்கரைக்குப் போய்க் காற்று வாங்கும் பழக்கமெல்லாம் எங்கள் ஊரில் அப்போதும் கிடையாது, இப்போதும் கிடையாது. இவர்கள் ஏன் கடற்கரையில் உட்கார்ந்திருக்கிறார்கள் என்று எங்கள் ஊர்ச் சனங்களுக்குக் கடைசிவரை விளங்கவேயில்லை. பரிமளகாந்தனின் வீட்டில் பக்கத்துக்குப் பக்கம் எம்.ஜி.ஆரின் படங்கள் மாட்டப்பட்டிருக்கும். எல்லாப் படங்களுக்கும் நடுவாக அறிஞர் அண்ணாவின் படமும் மாட்டப்பட்டிருந்தது. எம்ஜிஆர் படங்களின் பாடல் புத்தகங்கள் அழகாக பைண்ட் செய்யப்பட்டு அவரிடமிருந்தன.

எங்கள் எம்.ஜி.ஆர். கலாமன்றத்தால் 'காதலா கடமையா', 'விமலாவின் வாழ்வு', 'பெண்ணின் பெருமை', 'இரு துருவங்கள் இணைந்தபோது' போன்ற நாடகங்கள் மேடையேற்றப்பட்டன.

எல்லா நாடகங்களிற்கும் பரிமளகாந்தன்தான் கதை, வசனம், டைரக்ஷன். 'பெண்ணின் பெருமை' நாடகத்தில் நீதிதேவதை பாத்திரத்தில் பரிமளகாந்தன் தன் மனைவியை நடிக்க வைத்தார். எங்கள் கிராமத்திலெல்லாம் கல்யாணமான ஒரு பெண் மேடையில் ஏறி நடிப்பதைக் கற்பனை செய்யவே முடியாது. ஆனால் பரிமளகாந்தனின் மனைவி நடித்தார்.

நாடக விழா கேள்விப்பட்டிருப்பீர்கள். நாடகம் போடுவதையே விழாவாகக் கொண்டாடுவதை நீங்கள் எங்கள் ஊரில்தான் பார்க்க முடியும். பரிமளகாந்தன் நாடகம் எழுதும்போதே எங்கள் மன்றத்திலுள்ள எல்லோருக்கும் பாத்திரங்களை உருவாக்கித்தான் எழுதுவார். ஒத்திகை அவர் வீட்டில்தான் நடக்கும். அவரின் மனைவி கணவரின் முகத்தையே பூரிப்போடு பார்த்தவாறிருப்பார்.

அநேகமாக மாதா கோயில் பெருநாள் அல்லது அம்மன் கோயில் திருவிழா இரவில் நாடகம் மேடையேறும். நாடகத்தில் நடிப்பவர்களின் வீட்டில் அன்று பெருவிழாவே நடக்கும். 'எங்கிட மகன் நாடகம் நடிக்கிறான், நீங்கள் கட்டாயம் வரவேணும்" என்று அயலூர்களிலுள்ள உறவினர்களுக்கெல்லாம் அழைப்புப் போகும். நாடகத்தின் ஒரு பாத்திரம் மேடையில் தோன்றும்போது அந்த நடிகனின் உறவினர்கள் பட்டாசு வெடிப்பார்கள். சரவெடி தூள் பறக்கும். மேடையில் மன்னாதி மன்னன் தோன்றும்போதும் வெடிதான், வில்லன் தோன்றும்போதும் வெடிதான், துறவி தோன்றும்போதும் வெடிதான். அநேகமாக நாடகத்தின் கடைசிக் காட்சியில் பொலிஸாக நடிக்கத்தான் எங்கள் பொடியன்கள் விருப்பப்படுவார்கள். பொலிஸ் யூனிபோர்மும் சப்பாத்துகளும் அணிந்து மிடுக்காக நடிப்பதில் அவர்களுக்கு ஒரு விருப்பம். ஒத்திகை தொடங்குவதற்கு முன்பே அவர்கள் சீருடைகளைத் தயார் செய்து விடுவார்கள். அநேகமாக எங்கள் ஊர் துவால்காரரின் மற்றும் நுளம்புக்கு மருந்தடிப்பவரின் காக்கிக் காற்சட்டைகளையும் மேற்சட்டைகளையுமே அவர்கள் இரவல் வாங்குவார்கள். ஒத்திகைக்கு வரும்போதே காக்கிச் சீருடை தரித்துக் கையில் பெற்றன் பொல்லுகளுடன் மிடுக்காக வருவார்கள். நாடகம் நடத்தும் நாள்வரை அவர்கள் அந்த உடைகளுடனேயே ஊருக்குள் சுற்றிக்கொண்டிருப்பார்கள்.

ஒருமுறை எனக்கு நீதிக்காகப் போராடி பொலிஸாரிடம் அடிவாங்கும் தியாகி பாத்திரம் வழங்கப்பட்டிருந்தது. ஆனால் என் அப்பாவுக்கு நான் அந்தப் பாத்திரத்தில் நடித்தது பிடிக்கவில்லை. என்னை அடிக்கும் பொலிஸ் பாத்திரத்தில் நடித்தவன் ஐந்தாம் வகுப்போடு படிப்பை நிறுத்தியிருந்தான். நான் அப்போது ஒன்பதாம்

வகுப்புப் படித்துக்கொண்டிருந்தேன். என் அப்பா "அவன் அஞ்சாம் வகுப்புப் படிச்சவன் அடிக்கிறான், நீ படிச்ச முட்டாள் அடிவாங்கிறாய், நீயெல்லோ பொலிசுக்கு நடிச்சிருக்க வேணும், வேலணை சென்றல் ஸ்கூலில என்னதான் படிக்கிறியோ" என்று சலித்துக்கொண்டார்.

நாடகம் நடக்கும் நாளன்று அங்கே இணைக்கப்பட்டுக் கொண்டிருக்கும் மேடையாலும் கட்டப்பட்டுக்கொண்டிருக்கும் திரைச்சீலைகளாலும் இறுதி நேரத்தில் கவரப்படும் மன்றத்தில் இல்லாத பொடியன்கள் தங்களுக்கும் அன்றிரவு நாடகத்தில் நடிக்க வாய்ப்பு வேண்டுமெனப் பரிமளகாந்தனிடம் கேட்பதுண்டு. உடனேயே பரிமளகாந்தன் நாடகத்தில் அவர்களுக்கு ஒரு சிறிய பாத்திரமும் ஒன்றிரண்டு வசனங்களும் கொடுத்துக் கெட்டிக்காரத்தனமாக அவர்களையும் நாடகத்தில் நுழைத்துவிடுவார். அது அநேகமாக மேடையில் சிக்கலில்தான் முடியும். நாடகம் குழம்புகிறதே என நாங்கள் துடிப்போம். ஆனால் பரிமளகாந்தனுக்கு நாடகம் முக்கியமில்லை. அதில் நடிப்பவர்களின் மகிழ்ச்சியே அவருக்கு முக்கியம். அவருக்குக் கோபமே வராது.

பரிமளகாந்தனுக்கு ஒருமுறை கோபம் வந்தபோது அது அடிதடியில்தான் முடிந்தது. அந்தச் சண்டை வாசகசாலையில்தான் நடந்தது. வாசகசாலைக்கு முன்னால் பரிமளகாந்தனுடன் நாங்கள் நின்றிருந்தபோது மத்தியாஸ் கொஞ்சம் வெறியில் அந்தப்பக்கம் வந்தான். மத்தியாஸ் கொஞ்சம் சண்டியன். அவனுக்கு என்ன கோடமோ எங்களைப் பார்த்துக் காறித் துப்பிவிட்டு வாசகசாலைக் குள் போனவன் அங்கேயிருந்த வாங்கில் நீட்டி நிமிர்ந்து படுத்துவிட்டான். பரிமளகாந்தன் உள்ளே போய் அவனின் தோளில் தட்டி "இஞ்ச படுக்கக் கூடாது, வெளிய போ!" என்றார். மத்தியாஸ் ஏன் படுக்கக் கூடாது என்றான். அவனின் கேள்வி நியாயமான கேள்விதான். எங்கள் வாசகசாலையில் ஒரு எம்.ஜி.ஆர். படத்தையும் ஒரு மேசையையும் இரண்டு வாங்குகளையும் தவிர வேறெதுவுமில்லை. முன்னொரு காலத்தில் 'ஈழநாடு' பத்திரிகை மட்டும் வாசகசாலையில் போடப்பட்டது. பின்பு பணமில்லாததால் அதுவும் நிறுத்தப்பட்டு விட்டது. நாங்கள் எங்கள் கலாமன்றக் கூட்டங்களை நடத்தவும் ஒரு கௌரவத்திற்காகவும்தான் அந்த வாசகசாலையை நடத்தி வந்தோம். வாசகசாலையின் கௌரவத்தை மிகக் கண்டிப்புடன் பரிமளகாந்தன் காப்பாற்றி வந்தார். எங்களை அங்கே கடதாசி விளையாடக்கூட அவர் அனுமதிப்பதில்லை.

வாசகசாலையிலிருந்து வெளியே வந்து மத்தியாஸ் காலைத் தூக்கி வாசகசாலை வேலியை உதைத்தான். ஒரு உதையில் வேலி பாட்டில் பாறி விழுந்தது. பரிமளகாந்தன் அமைதியாகக் கைகளைக்

கட்டியவாறே மத்தியாஸைப் பார்த்து அங்கிருந்து போய்விடும்படி சொன்னார். மத்தியாஸ் அங்கிருந்து போவதாயில்லை. அவன் பரிமளகாந்தனை 'மலடன்' என்று ஏசினான். பரிமளகாந்தன் அமைதியாகக் கையைக் கட்டிக்கொண்டு நிதானமாக மத்தியாசுக்கு அருகில் வந்து அவனுக்குப் புத்திமதி சொன்னார். 'நீதிக்கு முன்பு அநீதி ஜெயிக்காது, "அநீதிக்கு முன்பு நீதி தோற்காது', 'என் பொறுமைக்கும் ஒரு எல்லையுண்டு' என்று அவர் சொன்னதெல்லாம் எம்.ஜி.ஆர். பட வசனங்களாகவேயிருந்தன. மத்தியாஸ் திடீரெனப் பரிமளகாந்தனின் கன்னத்தில் ஒரு அறைவிட்டான். நாங்கள் பொடியன்கள் கொதித்துப்போய் மத்தியாஸை நோக்கிப் பாய்ந்தோம். பரிமளகாந்தன் தனது வலது கையால் அடிபட்ட கன்னத்தைத் தடவிக் கொடுத்தவாறே இடது கையால் எங்களைத் தடுத்து நிறுத்திவிட்டு 'இது எனக்கும் மத்தியாசுக்குமான பிரச்சினை நீங்கள் தலையிட வேண்டாம்' என்றார். இதுவும் எம்.ஜி.ஆர். பாணிதான். இதைக் கேட்டவுடன் மத்தியாஸ் துள்ளி இன்னொரு அறைவிட்டான். பரிமளகாந்தன் அடுத்த கன்னத்தைத் தடவிக் கொடுத்தார். அவரின் கண்களில் கோபம் கொப்பளித்தது. மூன்றாவது அடியையும் மத்தியாஸ் அடித்தபோது பரிமளகாந்தன் பொறிகலங்கி மல்லாக்க நிலத்தில் விழுந்தார். அதற்குமேல் எங்களால் பொறுக்க முடியவில்லை. எல்லாப் பொடியன்களும் ஒருசேரப் பாய்ந்து மத்தியாஸைக் கும்மிவிட்டோம். அடிப்பதை நாங்கள் நிறுத்தினால் மத்தியாஸ் எங்களைத் திரும்ப அடிப்பான் என்ற பயத்திலேயே நாங்கள் நிறுத்தாமல் அடித்தோம். கடைசியில் தன்னை விட்டுவிடுமாறு மத்தியாஸ் கெஞ்சியபோதுதான் நாங்கள் அடிப்பதை நிறுத்தினோம். எங்கள் அடியின் வேகத்தில் மத்தியாஸ் ஓட்டகப்புலத்தாரிடம் போய் புக்கை கட்டினான் என்று கேள்விப்பட்டோம். அவனின் மணைவி எங்கள் வாசச்சாலைக்கு வந்து நாங்களும் எங்கள் மன்றமும் தொலைய வேண்டுமென மண்ணள்ளி எறிந்து சாபமிட்டாள்.

அவளின் சாபம் பலிக்கத் தொடங்கியது. அப்போது யாழ்ப்பாணத்தில் 'கிழக்கே போகும் ரயில்' படம் ஓடிக்கொண்டிருந்தது. எங்கள் ஊர் குமர்ப்பெண் ஒருத்தி தனது சிநேகிதிகளுடன் சேர்ந்து அந்தப் படத்திற்குப் போவதற்கு அனுமதி கேட்ட போது அவளின் தாயார் அனுமதி மறுத்துவிட்டார். அந்தப் பெண் உடனே பொலிடோல் குடித்துச் செத்துப்போனாள். அந்தப் படம் ஓடிய தியேட்டரில் 'இந்தப் படத்தைக் காண முடியாததால் நஞ்சு குடித்துக் காலமான அல்லைப்பிட்டி சூரியகலாவுக்கு இந்தப் படம் சமர்ப்பணம்' என்று ஸ்லைட் போட்டுவிட்டே காட்சியைத் தொடங்கினார்கள். மித்திரன் பேப்பரில் தலைப்புச் செய்தியாக

அவளின் சாவு எழுதப்பட்டது. இதற்குப் பிறகு ஊருக்குள் தொலைக்காட்சியில் படம் ஓடுவதையோ நாங்கள் கலாமன்றம் நடத்துவதையோ சனங்கள் கொஞ்சம் கடுப்புடன்தான் பார்த்தார்கள். அடிமேல் விழுந்த அடியாகப் பரிமளகாந்தனின் மனைவியும் திடீரென இறந்து போனார். அம்மாள் வருத்தம் என்று படுத்தவர் செங்கமாரி மங்காமாரியாக்கி இறந்துபோனார். பரிமளகாந்தன் தனித்துப் போனார். அவர் தனியாக வீட்டிலிருந்து எம்.ஜி.ஆரின் போட்டோவோடு பேசிக்கொண்டிருப்பதைப் பொடியன்கள் பார்த்திருக்கிறார்கள்.

எங்கள் ஊரில் நடந்த முதலாவது இயக்கக் கூட்டம் எங்கள் வாசகசாலைக்குள்தான் நடந்தது. அப்போதெல்லாம் இயக்கக் கூட்டங்கள் திடீரெனத்தான் ஏற்பாடு செய்யப்படும். கூட்டத்துக்குப் பதினைந்து இருபதுபேர்கள்தான் வருவார்கள். அவ்வளவுபேரும் இளந் தரவளிகளாக இருப்பார்கள். அன்றைய கூட்டத்திற்கு இரண்டு இயக்க இளைஞர்கள் வந்திருந்தார்கள். அவர்களில் ஒருவரின் கையில் ஒரு பையிருந்தது. அந்தப் பைக்குள்தான் துவக்கு இருக்கும் என நாங்கள் இரகசியமாகப் பேசிக்கொண்டோம். ஆனால் அந்தப் பையை அவர் திறந்தபோது அதற்குள் பத்திரிகைகளும் தமிழீழப் படம் அச்சடிக்கப்பட்ட 1984ம் ஆண்டுக்கான கலண்டர்களுமேயிருந்தன. அன்று கூட்டத்தில் அந்த இளைஞர்கள் பேசியதில் முக்கால்வாசி எங்களுக்கு விளங்கவில்லை. ஆனால் அவர்கள் பேசி முடித்தபின்பு அவர்களில் எங்களுக்கு மிகப்பெரிய மரியாதை வந்தது. கூட்டத்திற்கு பரிமளகாந்தன் வரவில்லை. கூட்டம் முடிந்ததும் வந்திருந்த இரண்டு இயக்கப் பொடியன்களும் 'பொன்மனச்செம்மல் எம்.ஜி.ஆர். சனசமூக நிலையம்' என்றிருக்கும் வாசகசாலையின் பெயரை மாற்றியமைப்பது நல்லது என்றார்கள். எங்களின் மதிப்புக்குரிய அந்த இளைஞர்களுக்கு என்ன பதிலைச் சொல்வது எனத் தெரியாமல் நாங்கள் தடுமாறினோம். நாங்கள் அவர்களைச் சற்றுக் காத்திருக்குமாறு கூறிவிட்டுப் பரிமளகாந்தனை அழைத்துவர ஆள் அனுப்பினோம்.

பரிமளகாந்தன் தூய வெள்ளை வேட்டியும் வெள்ளைச் சட்டையும் தோளில் சால்வையும் அணிந்து வரும்போதே அந்த இளைஞர்களை நோக்கிக் கைகளைத் தனது முகத்துக்கு நேராகக் கூப்பிக் கும்பிட்டவாறே வந்தார். அந்த இளைஞர்கள் தமிழ்ப்பற்று, விடுதலை, புரட்சி இவைகளைக் குறிக்கும் வகையில் வாசகசாலையின் பெயரை மாற்றலாம் என்றார்கள். அந்தப் பண்புகள் ஒன்றாகக் குவிந்திருக்கும் முன்னெழுத்து மந்திரம்தான் எம்.ஜி.ஆர். என்றார் பரிமளகாந்தன். அந்த இளைஞர்கள் கொஞ்சம் யோசித்துவிட்டு வாசகசாலையின் பெயரை 'புதியபூமி சனசமூக நிலையம்' என

மாற்றலாம் என்றார்கள். அதுவும் எம்.ஜி.ஆர் நடித்த படம்தான் என்றார் பரிமளகாந்தன். கடைசிவரை வாசகசாலையின் பெயரை மாற்றப் பரிமளகாந்தன் மறுத்துவிட்டார். எங்களாலும் இயக்க இளைஞர்கள் தங்களது உடல்களில் எங்கே துப்பாக்கிகளை ஒளித்து வைத்திருந்தார்கள் என்பதைக் கடைசிவரை கண்டுபிடிக்க முடியவில்லை.

அடுத்தடுத்த வருடங்களில் எம்.ஜி.ஆர் கலாமன்றத்தின் பாதிப்பொடியன்கள் இயக்கத்துக்கென்றும் பாதிப்பொடியன்கள் வெளிநாடுகளுக்கென்றும் தெறிக்கத் தொடங்கினார்கள். வெளிநாடுகளுக்குப் போனவர்கள் சவூதி அரேபியா, அப்ரோப்பா, கனடா என்று பல நாடுகளுக்கும் போனார்கள். ஆனால் இயக்கத்துக்குப் போன நாங்கள் அப்படியே 'செட்டாக ஒரு இயக்கத்துக்குத்தான் போனோம். எங்கள் ஊரில் நாங்கள்தான் கடைசி எம்.ஜி.ஆர். ரசிகர்களாக இருந்தோம். இரண்டு வருடங்கள் கழித்து நான் ஊருக்குத் திரும்பிவந்தபோது எங்கள் ஊரில் டி.ராஜேந்தருக்கும் கராட்டி மணிக்கும்தான் அதிகமான ரசிகர்கள் இருந்தார்கள். அப்போது 'தங்கக் கோட்டை, 'அதிசயப் பிறவிகள்' போன்ற படங்களில் நடித்துக் கராட்டி மணி பிரபலமாயிருந்தார். ஊருக்குள் தொலைக்காட்சியில் படம் போட்டு இந்த ரசிகர்கள் கூடியிருந்து பார்க்கும்போது நாங்கள் அந்த இடத்தைச் சுற்றி வளைத்து அவர்களைப் பிடித்துச் 'சென்றி' பார்க்கக் கூட்டிச் சென்றோம்.

எங்களுக்கு ஒரு காரியமாகத் தீவுப்பகுதியின் நிலவியல் வரைபடம் தேவைப்பட்டது. அதை எங்கே எடுக்கலாம் என்பது எங்களுக்குத் தெரியவில்லை. ஒரு பொடியன் அது கிராமசபை அலுவலகத்தில் இருக்கலாம் என்றான். கிராமசபைக்குப் புதிய ஓவிசியர் வந்திருந்தார். அவர் வெளியூரிலிருந்து எங்கள் ஊருக்கு வேலைக்கு வந்து போய்க்கொண்டிருந்தார். நான் கிராமசபை அலுவலகத்திற்குப் போய் இன்ன இன்ன மாதிரி நான் இன்ன இயக்கம் என்று அறிமுகப்படுத்திக்கொண்டு எங்களுக்கு அவசரமாகத் தீவுப்பகுதியின் நிலவியல் வரைபடம் தேவையாயிருக்கிறது என்றேன். ஓவிசியர் முதலில் முழித்தார். பின்பு மென்று விழுங்கி அது தன்னிடமில்லை என்றார். அவரின் முகத்திலிருந்தே அங்கே நிலவியல் படம் இருக்கிறது என்று நான் விளங்கிக்கொண்டேன்.

இரவு, நாங்கள் கிராமசபைக் கட்டடத்துக்குச் சென்றோம். கட்டடத்தின் வாசலில் இரவுக் காவலாளி பரிமளகாந்தன் தூங்கிக்கொண்டிருந்தார். அவரைத் தட்டியெழுப்பி ஒரு பொடியன் கட்டடத்தின் சாவியைக் கேட்டான். பரிமளகாந்தன் கையைக்

கட்டிக்கொண்டு உதட்டைக் கடித்துக்கொண்டு தலையைச் சாய்த்துப் பார்த்தார். அது அச்சொட்டான எம்.ஜி.ஆர். பார்வை. நான் சிரித்துக்கொண்டே கையை நீட்டினேன். பரிமளகாந்தன் என்னை முறைத்துப் பார்த்துவிட்டு "நீ கொள்ளையடிக்கவும் தொடங்கிற்றியா?" எனக் கேட்டார். நான் "அண்ணே இது மலைக்கள்ளன் படம் மாதிரி" என்றேன். அரைமணிநேரம் பேசிய பின்பு அவர் சாவியைத் தந்தார். நான் கதவைத் திறந்து உள்ளே போனேன். உள்ளே அலுமாரி பூட்டப்பட்டிருந்தது. அலுமாரியை உடைக்க வேண்டியதாயிருந்தது. அங்கே நிலவியல் வரைபடம் இருந்தது.

1987 நத்தாருக்கு முதல்நாள் எம்.ஜி.ஆர் இறந்துபோனார். எம்.ஜி.ஆர் இறந்த செய்தி வந்ததுமே பரிமளகாந்தன் மொட்டையடித்துக்கொண்டார். என்னைத் தெருவில் கண்டபோது என்னிடம் "அவர் இப்படித் திடீரெண்டு போவார் எண்டு நான் எதிர்பார்க்கயில்ல" என்றார். மொட்டைத் தலையை மறைப்பதற்காக பரிமளகாந்தன் தொப்பியணியத் தொடங்கினார். அது எம்.ஜி.ஆர் அணியும் அதே பாணியிலான வெள்ளைத் தொப்பி. சில நாட்கள் கழித்து அவர் கறுப்புக் கண்ணாடியும் அணியத் தொடங்கினார். இப்படித்தான் அவரை ஊருக்குள் பொடியன்கள் எம்.ஜி.ஆர் என்று அழைக்கத் தொடங்கினார்கள். எங்கள் ஊரில் மலேரியாக் காய்ச்சலும் பட்டப் பெயரும் டக்கெனப் பரவும்.

நான் பிரான்சுக்கு வந்ததற்குப் பிறகும் பரிமளகாந்தனைப் பற்றி அவ்வப்போது கேள்விப்பட்டுக்கொண்டிருந்தேன். அவர் பென்ஷன் வாங்கி விட்டார் என்றும் இப்போதும் அதே அழுக்குத் தொப்பியுடனும் கறுப்புக் கண்ணாடியுடனும்தான் திரிகிறார் என்றும் கேள்விப்பட்டேன். ஒரு வருடத்திற்கு முன்பு, பரிமளகாந்தன் தனது வீட்டில் தூக்கில் தொங்கித் தற்கொலை செய்துகொண்டார் என்ற செய்தி வந்தது. அந்தச் செய்தியைக் கதையோடு கதையாக எனக்குத் தொலைபேசியில் சொன்ன எனது அம்மா "எம்.ஜி.ஆர். தூக்குப் போட்டுச் செத்துப்போனான்" என்றுதான் சொன்னார். அவர் சாகும்போதும் தொப்பியும் கறுப்புக் கண்ணாடியும் அணிந்திருந்தாராம்.

3.

டொனாஸ் தலையைக் கவிழ்ந்தவாறே தரையில் அமர்ந்திருந்தான். நியூட்டன் 'அடிக்கவோ' என்று என்னிடம் சைகையால் கேட்டான். நான் அவனைப் பொறுத்திருக்குமாறு சொல்லிவிட்டு டொனாஸின் அருகில் சென்று அவனுக்குப் பக்கத்தில் தரையில்

உட்கார்ந்துகொண்டேன். பின்பு அவனிடம் "அது தற்கொலையில்லையா?" என்று கேட்டேன்.

டொனாஸ் தலையை நிமிர்த்தாமலேயே "இல்லை. நான்தான் கழுத்தை நெரிச்சுக் கொலை செய்துபோட்டு எம்.ஜி. ஆரிந்ர கழுத்தில கயிறுபோட்டு முகட்டில கட்டித் தூக்கினான்" என்றான்.

"ஏன் அப்பிடிச் செய்தனி?" என்று கேட்டேன்.

டொனாஸ் முகத்தை நிமிர்த்தாமலேயே "எம்.ஜி.ஆர். கொட்டிக்கு ஆதரவு" என்றான்

"என்ன கதை சொல்லுறாய், தீவுப் பகுதி முழுக்க உங்கிட கட்டுப்பாடு அங்க எங்க புலி வந்தது?" என்று நான் கேட்டேன்.

டொனாஸ் தலையை நிமிர்த்தி என்னைப் பார்த்தான். அவனின் உருண்டைக் கண்கள் விரிந்திருந்தன. அவன் ஒரு இரகசியத்தை வெளியிடும் தோரணையில் குரலைத் தாழ்த்தி "உங்களுக்குத் தெரியாது மாமா, எம்.ஜி.ஆர். கோடி கோடியாய் கொட்டிக்குக் காசு குடுத்தவர்" என்றான்.

நம்ப முடிகிறதா பௌஸர்? அந்தக் கொலைக்கு அவன் சொல்லும் காரணத்தை உங்களால் நம்ப முடிகிறதா? டொனாஸை நியூட்டனின் பொறுப்பிலேயே விட்டுவிட்டு நானும் திரவியமும் அங்கிருந்து புறப்பட்டோம். நாங்கள் வெளியே வந்தபோது என் பின்னாலேயே வந்த நியூட்டன் "மாமா அவனை என்ன செய்யிறது" என்று கேட்டான். "அவன் இரவுக்கு இஞ்சயே இருக்கட்டும் நான் விடியப் போன் செய்யிறன்" என்று சொல்லிவிட்டு வந்தேன்.

நான் காலையில் ஒன்பது மணிக்குப் போன் செய்தபோது நியூட்டனின் வீட்டில் யூட்டைத் தவிர மற்ற எல்லோரும் வேலைக்குப் போயிருந்தார்கள். யூட்டும் வேலைக்குப் போகும் அவசரத்திலிருந்தான். "டொனாஸ் எங்கே?" என்று கேட்டேன். "அவனைப் பார்க்கப் பாவமாயிருந்தது, அவனை விடியப்புறமே விட்டுட்டம்" என்றான் யூட்.

இது நடந்து நான்கு நாட்களுக்குப் பிறகு நான் டொனாஸை லாச்சப்பல் தெருவில் கண்டேன். என்னைக் கண்டதும் டொனாஸ் ஓடி வந்து என் பக்கத்தில் நின்றான். "எப்படியிருக்கிறாய்?" என்று கேட்டேன் "நல்ல சுகம் மாமா" என்றவன் கொஞ்சம் நிறுத்தி, "அண்டைக்கு நீங்கள் போன பிறகும் யூட் மச்சான் எனக்கு அடிச்சவர்" என்றான். தலையசைத்து விட்டு நான் அங்கிருந்து நடக்க முயன்றபோது டொனாஸ் என்னை 'மாமா' என்று மெதுவாகக் கூப்பிட்டான். நான் நின்றேன். டொனாஸ் என்

கண்களைப் பார்த்தவாறே 'மாமா நான் இப்ப ரெண்டு மூண்டு எம்.ஜி.ஆரின்ர படம் பார்த்தனான். எம்.ஜி.ஆர். உண்மையிலேயே நல்ல ஆள்' என்றான். எனக்கு அப்போது ஏற்பட்ட உணர்வுக்கு என்ன பெயர் என்று தெரியவில்லை. அந்தரம் என்பதுகூட எனது உணர்வை விளக்கப் போதுமான சொல்லல்ல. நான் 'எம்.ஜி.ஆரும் புண்டையும்' என்று சொல்லிவிட்டு அங்கிருந்து நடந்தேன்.

பரபாஸ்

"பொந்தியோ பிலாத்து அவர்களை நோக்கி; எவனை நான் உங்களுக்கு விடுதலையாக்க வேண்டுமென்றிருக்கிறீர்கள்? பரபாஸையோ? கிறிஸ்து எனப்படுகிற இயேசுவையோ என்று கேட்டான்"

(மத்தேயு 27:18)

நீங்கள் சந்தியாப்புலத்திற்குப் போயிருக்கமாட்டீர்கள்! இப்போது சந்தியாப்புலத்தில் கடற்படையினர் மட்டுமேயிருக்கிறார்கள். உருக்கெட்டுக் கிடக்கும் சந்தியோகுமையர் தேவாலய மண்டபத்தில்தான் படையினரின் தலைமையகம் இயங்குகின்றது. சந்தியாப்புலத்தின் மணலில் மனிதர்களின் வெற்றுப் பாதங்கள் பதிந்து இருபத்தொரு வருடங்களாகின்றன. படையினரின் பூட்ஸ் தடயங்கள் மட்டுமே இப்போது அந்தக் கிராமத்தில் பதிந்திருக்கின்றன. கால்களால் நடந்து செல்லும் மிருகங்கள்கூட சந்தியாப்புலத்தில் கிடையாது. வயிற்றினால் ஊர்ந்து போகும் பாம்புகள், புழுக்களின் தடங்களே சந்தியாப்புலத்தின் மணலில் பதிந்து கிடக்கின்றன.

படையினர் சந்தியாப்புலத்தில் எந்தச் சண்டையையும் எதிர்கொண்டதில்லை. அவர்களுக்கே தாரைவார்த்துக்

கொடுத்ததுபோல சந்தியாப்புலம் அவர்களிடம் அடங்கியே கிடக்கின்றது. இங்கிருக்கும் சிப்பாய்கள் அந்நிய மனிதர்களைப் பார்த்தே வெகுநாட்களாகின்றன. அவர்கள் போர் செய்வதையே கிட்டத்தட்ட மறந்துவிட்டார்கள். அவ்வப்போது மனநிலை பிறழும் ஒரு வீரன் தனது மேலதிகாரியையோ சக வீரனையோ போட்டுத் தள்ளுவதைத் தவிர வேறெந்த வெடிச் சத்தங்களும் சந்தியாப்புலத்தில் கேட்டதில்லை. இங்கே தற்கொலை செய்துகொள்ளும் எல்லா வீரர்களுமே ஒன்றில் பண்டிகை நாட்களுக்கு முதல்நாளில் தற்கொலை செய்துகொள்கிறார்கள். அல்லது பண்டிகைக்கு அடுத்த நாளில் தற்கொலை செய்கிறார்கள். இங்கே படையினரின் அன்றாட நடைமுறைகள் எல்லாம் வழக்கொழிந்து போய்விட்டன. அவர்கள் காலையிலோ மாலையிலோ அணிவகுத்து நடப்பதில்லை. அவர்களின் தலைமுடிகள் கடல்நீரில் தொடர்ந்து குளித்ததால் நீளமாகச் செம்பட்டை பற்றிக் கிடந்தன. அவர்கள் சவரம் செய்து கொள்வதும் கிடையாது. அவர்கள் சீருடைகள் அணிவதும் கிடையாது. அவர்கள் வெறும் அரைக் கச்சைகளுடன் சந்தியாப்புலத்தில் சோர்வுடன் அலைந்துகொண்டிருந்தார்கள். ஆனால் முழங்கால்கள்வரை வரும் கனமான கறுப்பு இராணுவக் காலணிகளை மட்டும் அவர்கள் அணியத் தவறுவதேயில்லை. அவர்கள் தூங்கும்போதுகூடக் கால்களிலிருந்து காலணிகளை அகற்றினார்களில்லை.

மாதத்திற்கு ஒருதடவை காரைநகர் கடற்படை முகாமிலிருந்து சந்தியாப்புலம் கரைக்கு வரும் விசைப்படகு விஜிதாவை சந்தியாப்புலத்தில் இறக்கிவிட்டுப் போகும். விஜிதா கணுக்கால் தண்ணீரில் நடந்து கரைக்கு வரும்போது சிப்பாய்கள் அவள் அணிவதற்காக ஒருசோடி இராணுவக் காலணிகளைக் கரையில் தயாராக வைத்திருப்பார்கள். அந்தக் காலணிகளை அணிந்து அவளால் சரிவர நடக்க முடியாது. அவள் காலணிகளுக்குள் தன் பருத்த கால்களை நுழைத்துக்கொண்டு சேலையைத் தொடைகள்வரை தூக்கிப் பிடித்துக்கொண்டு கால்களை அகட்டி அகட்டி நடப்பாள். அவள் சிப்பாய்களுடன் முயங்கும்போது நாட்கணக்கில் சந்தியாப்புலத்தின் சுடுநிலத்தில் முதுகு கருக நிர்வாணியாய்க் கிடப்பாள். ஆனால் அப்போதும் அவளின் கால்களில் பூட்ஸுகள் கிடக்கும்.

உங்களுக்குக் 'காந்தியம்' டேவிட் ஐய்யாவையோ அல்லது தனிநாயகம் அடிகளாரையோ தெரிந்திருக்கும். இல்லாவிட்டால்தான் என்ன உங்களுக்குக் கண்டிப்பாக ஏ.ஜே.கனரட்ணாவை தெரிந்துதானிருக்கும். இவர்கள் பிறந்த கரம்பொன் கிராமத்திலிருந்து வடக்கு நோக்கி நீங்கள் பற்றை

வெளியூடாக நடந்து சென்றால் பதினைந்து நிமிட நடைதூரத்தில் பூமி கரையத் தொடங்குவதைக் காண்டீர்கள். கற்பூமி களிமண்ணாகிக் தரவையாகிக் குறுமணலாகிச் சொரிமணலாய்க் கிடக்கும் சிறிய நிலப்பரப்பை இப்போது நீங்கள் வந்தடைந்திருப்பீர்கள். தம்பாட்டிக் கடலோரத்தில் கிடக்கும் அந்தக் குறிச்சிக்குத்தான் சந்தியாப்புலம் என்று பெயர்.

முன்பு குறிச்சியின் நடுவே சந்தியோகுமையர் தேவாலயமிருந்தது. முன்பு குறிச்சியின் கிழக்குத் தெருவில் கூட்டுறவுச் சங்கத்தின் கடையிருந்தது. முன்பு தேவாலயத்தை ஒட்டி ரோமன் கத்தோலிக்கத் தமிழ்க் கலவன் பாடசாலையிருந்தது. முன்பு குறிச்சியின் கடலோரமாகக் கள்ளுத் தவறணையிருந்தது. முன்பு சந்தியாப்புலத்தின் மக்கள் கடும் இறை விசுவாசிகளாயும் சோம்பேறிகளுமாயிருந்தனர்.

இந்தக் கிராமத்தில்தான் இருபத்தொரு வருடங்களிற்கு முன்பு வில்லியம் என்ற திருடன் இருந்தான்.

2

கள்ளக் கபிரியல் சாகும்போது அநாதையாகத்தான் இறந்தார். அப்போது சந்தியாப்புலமே ஆறாத சோகத்தில் மூழ்கிக் கிடந்தது. கிராம மக்கள் மிகுந்த அக்கறையுடன் கள்ளக் கபிரியேலின் இறுதிச் சடங்குகளைச் செய்தார்கள். சின்னமடுவிலிருந்து இரண்டு கூட்டம் பறைமேளங்கள் வரவழைக்கப்பட்டன. பாடல்களைப் பாடுவதற்கு யாழ்ப்பாணத்திலிருந்து சுதிமரியான் கொண்டுவரப்பட்டார். சுதிமரியான் தனது எக்கோர்டியனை இசைத்தவாறே "கெட்டுப் போனோம் பாவியானோம் சிலுவைசெய் நாதனே" என்று கட்டைக் குரலெடுத்துப் பாடிக்கொண்டிருக்கக் கோடித் துணியுடுத்தி அலங்கரிக்கப்பட்ட தோம்புவில் ஏற்றி ஒரு கடவுளைப்போல கிராமத்து மக்கள் கபிரியலை ஊர்வலமாகச் சவக்காலைக்கு எடுத்துச் சென்றனர்.

சந்தியாப்புலம் இரவு எட்டு மணிக்கெல்லாம் அடங்கிவிடும். வருடம் முழுவதுமே இரவு பகலாகத் தகிக்கும் வெம்மையால் ஆண்கள் வீட்டின் முற்றங்களில்தான் படுத்துக் கிடப்பார்கள். அமாவாசையை ஒட்டிய நாட்களில் ஒருநாள் சந்தியாப்புலத்தின் தெருக்களில் திடீர் திடீரெனக் குதிரைக் குளம்பொலிகளின் சத்தம் கேட்கும். அந்தத் தருணங்களில் மட்டும் முற்றங்களில் படுத்திருப்பவர்கள் அமைதியாக எழுந்து சென்று வீடுகளுக்குள் முடங்கிவிடுவார்கள். அவர்களுக்குத் தெரியும், சந்தியோகுமையர் புரவியில் ஆரோகணித்துச் சந்தியாப்புலம் வீதிகளில் ரோந்து

செல்கிறார். அறுபது வருடங்களிற்கு முன்பு பிரப்பம்தாழ்வு என்றழைக்கப்பட்ட இந்தக் கிராமத்தில் பெத்லேம் இஸ்ரேல் பாதிரியால் சந்தியோகுமையர் தேவாலயம் அமைக்கப்பட்ட நாளிலிருந்து மாதத்திற்கு ஒரிரு தடவைகள் சந்தியோகுமையர் இவ்வாறாக நடுநிசியில் வீதிவலம் போய்க்கொண்டுதானிருக்கிறார்.

சந்தியோகுமையர் வீதிவலம் வந்தவொரு இரவில் விதானையின் தோட்டத்தில் பழுத்துக் கிடந்த மிளகாய்கள் களவாடப்பட்டிருந்தன. யார் திருடியிருப்பார்கள் என்பது விதானைக்கும் ஊர்ச் சனங்களுக்கும் நிருபணமாகத் தெரியும். ஆனாலும் அவர்கள் வழமைபோலவே காலடி பார்க்கும் எப்பாஸ்தம்பிக்கு அதிகாலையிலேயே தகவல் அனுப்பினார்கள். கிராம மக்கள் விதானையின் தோட்டத்தில் எப்பாஸ்தம்பியை எதிர்பார்த்து அமைதியாகக் காத்திருந்தார்கள். அவர்கள் தோட்டத்து மணலில் பதிந்திருந்த திருடனின் காலடித் தடங்களைச் சுற்றி மணலில் விரல்களால் வட்டங்களை வரைந்துவிட்டு எப்பாஸ்தம்பி வரும்வரைக்கும் அந்தக் காலடித் தடங்கள் கலைந்துவிடாதவாறு கண்ணும் கருத்துமாய் பாதுகாத்தார்கள்.

எட்டு மணியளவில் எப்பாஸ்தம்பி தோட்டத்திற்கு வந்தார். எப்பாஸ்தம்பி காலடித் தடங்களைப் பரிசோதித்துவிட்டு என்ன சொல்லப் போகிறார் என்பதைச் சனங்கள் அறிந்தேயிருந்தார்கள். எனினும் அவர்கள் எப்பாஸ்தம்பியின் சொல்லுக்காக அமைதியாகக் காத்திருந்தார்கள். அவர்களில் பலரும் எப்பாஸ்தம்பி சொல்லப்போவது குறித்துத் தமக்கு எவ்வித முன் முடிவுகளுமில்லை என்ற தோரணையைத் தங்களது முகங்களில் கொண்டுவருவதற்காகப் பெரும் பிரயத்தனங்களைச் செய்துகொண்டிருந்தார்கள். திருடன் யாராயிருப்பான் என அவர்கள் ஒவ்வொருவரும் அறிந்திருந்தபோதிலும் அவர்களில் எவராவது ஒரு ஊகமாகவாவது தாங்கள் அறிந்திருந்த திருடனின் பெயரை உச்சரித்தார்களில்லை.

எப்பாஸ்தம்பி நிலத்தில் குந்தியிருந்து திருடனின் முதலாவது காலடித் தடத்தை உற்றுப் பார்த்தவாறேயிருந்தார். முதலாவது காலடித் தடத்தை ஆராய மட்டும் அவர் பத்து நிமிடங்களைச் செலவிட்டார். பின் மெதுவாக எழுந்து திருடனின் தடத்தை அவர் பின்தொடர்ந்தார். சனங்கள் அவரின் பின்னாலேயே தொடர்ந்து வந்தார்கள். தோட்டத்தின் எல்லைக்கு வந்ததும் எப்பாஸ்தம்பி அமைதியாக மடியிலிருந்த புகையிலையை எடுத்து நுணுக்கமாகக் கிழித்துச் சுற்றிக்கொண்டே விதானையிடம் "எனக்கு ஆர் ஆளெண்டு விளங்குது" என்று சொல்லிவிட்டுச் சுருட்டைப் பற்ற வைத்துக்கொண்டு வடக்கு முன்னாகத் தனது வளைந்துபோன

காலை இழுத்து இழுத்து நடக்க ஆரம்பித்தார். வழமைபோலவே இம்முறையும் சனங்கள் தோட்டத்துடனேயே நின்றுவிட களவு கொடுத்தவன் மட்டும் எப்பாஸ்தம்பியைப் பின்தொடர்ந்து சென்றுகொண்டிருந்தான்.

எப்பாஸ்தம்பி இழுத்து இழுத்துக் கள்ளுத் தவறணைக்கு வந்தபோது தவறணையைத் திறந்துகொண்டிருந்தார்கள். சீவல் தொழிலாளிகள் முட்டிகளில் பொங்கிக்கிடந்த கள்ளை அளந்து அளந்து தவறணையின் பீப்பாவில் நிரப்பிக் கொண்டிருந்தார்கள். தவறணையின் முன்னிருந்த கொட்டிலில் மணலைக் குவித்து எப்பாஸ்தம்பி உட்கார்ந்துகொண்டார். விதானை ஒரு புளாவில் பவுத்திரமாகக் கள்ளை ஏந்திவந்து எப்பாஸ்தம்பியிடம் கொடுத்தான். புளாவில் வாயை வைத்து ஒரு இழுவை இழுத்த எப்பாஸ்தம்பி விதானையிடம் "உவன் கள்ளக் கபிரியேல் தான் செய்திருக்கிறான்" என்றார். இந்தத் துப்பை எதிர்பார்த்தேயிருக்காதவன் போல விதானை மூஞ்சியை விரித்தவாறே "இதென்ன சந்தியோம்மையாரே உந்த அமாவாசை இருட்டுக்க என்னெண்டு அந்தக் கிழவன் ஒரு காய் விடாம ஆய்ஞ்சுகொண்டு போனவன்!" என்று தன் வாயைக் கைகளால் பொத்திக்கொண்டான்.

கபிரியலுக்கு எழுபது வயதிருக்கும். நல்ல வாட்டசாட்டமான உடலும் தீர்க்கமான கண்களும் கம்பீரமான நடையும் வெண்ணிறத் தாடியுமாக ஆள் பார்ப்பதற்கு சுந்தர ராமசாமி போலவேயிருப்பார். ஆனால் கபிரியல் கிழவர் நிறம் குறைவு. கபிரியலுக்குப் பெண்சாதி பிள்ளைகள் கிடையாது. அவர் தொடர்ந்து அறுபது வருடங்களாகச் சந்தியாப்புலத்தில் திருடி வருகிறார். பழைய துணிகள், சட்டிபானைகள், கோழிகள், ஆடுகள், சைக்கிள்கள், தோட்டங்களில் மிளகாய்கள், தக்காளிகள் என மதிப்புள்ளவை மதிப்பற்றவை என்ற பேதங்களில்லாது அவர் எல்லாவற்றிலும் கைவைப்பார். அவர் இதுவரை திருடியவற்றில் உச்ச மதிப்புள்ள பொருள் ஒரு நீர் இறைக்கும் இயந்திரம்தான்.

கபிரியல் அதைப் பத்து வருடங்களிற்கு முன்பு திருச்செல்வத்தின் வீட்டிலிருந்து திருடிச் சென்றார். அப்போதும் எப்பாஸ்தம்பி திருச்செல்வத்தின் வளவில் பதிந்திருந்த காலடிகளைப் பார்த்து அத்தடங்கள் கபிரியலுடையவையே எனக் கண்டுபிடித்தார். சபினாரின் மகன் திருச்செல்வம் ஊரறிந்த முரடன். நான்கு நாட்கள் கழித்து திருச்செல்வம் பணை தறித்துவிட்டுத் தோளில் கோடரியுடன் வரும் போது கபிரியேல் தெருவில் அவனுக்கு எதிர்ப்பட்டபோது திருச்செல்வம் கையில் கோடரியுடன் கபிரியலைத் துரத்த ஆரம்பித்துவிட்டான். தெருவில் கபிரியலும் திருச்செல்வமும் 'ரேஸ்

ஓடினார்கள். வாசிகசாலை முன்றலில் வைத்துத் திருச்செல்வம் கிழவரை நெருங்கிவிட்டான். முன்றலில் கூடிநின்ற சனங்களின் மத்தியில் இருவரும் சண்டைக் கோழிகள் மாதிரி ஒருவரை ஒருவர் முறைத்துப் பார்த்தவாறே நின்றனர்.

இப்போது கபிரியலின் மடியிலிருந்த சிறிய கிறிஸ் கத்தி அவரின் கையிலிருந்தது. திருச்செல்வம் கிழவரின் கையிலிருந்த கத்தியையே முறைத்துப் பார்த்தவாறு நின்றிருந்தான். மோதலுக்குக் கிழவர்தான் முன்கையெடுத்தார். கிழவர் தனது கையிலிருந்த கத்தியைத் திருச்செல்வத்தின் காலடியில் மணலில் வீசியெறிந்துவிட்டு "செல்வம் நான் கிறிஸைப் போட்டுட்டன், நீயும் கோடலியக் கீழ போட்டுட்டு என்னோட கையால அடிடா வாவன்" என்று கிழவர் சவால் விட்டார். அந்தக் கணமே திருச்செல்வம் தன்னுடைய கோடரியைத் தூக்கிக் கபிரியலுக்கு முன்னால் வீசியெறிந்தான். அவ்வளவுதான், ஒரு பாய்ச்சலில் குனிந்து திருச்செல்வம் வீசியெறிந்த கோடரியைக் கையில் எடுத்த கிழவர் மறுபாய்ச்சலில் கோடரியால் திருச்செல்வத்தின் கால்களில் வெட்டினார். அன்று திருச்செல்வம் கால்களில் இரத்தம் ஒழுக ஒழுக ஓடித் தப்பினான்.

விதானையின் தோட்டத்தில் திருடியது கபிரியல் கிழவர்தான் என்று எப்பாஸ்தம்பி உறுதிசெய்த அரைமணி நேரத்தில் கிராமத்தினர் கிழவரின் குடிசையைச் சுற்றி வளைத்தனர். கிழவர் கடும் போதையிலிருந்தார். அவரால் நடக்கவே முடியவில்லை. கிராமத்தினர் கிழவரின் கைகளைப் பற்றிச் சுடுமணலுக்குள்ளால் விதானையின் வீடுவரை கொர இழுவையில் கிழவரைக் கொண்டுவந்தனர். விதானை தனது விசாரணையைத் தொடங்கினான். "அப்பு எனக்கு உண்மையைச் சொல்லிப்போட வேணும்! எங்க மிளகாய்ச் சாக்கை ஒளிச்சு வைச்சிருக்கிறியிள்?" அரை மயக்கத்தில் கிடந்த கிழவர் தனது இடக்கையைத் தூக்கி விரல்களை விரித்துத் தனது வலக்கையால் இடது உள்ளங்கையில் ஒரு குத்துவிட்டு "எனக்கு வழியில்லாமலோ தூமைச்சிலை உன்னட்ட களவெடுக்க வந்தனான்" என்று உறுமினார். இளைஞர்கள் மறுபடியும் சென்று தேடியதில் கிழவரின் குடிசையைச் சூழ வரவிருந்த நொச்சிப் புதர்களிடையே மிளகாய்ச் சாக்கு கண்டுபிடிக்கப்பட்டது.

விதானை ஆங்காரத்துடன் மிளகாய்ச் சாக்கைத் தூக்கி கிழவருக்கு முன்னால் வைத்துவிட்டு "எண அப்பு இது என்ன?" என்று கேட்டான். கிழவர் கண்களை மூடியவாறே "இது நான் விசுவமடுவிலிருந்து கொண்டுவந்தது" என்றார். கிழவரைச் சுற்றி நின்றவர்கள் ஆளையாள் பார்த்து இளித்துக்கொண்டனர். கிழவர்

மெல்ல எழுந்து நின்றார். அவரின் முகத்தில் சினம் பற்றியிருந்தது. அவர் சுற்றும் முற்றும் பார்த்துத் தலையை ஆட்டியவாறே சாரத்தைத் தூக்கிச் சண்டிக்கட்டாகக் கட்டிக்கொண்டு வெளியே நடக்கத் தொடங்கினார். அப்போது விதானையின் பெண்சாதி கிழவரைத் துரத்திக்கொண்டே ஓடிவந்து ஒரு ஓலைப்பெட்டியைக் கிழவருக்கு முன் நீட்டினாள். அந்தப் பெட்டி நிறையப் பழுத்த மிளகாய்கள் கிடந்தன. ஏதோ காணிக்கை கொடுப்பதைப்போல அவள் கிழவரின் முன்னால் மிளகாய்களை ஏந்தியவாறே நின்றிருந்தாள். கிழவர் தனது நீண்ட கையை விசிறி அந்தப் பெட்டியைத் தட்டிவிட்டுத் தன்னாரவாரம் நடந்துபோனார்.

கிழவர் இறந்தபோது இனிக் கிராமத்தில் திருட்டே நடக்காது என மக்கள் நினைத்துக்கொண்டனர். கிழவர் இறந்த நாளிலிருந்தே சந்தியோகுமையர் குதிரையில் வீதிவலம் வருவதும் நின்று போயிருந்தது. கிழவர் இறந்துபோன மூன்றாவது அமாவாசையில் ரீத்தம்மாக் கிழவியின் வீட்டில் உடுபுடவைகள் களவு போயின. அன்று அதிகாலையில் சந்தியாப்புலத்தின் தெருக்களில் குதிரையின் குளம்பொலிகளை மக்கள் மறுபடியும் கேட்கலாயினர்.

ரீத்தம்மாவின் வளவில் பதிந்திருந்த திருடனின் காலடிகளை எப்பாஸ்தம்பி நுணுக்கமாக ஆராய்ந்துகொண்டிருந்தார். மணலில் ஒரு பந்து துள்ளிச் சென்றதைப்போல அந்தக் காலடிகள் மங்கலாயும் திருத்தமில்லாமலும் கிடந்தன. திருடனின் காலடிகளைச் சுற்றி நின்ற மக்கள் திருடன் செருப்புகளை அணிந்துகொண்டு வந்திருப்பானோ என்று சந்தேகப்பட்டனர். ரீத்தம்மாவின் மகன் தயங்கித் தயங்கி அதை எப்பாஸ்தம்பியிடம் கேட்டே விட்டான். அப்போது எப்பாஸ்தம்பி குந்தியிருந்து மணலைத் தனது கைகளில் அள்ளிக் கீழே துளித் துளியாய் உதிர்த்துக்கொண்டேயிருந்தார். பின் அவர் எழுந்துநின்று ரீத்தம்மாவின் மகனிடம் "எனக்கு ஆளை விளங்குது" என்று சொல்லிவிட்டுத் தனது வளைந்த கால்களை இழுத்துக்கொண்டே நடக்கத் தொடங்கினார். அவர் கள்ளுத் தவறணையில் வைத்து ரீத்தம்மாவின் மகனிடம் திருடனின் பெயரை வெளியிட்டார். சபினாரின் மகன் வில்லியம் திருடனாயிருந்தான்.

இதை அறிந்ததும் கிராமத்து மக்கள் தங்களின் மார்புகளில் கைகளால் சிலுவைக் குறிகளைப் போட்டுக்கொண்டனர். அவர்களின் முகங்களில் அடையாளமில்லாத ஒளி தொற்றிற்று. கடந்த மூன்று மாதங்களில் அவர்கள் எல்லோருமே தங்களின் வீடுகளுக்குள்ளும் தோட்டங்களிலும் ஆலயத்திலும் முடங்கிக் கிடந்திருந்தார்கள். இன்று ஒரு திருடனின் பொருட்டு அவர்கள் ஒன்றாகக் கூடியிருக்கிறார்கள். கிராம மக்களிடம் சந்தியோகுமையர்

ஆலய கொடியேற்ற காலங்களில் மட்டுமே இன்றுள்ளது போன்ற உற்சாகமும் சகோதரத்துவமும் காணக்கிடைக்கும்.

அந்தக் கிராமத்திலேயே 'சென்ற் பற்றிக்ஸ்' பாடசாலையில் படித்தவன் வில்லியம் மட்டுமே. அந்தக் காலத்திலேயே ஒரு மாணவனுக்கு இடம் கொடுப்பதற்கு பற்றிக்ஸில் அய்நூறு ரூபாய்கள் அறவிட்டார்கள். காலையிலும் மாலையிலும் இரண்டு மணிநேரங்கள் பயணம் செய்து வில்லியம் நகரத்திற்குச் சென்று படித்து வந்தான். பத்தாவோடு அவன் படிப்பு நின்றுவிட்டது. ஆலயப் பலிப்பூசையின்போது சன்னமான குரலில் ஏற்ற இறக்கங்களுடன் ஒன்றிப்போய் விவிலியப் புத்தகத்தை வில்லியம் வாசிக்கும்போது பெண்கள் கண்ணீர் விடுவார்கள்.

வில்லியம் தனது பத்தொன்பதாவது வயதில் எங்கிருந்தோ கறுப்பியைச் அழைத்துவந்தான். கறுப்பி பூநகரியாள் என்றும் நெடுந்தீவாள் என்றும் வெவ்வேறு தகவல்கள் உள்ளன. கறுப்பிக்கு அப்போது பதினேழு வயதிருக்கும். கடற்கரையில் ஈச்சம் பற்றைகளை வெட்டி அகற்றி அங்கே ஒரு கொட்டிலை இணக்கிக்கொண்டு வில்லியமும் கறுப்பியும் சீவித்தார்கள். பின்னிரவுகளில் கடற்கரையை ஒட்டிய ஈச்சம் செடிகளில் கறுப்பி பழங்கள் சேகரிப்பதைச் சிலர் கண்டிருக்கிறார்கள். அதைத் தவிர்த்துக் கறுப்பி பகலில் அந்தக் கொட்டிலை விட்டு வெளியே வந்ததேயில்லை.

வில்லியமும் காலையிலேயே நகரத்திற்குப் போய்விடுவான். அவன் எப்போதும் தூய்மையான வெள்ளைச் சாரமும் வெள்ளை முழுக்கைச் சட்டையும் அணிந்திருப்பான். அந்தக் கிராமத்தில் பெரும்பாலானோர்க்கு செருப்புகள் அணியும் பழக்கம் கிடையாது. அந்த மண்பூமியில் செருப்புடன் நடப்பது நீரின் மேல் நடப்பதைப் போலச் சிரமமானது. வில்லியம் தன் கைகளில் வெண்ணிறச் செருப்புக்களைத் தூக்கிப்பிடித்தவாறே மணலில் நடந்து வருவான். சிவந்த மெல்லிய உடலுடன் கன்னங்களில் புரளும் சுருட்டை முடியுடனும் முட்டைக் கண்களுடனும் சிவந்த உதடுகளுடனும் வில்லியம் அந்த வெள்ளுடையில் ஒரு சம்மனசைப் போலிருப்பான். அவன் நகரத்தில் என்ன செய்கிறான் என யாருக்கும் தெரியாது. அவன் காலையிலிருந்து மாலைவரை நகரத்து பஸ் நிலையத்திலேயே நின்றிருப்பதை அவதானித்திருப்பதாகச் சிலர் பேசிக்கொண்டார்கள்.

சபினாருக்கு இப்படியாரு பிள்ளையா வாய்த்திருக்க வேண்டுமென்று அவர்கள் சலித்துக்கொண்டார்கள். கிராம மக்கள் முதலில் சபினாரிடம்தான் போனார்கள். "அவன் கள்ளனெண்டா அவனை நீங்கள் அடிச்சுக் கொல்லுங்கோ, எனக்கும் அவனுக்கும் தேப்பன் பிள்ளை உறவு முடிஞ்சு வரியம் ஒண்டாச்சு" என்று

சபினார் படலையை அடித்துச் சாத்திவிட்டார். கிராமத்து இளைஞர்கள் வில்லியத்தைத் தேடி அவனின் கொட்டிலுக்குப் போனபோது அங்கே கறுப்பி தனது கைக்குழந்தையுடன் குடிசை முற்றத்தில் விளையாடிக்கொண்டிருந்தாள். அவளிடம் இளைஞர்கள் வில்லியம் எங்கேயென்று கேட்டார்கள். அவள் ஒன்றும் பறையாமல் விறுக்கெனக் கொட்டிலுக்குள் போய்விட்டாள்.

செக்கலில் வில்லியம் சந்தியாப்புலம் எல்லையில் தட்டி வானில் வந்து இறங்கியபோது இளைஞர்கள் அவனைச் சுற்றி வளைத்துக்கொண்டார்கள். அவனின் கைகளைக் கயிற்றால் பிணைத்து அவனை ரீத்தம்மாவின் வீட்டுக்கு இழுத்துச் சென்றார்கள். ரீத்தம்மாவின் வீட்டின் முன்னால் நின்ற ஒல்லி வேம்புடன் அவன் இறுகக் கட்டப்பட்டான். ரீத்தம்மாவின் மகன் வில்லியத்தின் நீளமான சுருள் முடிகளைப் பற்றி விட்ட முதல் அறையிலேயே வில்லியத்தின் உதடுகள் வெடித்தன. வில்லியம் ஒரு கண்ணாடிச் சிலை போலயிருந்தான். எந்த இடத்தில் தட்டினாலும் அவனின் உடல் வெடித்து இரத்தம் கசியலாயிற்று. வில்லியத்தின் வெண்ணிற உடையில் இரத்தப் பொட்டுகள் தெறித்தன.

வில்லயம் முதல் அடியிலேயே திருடன் அவன்தான் என்பதை ஒத்துக்கொண்டான். திருடிய துணிகளை அவன் யாழ்ப்பாணத்தில் விற்றுவிட்டானாம். வில்லியம் தனது சட்டைப்பையில் எழுபது ரூபாய்கள் இருப்பதாகவும் அவற்றை எடுத்துக்கொண்டு தன்னை விட்டுவிடுமாறும் அவர்களிடம் மன்றாடினான். கிராமத்தினர் வில்லியத்தைச் சுற்றி முகங்களில் குழப்ப ரேகைகளுடன் நின்றிருந்தனர். அவர்களிடையே வில்லியத்தின் அண்ணன் திருச்செல்வமும் நின்றிருந்தான். அவனின் வெற்றுத் தோளில் அப்போதும் அவனது கோடரி தொங்கிக் கிடந்து. விதானை இரண்டு இளைஞர்களைத் தனியாகக் கூப்பிட்டு திருச்செல்வம் கோடரியால் வில்லியத்தைக் கொத்தக்கூடும் என்றும், எதற்கும் திருச்செல்வத்தின் அருகிலேயே இளைஞர்களை அவதானமாக நிற்கவும் சொன்னான். அன்று இரவு முழுவதும் ரீத்தம்மா வீட்டு வேப்பமரத்தில் வில்லியம் கட்டப்பட்டிருந்தான். அதிகாலையிலே சந்தியோகுமையர் குதிரையில் வீதிவலம் வரும் சத்தத்தை வில்லியம் கேட்டான்.

கூட்டுறவுச் சங்கக்கடையின் ஓடுகள் பிரிக்கப்பட்டுப் பொருட்கள் திருடப்பட்டிருந்தன. எப்பாஸ்தம்பி அடி பார்த்துத் தடங்கள் வில்லியத்தினுடையவை என்று சொல்லிவிட்டார். சங்கக்கடை மனேச்சருக்கு வேறு வழியில்லை. அவன் களவுபோனதை ஊராத்துறைத் தலைமைச் சங்கத்திற்கு அறிவித்துவிட்டான்.

மதியத்தில் சந்தியாப்புலத்திற்குள் பொலிஸ்ஜீப் வந்தது. ஜீப்பைக் கண்டதும் கிராமத்தினர் செத்த நாயிலிருந்து உண்ணி கழன்றதுபோல மெதுவாகச் சங்கக்கடையிலிருந்து நழுவலாயினர். மெதுமெதுவாய் நடந்து சென்ற இளைஞர்கள் வீதியிலிருந்து இறங்கியதும் வேலிகளைப் பாய்ந்து தலைதெறிக்க ஓடலானார்கள். இந்தச் சந்தியாப்புலத்து மணலில் கபிரியல் கிழவரோ அல்லது வில்லியமோ கூட இந்த அச்சத்துடனும் வேகத்துடனும் இதுவரை ஓடியதில்லை.

சங்கக்கடையின் முன்னால் வந்துநின்ற ஜீப்பிலிருந்து சார்ஜன் அரியநாயகமும் இன்னும் இரண்டு பொலிஸ்காரர்களும் இறங்கினார்கள். அரியநாயகம் இறங்கியபோது அவனிற்கு முன்னால் சிறுவன் அன்ரனி நின்றிருந்தான். அன்ரனி அந்தப் பச்சைநிற ஜீப்பையே ஆச்சரியத்துடன் பார்த்துக்கொண்டு நின்றான். அரியநாயகத்தின் மிடுக்கையும் அவனின் சீருடைகளையும் தொப்பியையும் அந்தச் சிறுவன் அச்சத்துடன் ஓரக்கண்ணால் கவனித்தான். அன்ரனியை எட்டிப்பிடித்த சார்ஜன் அரியநாயகம் "என்ன புண்டையா பாக்கிறாய்?" என்றவாறே அன்ரனியின் தலையில் ஓங்கிக் கொட்டிவிட்டுச் சங்கக்கடைக் கிணற்றிலிருந்து தண்ணீர் அள்ளிவந்து ஜீப்பைக் கழுவுமாறு அன்ரனிக்குக் கட்டளையிட்டான். சிறுவன் தூக்க முடியாமல் தண்ணீர் வாளியைத் தூக்கிவந்து வாயழுமுடி விம்மியவாறே ஜீப்பைக் கழுவத் தொடங்கினான்.

சார்ஜன் விசாரணையைத் தொடங்கலானான். அவன் சந்தியாப்புலத்திலிருந்த ஒவ்வொருவரையும் திருடன் என்ற கோணத்திலேயே விசாரித்தான். இதற்குள் ஊருக்குள் சென்ற பொலிஸ்காரர்கள் இருவரும் ஊரிலிருந்த ஆண்கள் எல்லோரையும் சங்கக்கடைக்குச் சாய்த்துக்கொண்டு வந்தார்கள். கிராமத்தினர் சார்ஜனின் முன்பு தலைகுனிந்து நின்றிருந்தார்கள். அன்றைய விசாரணையில் எட்பாஸ்தும்பி உட்பட நான்குபேர் சார்ஜனின் பூட்ஸ் கால்களால் உதைபட்டார்கள்.

மதியச் சாப்பாடும் சாராயமும் பொலிஸாருக்கு விதானையின் வீட்டில் ஏற்பாடாகியிருந்தது. சாப்பிட்டுவிட்டு விதானையின் முற்றத்து மரநிழலில் சாய்வுநாற்காலியில் சட்டையைக் கழற்றிவிட்டு சார்ஜன் தூங்கிக்கொண்டிருக்க அந்த இடைவெளியில் இரண்டு பொலிஸ்காரர்களும் குடிமனைகளுக்குள் புகுந்து மாம்பழங்கள், மிளகாய்கள், பனங்கிழங்குகள் ஆகியவற்றைச் சேகரித்து ஜீப்பில் ஏற்றினார்கள். மாலையில் விதானை சார்ஜனிடம் பக்குவமாக "ஐயா களவெடுத்தவன் வில்லியம்தான், அவனைத் தேடிப் பார்த்தாச்சு,

ஆள் ஊரில இல்லை" என்று சொன்னான். மாலையில் வில்லியத்தின் தகப்பன் சபினாரையும் சகோதரன் திருச்செல்வத்தையும் ஏற்றிக்கொண்டு பொலிஸ்ஜீப் சந்தியாப்புலத்திலிருந்து புறப்படலாயிற்று. சார்ஜனின் கைகளுக்குள் சங்கக்கடை மனேச்சர் நூறு ரூபாயை வைத்தான். அப்போது சிறுவன் அன்ரனி ஜீப்பை பாதிதான் கழுவி முடித்திருந்தான்.

நீக்கிலாப்பிள்ளையின் பட்டியில் வெள்ளாடு களவு போனபோது ஊறாத்துறைப் படுக்குறையில் வில்லியம் ஆட்டுடன் பொலிஸாரிடம் அகப்பட்டான். இரண்டு பொலிஸ்காரர்கள் அவனையும் ஆட்டையும் லைன்வானில் ஏற்றிச் சந்தியாப்புலத்திற்குக் கொண்டுவந்தார்கள். நீக்கிலாப்பிள்ளையின் ஆட்டுப்பட்டியில் கட்டிவைத்துப் பொலிசுக்காரர்கள் வில்லியத்தின் தோலையுரித்தார்கள். அவன் "சேர் ப்ளிஸ் அடிக்கதையுங்கோ, சேர் ப்ளிஸ் அடிக்காதையங்கோ" என்று கையெடுத்துக் கும்பிட்டு அலறிக்கொண்டிருந்தான். கிராமத்தினர் துயரத்துடன் வில்லியத்தின் முகத்தைப் பார்த்துக்கொண்டிருந்தனர். இடையே ஒரு தடவை வில்லியம் "ஐயோ நான் செண் பற்றிக்ஸில படிச்சனான்" எனக் கூவியழுதான். பின் நீக்கிலாப்பிள்ளையைப் பார்த்து "மாமா நான் செய்தது பிழைதான் என்ன மன்னிச்சுக்கொள்ளுங்க" என்று கேவினான்.

இந்தப் பத்து வருடத்தில் சந்தியாப்புலத்தில் வில்லியம் கை வைக்காத வீடுகளேயில்லை. மூன்று மூன்று மாதங்களாக இரண்டு தடவைகள் மறியலுக்கும் போய் வந்து விட்டான். அந்தக் கிராமத்திலிருந்து முதன்முதலில் மறியலுக்குப் போனவனும் வில்லியம்தான். வில்லியம் முதல் முறையாகச் சிறையிலிருந்து விடுதலையாகி வரும்போது அவனின் கையிலிருந்த பையில் அன்று காலை சிறையில் கொடுத்த அச்சுப்பாணும் சம்பலுமிருந்தன. அவன் அந்தப் பாணைப் பிய்த்துத் துண்டுகளை கறுப்பிக்கும் இரண்டு குழந்தைகளுக்கும் கொடுத்தான். அப்போது வயிற்றில் கறுப்பிக்கு மூன்றாவது குழந்தையிருந்தது.

இப்போதெல்லாம் வில்லியம் சந்தியாப்புலத்திற்குள் பகலில் வருவதேயில்லை. பத்துத் தடவைகள் திருடினால் அவன் பதினொரு தடவைகள் பிடிபட்டான். அடிவாங்கி அடிவாங்கி அவனின் தேகம் மரத்துப் போய்விட்டது. முப்பது வயதிலேயே அவனுக்குத் தலைமுடி முற்றாக நரைத்துவிட்டது. முன்வாய்ப் பற்களில் மூன்றைப் பொலிஸ்காரர்கள் உடைத்துவிட்டார்கள். அவனின் தேகத்தில் அடிவிழும் முன்பே அவனின் கண்களில் கண்ணீரும் வாயில் எச்சிலும் சுரக்கத் தொடங்கிவிடும்.

சந்தியாப்புலத்தின் ரோமன் கத்தோலிக்கத் தமிழ்க் கலவன் பாடசாலையின் அலுவலக அறை ஒரு இரவில் உடைக்கப்பட்டபோது எப்பாஸ்தம்பி காலடித் தடம் பார்த்து அந்தத் தடங்கள் வில்லியத்தினுடையவை என்றார். சந்தியாப்புலம் ஐக்கிய வாலிபர் சங்கத்தினர் இதைக்கேட்டுத் தலையைப் பிய்த்துக்கொண்டனர். பாடசாலை அலுவலகத்தில் என்னயிருக்கிறது என்று வில்லியம் திருடப்போனான்? ஐக்கிய வாலிபர் சங்க இளைஞர்கள் நான்கு நாட்கள் கழித்து யாழ்ப்பாண பஸ்நிலையத்தில் வில்லியத்தை தற்செயலாகக் கண்டபோது அவர்கள் ஒரு வாடகை காரைப் பிடித்து அதில் வில்லியத்தை ஏற்றிச் சந்தியாப்புலத்திற்குக் கொண்டுவந்தனர். வண்டி ஓடும்போதே வண்டிக்குள் வைத்து வில்லியத்தைத் துவைத்தெடுத்தனர். ஐக்கிய வாலிபர் சங்கக் கட்டடத்துக்குள் இரவு முழுவதும் வில்லியத்தை முழந்தாளில் நிறுத்தி வைத்தார்கள். காலையில் இளைஞர்கள் வில்லியத்தை உட்கார வைத்து நீண்ட அறிவுரைகளை வழங்கினார்கள். அவனின் குழந்தைகள் வளர்ந்து வருவதாகவும் திருடர்களின் குழந்தைகள் என்ற அவப்பெயருடன் அவர்கள் வளரக்கூடாது என்றும் வில்லியத்திற்குப் புத்திமதிகள் சொன்னார்கள். வில்லியம் சிந்தனை தோய்ந்த முகத்துடன் எல்லாவற்றையும் பொறுமையாகக் கேட்டுக்கொண்டிருந்தான். இடையிடையே "ஓ யேஸ், ஓ யேஸ்" என்று தலையாட்டினான். அவனை வீட்டிற்கு அனுப்பும்போது இளைஞர்கள் அவனுக்கு ஐம்பது ரூபாயைக் கொடுத்து அனுப்பினார்கள்.

அடுத்தநாள் காலையில் சந்தியாப்புலத்தின் வீதிகளில் கறுப்பி கைக்குழந்தையை இடுப்பில் வைத்தவாறு நடந்து வருவதைக் கிராமத்தினர் கண்டனர். அவள் நேராக ஐக்கிய வாலிபர் சங்கக் கட்டடத்திற்குப் போய் அங்கிருந்த இளைஞர்களிடம் "அவர் உங்களிட்ட காசு வாங்கிக்கொண்டுவரச் சொன்னவர்" என்றாள்.

3

சந்தியாப்புலத்தையும் கரம்பொன் கிராமத்தையும் பிரித்து வைத்திருக்கும் பிரதான வீதியில் பஸ்ஸிற்காகக் காத்திருந்த கரம்பொன் பெண்ணொருத்தியின் கழுத்தில் கிடந்த சங்கிலியை வெள்ளை வேட்டியும் வெள்ளைச் சட்டையும் அணிந்திருந்த ஒரு திருடன் அறுத்துக்கொண்டு சந்தியாப்புலத்திற்குள் ஓடிவிட்டானாம். அவன் ஓடும்போது அவனது செருப்புக்களைக் கையில் எடுத்துக்கொண்டு ஓடினானாம் என்ற வழக்கு இயக்கத்திடம் வந்தபோது இயக்கம் வெள்ளை வானில் சந்தியாப்புலத்திற்கு வந்தது. கிராம மக்கள் முதலில் திருடனின்

காலடித் தடங்களை அடையாளம் காணவேண்டும் என இயக்கப் பொடியனிடம் வாதிட்டார்கள். இயக்கப் பொடியன் அதைக்கேட்டுச் சிரித்தார்கள். இயக்கப் பொடியனிடம் எல்லாத் தகவல்களும் இருந்தன. அவர்கள் வாகனத்தை வில்லியத்தின் வீட்டுக்குச் செலுத்தினார்கள். அவர்கள் கறுப்பினையும் நான்கு குழந்தைகளையும் வெளியே வரச் சொல்லிவிட்டுக் குடிசைக்குள் புகுந்து தேடினார்கள். குடிசையிலிருந்த சட்டி பானைகளிலிருந்து பவுடர் பேணிவரை அவர்கள் தட்டிக்கொட்டிச் சங்கிலியைத் தேடினார்கள். அன்று முழுவதும் தேடியும் இயக்கத்திடம் சங்கிலியும் அகப்படவில்லை, வில்லியமும் அகப்படவில்லை. இரவு சந்தியோகுமையர் குதிரையில் வீதிவலம் போனார்.

அடுத்தநாள் விடிந்தபோது மறுபடியும் வில்லியத்தின் குடிசைக்கு இயக்கப் பொடியன் வந்தார்கள். குடிசைக்குள் அரவம் ஏதுமில்லாததால் ஒரு பொடியன் குடிசைக்குள் நுழைந்து பார்த்தான். குடிசைக்குள் வில்லியமும் கறுப்பியும் நான்கு குழந்தைகளும் விரித்த பாய்களில் பேச்சுமூச்சில்லாமல் விறைத்துக் கிடந்தார்கள். அவர்களின் வாய்களில் வாந்தியும் இரத்தமும் உறைந்து கிடந்தன. "அய்யோ என்ர அம்மா" எனக் கூச்சலிட்டுக்கொண்டே இயக்கப்பொடியன் வெளியே ஓடிவந்தான். இயக்கப் பொடியன் ஆறு உடல்களையும் தூக்கிக்கொண்டுபோய் வாகனத்தில் ஏற்றினார்கள். அந்த இயக்கப் பொடியன் இப்போது கண்கள் சிவக்க உதடுகளை இறுக மடித்து வாகனத்தில் சாய்ந்து நின்றான். அவனின் உடல் நடுங்கிக்கொண்டிருந்தது.

மதியம் ஊறாத்துறை ஆஸ்பத்திரியிலிருந்து கறுப்பியினதும் குழந்தைகளினதும் உடல்களை இயக்கம் திரும்பவும் சந்தியாப்புலத்திற்கு கொண்டுவந்து சேர்த்தது. அவர்கள் அரளி விதைகளைத் தின்று செத்திருக்கிறார்கள். வில்லியத்தின் உடலில் உயிர் ஒட்டிக்கிடந்தது. வில்லியம் மயங்கிய நிலையிலேயே யாழ்ப்பாணப் பெரியாஸ்பத்திரிக்கு இயக்கத்தால் எடுத்துச் செல்லப்பட்டிருந்தான். வில்லியத்தின் குடிசையின் முன்பு கிராம மக்கள் அமைத்திருந்த தறப்பாள் பந்தலுக்குள் சடலங்கள் அடுக்கப்பட்டன. சவப்பெட்டிகளை வாங்குவதற்கு சபிநார் பணம் கொடுத்தார். மற்றைய செலவுகளிற்காக இயக்கமும் ஆயிரம்ரூபா கொடுத்தது. செக்கலில் கறுப்பியினதும் குழந்தைகளினதும் உடல்கள் புதைக்கப்பட்டன.

மூன்று நாட்கள் கழித்துக் கடற்கரையோரமாக நடந்து வில்லியம் சந்தியாட்புலத்திற்கு வந்து சேர்ந்தான். அவன் அப்போதும் தூய்மையான ஆடைகளைத்தான் அணிந்திருந்தான். அவனின்

கையில் செருப்புகளிருந்தன. சபினார் தனது மகனைக் கட்டிப்பிடித்து அழுதபோது வில்லியம் நிலத்தைப் பார்த்தவாறே நின்றிருந்தான். கிராமத்தினர் அவனுக்கு ஆறுதல் சொன்னபோது அவன் அவர்களைப் பார்த்து இதழ் பிரியப் புன்னகைத்தான்.

கிராமத்தினர் அங்கேயிருக்கும்போதே வில்லியம் தனது குடிசையைப் பிரித்து அடுக்க ஆரம்பித்தான். அந்தக் குடிசையிலிருந்த தட்டுமுட்டுச் சாமான்களை ஒரிடத்தில் குவித்தான். குடிசைத் தடிகளையும் மரங்களையும் தட்டுமுட்டுச் சாமான்களையும் யாராவது விலைக்கு வாங்கிக்கொள்கிறீர்களா என வில்லியம் தணிந்த குரலில் கிராமத்தினரிடம் கேட்டான். இவற்றை விற்றுவிட்டு நீ எங்கே போகப்போகிறாய்? எனக் கிராமத்தினர் கேட்டபோது அவன் மவுனமாயிருந்தான். கடைசியில் ஐந்நூறுரூபா கூடப் பெறாத அந்தப் பொருட்களை விதானை பாவப்பட்டு எழுநூறுரூபா கொடுத்து வாங்கினான். அன்று மாலையே கடற்கரையோரமாக நடந்து வில்லியம் என்ற அந்தத் திருடன் சந்தியாப்புலத்திலிருந்து வெளியேறினான். சந்தியாப்புலத்தில் இனி திருட்டே நடக்காது எனக் கிராமத்தினர்கள் நம்பினார்கள்.

ஆனால் மறுநாள் காலை விடிந்தபோது சந்தியோகுமையர் ஆலயத்தின் பிரமாண்டமான வாயில் கதவு இரண்டாகப் பிளந்து கிடந்தது. ஆலயத்திலிருந்து வெள்ளியாலான திருவிருந்துப் பேழையும் காணாமல் போயிருந்தது. கிராமத்தினர் திகைத்துப்போய் நின்றிருந்தனர். கோயிலிலிருந்து திருடனின் தடங்கள் கடற்கரையை நோக்கிச் சென்றன. கிராமத்தினர் அந்தத் தடங்களைச் சுற்றி மணலில் வட்டங்களை வரைந்துவிட்டு எப்பாஸ்தம்பியை அழைத்துவர ஆள் அனுப்பினார்கள். ஆனால் எப்பாஸ்தம்பி சினத்துடன் 'நீங்கள் இயக்கத்திடமே போங்கள் அவர்கள் வந்து கண்டுபிடிப்பார்கள்' என்று வந்த ஆளை விரட்டிவிட்டார். இப்போது விதானை முதற்கொண்டு எல்லோரும் வந்து கெஞ்சியும் எப்பாஸ்தம்பி அவர்களுடன் போக மறுத்துவிட்டார்.

உச்சி வேளையில் எப்பாஸ்தம்பி தனது வளைந்த கால்களை வேகமாக இழுத்து வைத்தவாறே சந்தியோகுமையர் ஆலயத்திற்குக்கு வந்தார். ஆலயத்தின் முன்றலில் வெள்ளை வானிற்குள் இயக்கத்துப் பொடியளுடன் விதானை பேசிக்கொண்டிருந்தான். கிராமத்தினர் இயக்கத்தினரின் வாகனத்தைச் சூழவர நின்றிருந்தனர். எப்பாஸ்தம்பி தனியாக ஆலயத்திலிருந்து கடற்கரை வரை நீண்டிருந்த திருடனின் தடங்களைத் தொடர்ந்தார். பூமியை உற்றுப்பார்த்தவாறே நடந்தவரின் கால்கள் பின்னத் தொடங்கின. கடற்கரைக்கு வந்தவர் கீழே குந்தியிருந்து அந்தத் தடத்தையே பார்த்துக்கொண்டிருந்தார்.

அந்தத் தடங்கள் கடலுக்குள் சென்று மறையும் இடம்வரை அவர் நடந்து சென்று கடலைப் பார்த்தவாறு வெகுநேரமாக நின்றிருந்தார். பின்பு மார்பில் சிலுவைக்குறி போட்டவாறே வேதனையுடன் முகத்தைச் சுழித்தார். அந்தத் தடங்கள் ஒரு குதிரையின் குளம்படிகள் என்பதை எப்பாஸ்தம்பி கண்டுபிடித்திருந்தார்.

ரம்ழான்

"**பி**ரான்ஸ் தன்னிடமிருக்கும் கடைசி நாணயத்தையும் தான் கொலனிகளாக வைத்திருந்த நாடுகளுக்கு நட்டஈடாகச் செலுத்த வேண்டியிருக்கிறது, ஒட்டு மொத்தப் பிரஞ்சு தேசமும் அல்ஜீரியாவின் ஏதோவொரு கடற்கரையில் புதைக்கப்பட்டிருக்கும் எனது மரியத்தின் புதைகுழிக்கு முன்னே மண்டியிட்டு மன்னிப்புக் கேட்கவேண்டும்! ஜெனரல் சார்ள் து கோல் மன்னிப்புக் கேட்க வேண்டும்! பாதிரி லூயி டொனார்த் மன்னிப்புக் கேட்க வேண்டும்! சார்த்தருக்கும் விலக்குக் கிடையாது, அவரும் மரியத்திடம் மன்னிப்புக் கேட்கட்டும்! ஒரு பிராயச்சித்தம் நூறு சரிகளுக்குச் சமம்" என்ற திரை எழுத்துகளுடன் முடிவுறும் பிரஞ்சு இயக்குனர் எரிக் ஜக்மெனின் 'ரம்ழான்' திரைப்படம் ஜோன் போல் சார்த்தரின் வீட்டில் ஆரம்பிக்கிறது.

சார்த்தர் தனது பாரிஸ் வீட்டில் தடித்த புத்தகங்கள் ஒழுங்காக அடுக்கப்பட்டிருக்கும் கண்ணாடி அலுமாரிகளுக்கு நடுவேயிருந்து ஒரு பத்திரிகையாளருக்கு நேர்காணலை வழங்கிக்கொண்டிருக்கிறார். இப்பொழுது கமரா புத்தக அலுமாரியொன்றிற்கு மேலே தொங்கும் ஒரு பெரிய சுவர்க் கடிகாரத்தை நோக்கித் திரும்புகிறது. அடுத்த ஐந்து நிமிடங்களுக்கு நிதானமாக அந்தச் சுவர்க் கடிகாரமும் அது எழுப்பும் துல்லியமான டிக் டிக் ஒலியும் மட்டுமே திரையில் வருகின்றன. திரைப்படத்தைப் பார்த்துக்கொண்டிருக்கும் நமக்கு சலிப்புத் தட்டத் தொடங்குகிறது.

ஆறாவது நிமிடம் மீண்டும் கமரா பத்திரிகையாளரிடம் திரும்புகிறது. நம்மிடமிருந்த அதே சலிப்பு பத்திரிகையாளரின் முகத்திலும் தெரிகிறது. சார்த்தரோ ஓயாமல் பேசிக்கொண்டே யிருக்கிறார். நடுவே ஒருமுறை முதிய வேலைக்காரி ஒருவர் சர்தருக்கு முன்னே தேனீரையும் புகையிலை பொட்டலத்தையும் வைத்துவிட்டுப் போகிறார். சார்த்தர் அந்தப் பெண்ணிடம் "நன்றி அமதுல்லா" என்கிறார். அமதுல்லா என்ற பெயருக்கு 'அல்லாஹ்வின் வேலைக்காரி' என்று பொருள்.

பத்திரிகையாளர் நடந்துகொண்டிருக்கும் அல்ஜீரிய விடுதலைப் போர் குறித்துக் கேட்ட கேள்விக்குப் பதிலளித்துக்கொண்டிருந்த சார்த்தர் மறுபடியும் விட்ட இடத்திலிருந்து பதிலைத் தொடருகிறார். "அல்ஜீரிய விடுதலைப் போராட்டத்தை ஒடுக்குவதற்காக பிரஞ்சு இராணுவத்தில் சேருமாறு அரசு இளைஞர்களுக்கு அழைப்பு விட்டிருந்தபோதிலும் அந்த அழைப்பை புறக்கணித்து அல்ஜீரிய மக்களுக்கு எதிராக நாங்கள் ஆயுதம் ஏந்த மாட்டோம் எனப் பிரஞ்சு இளைஞர்கள் மறுப்பதை நான் நியாயமானதெனக் கருதுகிறேன், பிரஞ்சு மக்களின் பெயரால் பிரஞ்சு அரசு இயந்திரத்தாலும் படையினராலும் ஒடுக்கப்பட்டுவரும் அல்ஜீரிய மக்களுக்கு உதவுவதும் பாதுகாப்பளிப்பதும் பிரஞ்சு மக்களின் கடமையென வலியுறுத்துகிறேன், கொலனி ஆதிக்கத்திலிருந்து விடுதலை பெறப் போராடிவரும் அல்ஜீரிய மக்களுக்கு எனது நிபந்தனையற்ற ஆதரவைத் தெரிவிக்கிறேன்" என்கிறார் சார்த்தர்.

ஒலிப்பதிவுக் கருவியைச் சலிப்புடன் நிறுத்தும் பத்திரிகையாளர் "அய்யா 121 பேர்கள் கூட்டாகச் சென்ற மாதம் வெளியிட்ட அறிக்கையை நீங்கள் மறுபடியும் என்னிடம் படித்துக் காட்டிக்கொண்டிருக்கிறீர்கள்" என்கிறார். தனது இருக்கையிலிருந்து எழுந்து நிற்கும் சார்த்தர் தலையை உலுக்கியவாறே "பிரஞ்சுக் கம்யூனிஸ்ட் கட்சி அல்ஜீரியத் தேசிய விடுதலை முன்னணிக்கு ஆதரவளிக்க வேண்டும், எனது இந்த நிலைப்பாட்டுக்காக அரசாங்கம் என்னைக் கைது செய்வதானாலும் செய்யட்டும்" என்னும் போது பத்திரிகையாளர் புன்னகையுடன் "சார்த்தர் ஒருபோதும் அரசாங்கத்தால் கைது செய்யப்படமாட்டார் என ஏற்கனவே ஜனாதிபதி அறிவித்திருக்கிறார்" என்கிறார்.

திரைப்படத்தின் அடுத்த காட்சி பாரிசின் புறநகரம் ஒன்றிலிருக்கும் ஒரு அரபுச் சேரியில் ஆரம்பிக்கிறது. தனது கந்தல் படுக்கையில் உறங்கிக்கொண்டிருக்கும் மரியம் அதிகாலையில் ஒரு கனவு கண்டு விழித்துக்கொள்கிறாள். எதிர்வரும் ரம்ழான்

பெருநாளை அவள் தனது தாயகமான அல்ஜீரியக் கிராமத்தில் கொண்டாடிக்கொண்டிருப்பதாக அவள் கனவு கண்டாள். அவளருகில் உறங்கிக்கொண்டிருந்த அவளது தாயாரை எழுப்பி "நோன்பு நேற்றுத்தான் ஆரம்பித்திருக்கிறது. ரம்ழான் பெருநாளுக்கு நான் எப்படி அல்ஜீரியாவில் இருக்க முடியும்?" என மரியம் கேட்கிறாள். தாயார் மரியத்திடம் "இறைவன் விருப்பம் அதுவானால் அது நிறைவேறும்" என்கிறார்.

அதிகாலையிலேயே மரியம் வேலைக்குப் புறப்படுகிறாள். அவள் இரண்டு நாட்களுக்கு முன்புதான் புதியதொரு வேலையில் சேர்ந்திருக்கிறாள். ஒரு பிரஞ்சுக் கப்பற்படை அதிகாரியின் வீட்டில் பணிப்பெண்ணாக அவள் வேலை செய்கிறாள். அவள் வேலைக்குப் புறப்பட்டுச் சென்றதும் தாயார் மரியத்தின் தந்தையிடம் "மரியத்துக்கு வயதாகிக்கொண்டே போகிறது. நாங்கள் சீக்கிரமே அல்ஜீரியாவுக்கு திரும்பிப்போய் அவளுக்கு நிக்காஹ் செய்து வைக்க வேண்டும்" என்கிறார். மரியத்தின் தகப்பன் "யுத்தம் சீக்கிரமே முடிந்து அல்ஜீரியா விடுவிக்கப்படும் என்று அஹமத் பென் பெல்லா சொல்லியிருக்கிறார், அடுத்த வருடம் ரம்ழானை நாங்கள் அல்ஜீரியாவிலே கொண்டாட முடியும்" என்று தனக்குள் முணுமுணுக்கிறார்.

மரியம் வெகுளிப் பெண்ணாயிருக்கிறாள், அவள் உடல் வருத்தம் பாராமல் கடுமையாக உழைக்கக் கூடியவள், அவளுக்கு எழுத வாசிக்கத் தெரியாது. இந்தச் செய்திகளையெல்லாம் மரியமும் அவளது தோழிகளும் அதிகாலையில் வேலைக்காக அதிகாரிகளின் வில்லாக்களிருக்கும் பகுதிக்கு நடந்து போய்க்கொண்டிருக்கும் காட்சியிலேயே இயக்குனர் எரிக் ஜக்மென் குறிப்புகளால் சொல்லி விடுகிறார். மரியத்தின் மூன்றாவது வேலைநாள் அந்தக் கப்பற்படை அதிகாரி நிக்கொலாவின் வீட்டில் ஆரம்பிக்கிறது.

முழுமையான கப்பற்படைச் சீருடையில் அதிகாரி நிக்கோலா பியானோ இசைத்துக்கொண்டிருக்கிறான். அவனின் முன்னே தேநீர் குவளை மற்றும் கோப்பைகள் இருக்கும் தட்டுடன் மரியம் நின்றுகொண்டிருக்கிறாள். 'அதை அங்கே வைத்துவிட்டுப் போ' என்ற கட்டளையை எதிர்பார்த்து மரியம் அங்கே நின்று கொண்டிருக்கலாம். நிக்கொலா எதுவும் சொல்லாமலேயே மரியத்தைப் பார்த்தவாறு அருமையான இசையை இசைத்துக்கொண்டிருக்கிறான். மரியம் தலையைத் தாழ்த்தியவாறு நின்றிருக்கிறாள்.

பியானோவிலிருந்து எழுந்துவரும் நிக்கோலா தேநீர் கோப்பையை வாங்காமல் மரியத்திடம் ' மரியம் உனது முலைகள் அழகானவை' என்கிறான். இப்போது மரியத்தின் முகத்தில் எந்த

உணர்ச்சியுமில்லை. அவளின் முகம் ஒரு புராதனக் கற்சிலையின் முகத்தைப் போலிருக்கிறது. அவளின் கண்கள் ஆட அசையவில்லை. அதிகாரி மிக இயல்பாயும் உரிமையுடனும் மரியத்தின் முலைகளில் கை வைக்கிறான். நாங்கள் மரியம் தேநீர்த் தட்டைக் கீழே போட்டுவிடுவாள் என்றுதான் நினைக்கிறோம். ஆனால் மரியத்தின் கைகள் தேநீர்த் தட்டை இறுக்கமாகப் பிடிப்பது அண்மைக் காட்சியில் காட்டப்படுகிறது. அவள் சற்றுப் பின் நகர்ந்து சமையலறைக்குத் திரும்புகிறாள். நிக்கொலா, மரியம் போவதையே பார்த்துக்கொண்டிருந்து விட்டு மீண்டும் பியானோவின் முன்னால் உட்கார்ந்திருந்து பியானோவை இசைக்கத் தொடங்குகிறான். அவன் கால்களால் தாளமிட்டவாறே "புது மாடு உழவு பழக மிரளுவது உழவனுக்கும் புதிதல்ல, வயலுக்கும் புதிதல்லவே" என்று பாடுகிறான்.

சமையலறைக்குச் சென்ற மரியம் தேநீர்த் தட்டை ஒழுங்காக அதனுடைய இடத்தில் வைக்கிறாள். தனது கண்களைத் தாழ்த்தி வெண்ணிற அங்கியால் போர்த்தப்பட்டிருக்கும் தனது மார்பகங்களைப் பார்க்கிறாள். இந்த 'ஷொட்'டில் மார்பகங்களை மிக அண்மைக் காட்சியில் காட்டுவதுதான் பிரஞ்சு சினிமாவின் மரபு. ஆனால் எரிக் ஐக்மென் மரியத்தின் கவிழ்ந்த கண்களைத் திரை முழுவதும் காண்பிக்கிறார். கவிழ்ந்த கண்கள் மிக அண்மைக் காட்சியில் காட்டப்படுவதை 'குளோஸ் ஷொட்' மன்னன் அகிரா குரோசவாவின் திரைப்படங்களில் கூட நான் பார்த்ததில்லை.

இப்போது மரியம் சமையலறையிலிருக்கும் இறைச்சி வெட்டும் கூரிய கத்தியை எடுத்துக்கொண்டு பியானோ வாசித்துக்கொண்டிக்கும் நிக்கொலாவின் முதுகுப்புறத்தால் நிக்கொலாவை நெருங்குகிறாள். பியானோ இசை நெருங்கிச் செல்லும் காலடிச் சத்தங்களை அமுக்கிவிடும் என்று மரியம் நினைத்திருப்பாள். மரியம் கத்தியை வீசும்போது பியானோவின் இசை அறுகிறது. நிக்கோலா சுழன்று திரும்புகிறான். மரியம் வீசிய கத்தி நிக்கொலாவின் முதுகில் பட்டும் படாமலும் சறுக்குகிறது.

நிக்கொலாவிற்கு மரியத்தின் கையிலிருந்த கத்தியைப் பிடுங்குவதற்கு ஒரு விநாடியே போதுமாயிருந்தது. அவன் தனது முழு இராணுவப் பயிற்சியையும் மரியத்திடம் பிரயோகித்தான். தனது வலிய கரங்களால் மரியத்தின் தலைமுடியைப் பற்றிப் பிடித்து அவளின் முகத்தைப் பியானோவில் நிக்கொலா அறைந்தபோது பியானோ வீறிட்டது. "அரபுப் பெட்டை நாயே" என்று சொல்லிச் சொல்லி மரியம் மயங்கும்வரை நிக்கொலா அவளின் தலையைப் பியானோவில் மோதினான். பியானோவின் சுரக் கட்டைகள் மீது மரியத்தின் இரத்தம் படர்கிறது. அவள் மயங்கித் தரையில்

விழுந்ததும் நிக்கொலா தொலைபேசியில் பொலிஸாரை அழைத்தான்.

கப்பற்படை அதிகாரி நிக்கொலாவைக் கொல்வதற்காக அல்ஜீரியத் தேசிய விடுதலை முன்னணியால் அனுப்பப்பட்ட உளவாளி என்று மரியத்தின் மீது பொலிஸாரால் குற்றம் சுமத்தப்பட்டது. 'சாம்ஸ் எலிஸே'யில் இருந்த உளவுத்துறைப் பொலிஸ் தலைமையத்தில் மரியம் விசாரணைக்கெனத் தடுத்து வைக்கப்படுகிறாள்.

அக்காலத்தில் குறிப்பாக 1958 காலப்பகுதியில் அல்ஜீரியத் தேசிய விடுதலை முன்னணி பிரான்சுக்குள் ஊடுருவி பிரான்ஸ் முழுவதும் பரவலாகத் தாக்குதல்களை நடத்திக்கொண்டிருந்தது. ஏராளமான இராணுவத் தளபதிகளும் பொலிஸ் அதிகாரிகளும் குறிவைத்துக் கொல்லப்பட்டார்கள். அல்ஜீரிய விடுதலைப் போராளிகள் பாரிஸிலிருந்த காவல் நிலையங்கள் மீதும் படையினரின் ரோந்து வாகனங்கள் மீதும் துப்பாக்கிச் சூடுகளை நடத்தினார்கள். பல வெடிமருந்துக் கிடங்குகளும் எண்ணைக் குதங்களும் போராளிகளால் வெடி வைத்துத் தகர்க்கப்பட்டன. ஒருநாளைக்கு ஆகக் குறைந்தது இரண்டு சம்பவங்களாவது இவ்வாறு நிகழ்ந்தன.

உளவுப் பொலிஸாரின் விசாரணைக்கூடத்தில் நடக்கும் கொடுமைகள் அடுத்தடுத்த காட்சிகளில் துயரமாகச் சித்திரிக்கப்படுகின்றன. மரியத்திற்கு ஒரு நீண்ட சாம்பல் நிற அங்கி மட்டுமே அணிந்துகொள்ளக் கொடுக்கப்படுகிறது. மரியத்தின் உள்ளாடைகளை அவர்கள் பறித்து வீசிவிடுகிறார்கள். உள்ளாடைகள் அணிவதற்கு விசாரணைக் கைதிகள் அனுமதிக்கப்படுவதில்லை. உள்ளாடைகளால் கைதிகள் கழுத்தை இறுக்கித் தற்கொலை செய்துகொள்கிறார்களாம்.

உளவுத்துறைப் பொலிஸார் மரியத்தை அல்ஜீரியத் தேசிய விடுதலை முன்னணியின் உளவாளி என்று ஒத்துக்கொள்ள வைப்பதற்குப் பெரும் பிரயத்தனங்களைச் செய்தார்கள். பன்னிரெண்டு மாடிகளைக் கொண்ட அந்தக் கட்டடத்தின் ஒவ்வொரு தளத்தின் மாடிப்படிகளின் அருகிலும் ஒரு பொலிஸ்காரன் நாற்காலியில் துப்பாக்கியோடு காவலிருப்பான். ஒருநாள் விசாரணை அதிகாரியொருவன் மரியத்திடமிருந்து உண்மையை வரவழைப்பதற்காக ஒரு நூதனமான வழியைக் கையாண்டான்.

மரியம் கீழ்த் தளத்திலிருந்து பன்னிரெண்டாம் மாடிவரை நிற்காமல் படிகளில் ஓடிக்கொண்டேயிருக்கவேண்டும். மறுபடியும் மேலிருந்து கீழ்த்தளம் வரைக்கும் படிகளில் இறங்கி ஓடிவர

வேண்டும். அப்படி ஓடும்போது ஒவ்வொரு தளத்திலும் காவலுக்கு அமர்ந்திருக்கும் ஒவ்வொரு பொலிஸ்காரனின் கைகளையும் அவள் தனது கையால் தொட்டுவிட்டுத் தொடர்ந்து ஓட வேண்டும்.

மரியம் நான்கு தடவைகள் ஏறி இறங்குவதற்குள்ளேயே முற்றாகத் தளர்ந்து விட்டாள். அவள் தளர்ந்து வேகத்தைக் குறைத்தபோதெல்லாம் அவளின் பிடரியில் அறைகள் விழுந்தன. அவள் தனது வெற்றுக்காலைப் படியொன்றில் மோதி தனது விரலொன்றில் காயப்பட்டாள். அந்த இரத்தக் காயத்துக்குப் பிறகும் கூட ஓடிக்கொண்டேயிருக்குமாறு அவள் கட்டாயப்படுத்தப்பட்டாள். மரியம் தனது காலை நொண்டி நொண்டி ஓடிக்கொண்டிருந்தாள். அவளின் முகத்தில் அச்சமுமும் பதற்றமும் வலியும் தொற்றிக் கிடந்தன. பன்னிரெண்டாம் மடியிலிருந்த பொலிஸ்காரணை மரியம் இருபத்தோராவது தடவையாகத் தொடச் சென்ற போது இடுங்கிய கண்களைக்கொண்ட அந்த பொலிஸ்காரன் "நீ ஓடிவரும் போது உனது முலைகள் வசீகரமாகக் குலுங்குகின்றன" எனச் சொல்லிவிட்டு மரியம் தொடுவதற்காகத் தனது கையை நீட்டினான்.

மரியம் சிறையிலும் நோன்பைக் கடைப்பிடிக்கிறாள். சிறையில் வழங்கப்படும் உணவை வேண்டாம் என்று கைதிகளால் மறுக்கமுடியாது. அதுவும் சட்ட விரோதமாம். மரியம் காலையிலும் மதியத்திலும் வழங்கப்படும் சிறையுணவை கக்கூஸ் குழியில் கொட்டி விடுவாள். இரவுணவை மட்டுமே அவள் சாப்பிட்டாள். பெற்றோர்களையும் தனது சிறிய தங்கைகளையும் நினைத்து அவள் இரவு முழுவதும் அழுதுகொண்டிருந்தாலும் இன்னும் சில நாட்களில் ரம்ழான் பெருநாளைத் தான் அல்ஜீரியாவில் கொண்டாடப் போவதாக அவள் மனப்பூர்வமாக நம்பினாள். தனது நம்பிக்கையை சக கைதிகளிடம் அவள் பகிர்ந்துகொண்டபோது அவர்கள் மரியத்தை "பைத்தியக்காரி" எனத் திட்டினார்கள்.

பாரிஸில் பிரஞ்சு ஆட்சியாளர்களுக்கு எதிரான அல்ஜீரியர்களின் தாக்குதல்களும் ஆர்ப்பாட்டங்களும் கட்டுக்கடங்காமல் பெருகிப் போகவே பிரஞ்சு அரசாங்கம் பிரான்சுக்கு வேண்டப்படாத அல்ஜீரியர்களை அல்ஜீரியாவுக்குக் கட்டாயமாகத் திருப்பி அனுப்பிவைக்க முடிவெடுக்கிறது. பாரிஸ் நகரத்தில் உளவுத் துறையினரின் சந்தேகத்துக்குரிய அல்ஜீரியர்கள் குடும்பம் குடும்பமாகக் காவற்துறையினரால் பிடிக்கப்பட்டு 'வெலோத்ராம் து ஹிவர்' என்ற மிகப் பெரிய விளையாட்டு அரங்கத்தில் அடைக்கப்படுகிறார்கள்.

இந்த அரங்கு செயின் ஆற்றங்கரையில் அமைந்திருக்கிறது. 1942ல் இந்த அரங்கத்தில்தான் நாஸிப் படையினரால் பன்னிரெண்டாயிரம்

யூதர்கள் அடைக்கப்பட்டிருந்து, பின்பு சித்திரவதை முகாம்களுக்கு அனுப்பப்பட்டுக் கொல்லப்பட்டார்கள். பதினாறு வருடங்களுக்கு முன்பு யூதர்களின் கண்ணீரால் கழுவப்பட்ட அந்த அரங்கு இப்போது அரபுப் பெண்களின் கண்ணீராலும் குழந்தைகளின் கண்ணீராலும் கழுவப்பட்டது. அந்தத் தடுப்பு முகாமுக்கு மரியமும் உளவுத்துறைப் பொலிஸாரால் அனுப்பப்படுகிறாள். மரியத்தின் கனவு நனவாக இன்னும் ஒருவாரம் மட்டுமேயிருக்கிறது. அடுத்த வாரம் ரம்ழான் பெருநாள்.

அந்த அரங்கத்தில் அடைக்கப்பட்டிருந்தவர்கள் ரம்ழான் பெருநாளுக்கு ஐந்து நாட்களுக்கு முன்னதாகச் சிறப்பு ரயில் ஒன்றில் துறைமுக நகரமான மார்ஸெயிலுக்கு அழைத்துச் செல்லப்படுகிறார்கள். அன்றைய தினம் பிரஞ்சுத் தொலைக்காட்சிக்கு நேர்காணல் அளித்த பிரஞ்சு அதிபர் ஜெனரல் சார்ள் து கோல் "அல்ஜீரியக் கிளர்ச்சிக்காரர்கள் விரைவில் பிரஞ்சு பராசூட் சிறப்புப் படையினரால் அழிக்கப்படுவார்கள், அல்ஜீரியா பிரான்ஸ் நாட்டின் ஒரு பகுதி, அல்ஜீரியாவிலிருந்து பிரஞ்சுப் படைகள் வெளியேறுவது என்ற பேச்சுக்கே இடமில்லை. எனது அரசாங்கம் அல்ஜீரியர்களைப் பிரஞ்சுக் குடியரசின் பிரஜைகளாகக் கௌரவமாகவே நடத்திவருகிறது. அல்ஜீரியாவிற்குத் தமது சுயவிருப்பத்தின் பேரில் திரும்ப விரும்பிய அல்ஜீரியர்கள் இன்று கூட மார்ஸெயிலிலிருந்து புறப்படும் கப்பலில் தங்களது சொந்தக் கிராமங்களுக்கு அரசாங்கத்தால் அனுப்பிவைக்கப்படுகிறார்கள். அவர்கள் ரம்ழான் பெருநாளை அமைதியாகத் தங்களது கிராமங்களில் கொண்டாடுவார்கள். அவர்களுக்கு எனது ரம்ழான் வாழ்த்துகளை தெரிவித்துக்கொள்கிறேன்" என்றார்.

அந்தக் கப்பலில் சிறப்பு ரயிலில் அழைத்து வரப்பட்டவர்கள் மட்டுமல்லாமல் புறநகரங்களில் கைது செய்யப்பட்டு இராணுவ வாகனங்களில் அடைக்கப்பட்டுக் கொண்டுவரப்பட்ட அல்ஜீரியர்களும் ஏற்றப்படுகிறார்கள். மரியம் கப்பலில் ஏறியதும் கப்பலில் தனது பெற்றோர்களும் தங்கைகளுமிருக்கலாம் என்று அவர்களைத் தேடுகிறாள். ஆனால் அவர்கள் கப்பலில் இருப்பதாகத் தெரியவில்லை. ஆனால் அந்தக் கப்பலில் அவள் தனக்கு முன்னமே தெரிந்த ஒருவனைச் சந்திக்கிறாள். அவன் கப்பற்படை அதிகாரி நிக்கொலா. அவன்தான் அந்தக் கப்பலின் தலைமைப் பாதுகாப்பு அதிகாரி. அவன் மரியத்தை நெருங்கி வந்து அவளது மார்பகங்களைக் கண்களால் சுட்டிக்காட்டி "நீ சிறையில் இருந்தபோதும் கூட உனது கொழுத்த முயல் குட்டிகள்

இளைத்துவிடவில்லை" என்று சொல்லிவிட்டு இளித்தான். மரியம் வேகமாக அந்த இடத்திலிருந்து நடந்து செல்கிறாள்.

அவள் பின்பு கப்பலுக்குள் அமதுல்லாவைக் காண்கிறாள். இந்த அமதுல்லாதான் திரைப்படத்தின் முதற்காட்சியில் சார்த்துருக்குத் தேனீர் பரிமாறிய முதிய வேலைக்காரி. அமதுல்லா தனது தலையில் ஒரு துணிமூட்டையை வைத்திருக்கிறார். அவர் அந்தத் துணிமூட்டையை யாராவது திருடிவிடக் கூடும் என்ற பதற்றத்தில் இருக்கிறார். அவர் "நீ எனது துணிமூட்டையைத் திருட நினைக்காதே" என்று மரியத்தைத் திட்டுகிறார். ஓரிடத்தில் அமர்ந்தாலோ நின்றாலோ தனது துணிமூட்டையை யாராவது திருடிவிடுவார்கள் என்ற அச்சத்தில் அவர் ஓடும் கப்பலுக்குள் ஓயாமல் நடந்துகொண்டேயிருக்கிறார்.

கப்பல் இரவு நேரம் நடுச் சமுத்திரத்தில் பயணித்துக்கொண்டிருக்கிறது. ஆண்கள் கப்பலின் கீழ்த்தளங்களில் அடைக்கப்பட்டிருக்கிறார்கள். கப்பலின் மேற்தளத்தில் பெண்களும் குழந்தைகளும் தூங்கிக்கொண்டிருக்கிறார்கள். காவற் கடமையிலிருக்கும் படை வீரர்கள் எல்லோருமே கப்பலின் உணவுச்சாலையில் குடித்துக் கொண்டும் புகைத்துக்கொண்டுமிருக்கிறார்கள். கப்பலின் மேற்தளத்தில் விளக்குகள் ஏதுமில்லை. நட்சத்திரங்களின் கீழே தூங்கிக்கொண்டிருந்தபோது மரியம் ஒரு கனவு கண்டாள்.

கருமையிலிருந்து ஒளி தோன்றுகிறது. அந்த ஒளி மரியத்திடம் "அருள் நிறைந்த மரியமே வாழ்க! பெண்களுக்குள் ஆசிர்வதிக்கப் பட்டவள் நீயே! உன் திருவயிற்றின் கனியும் ஆசிர்வதிக்கப்பட்டதே! இந்த இரவில் நீ கர்ப்பம் தரிப்பாய், உன் உதிரத்தில் சுமந்து நீ கடவுளின் குமாரனை பெற்றெடுப்பாய்!" என்றது. பின்பு ஒளி தணிந்துவிடுகிறது. மரியம் வியர்த்துப் போய்த் திடுக்குற்று விழிக்கிறாள். அவள் குந்தியிருந்து ஒரு நிமிடம் மட்டுமே தனது முழங்கால்களில் தனது தலையைக் கவிழ்த்து வைத்துக்கொண்டு யோசனை செய்தாள். அடுத்த நிமிடம் அவள் கப்பலிலிருந்து சமுத்திரத்திற்குள் குதித்தாள்.

அந்த வினாடியில் கப்பலின் மேற்தளத்துக்கு ஒரு வெளிச்சப் புள்ளி ஏறி வருகிறது. போதையில் தள்ளாடியபடியே படிகளில் ஏறிவரும் கப்பற்படை அதிகாரி நிக்கொலாவின் கையிலிருக்கும் விளக்கிலிருந்து ஒளி கசிகிறது. அவன் அந்த விளக்கின் வெளிச்சத் தில் தூங்கிக்கொண்டிருக்கும் பெண்களிடையே பெருத்த முலை களைக் கொண்ட பெண்ணான மரியத்தை தேடிக் கொண்டிருக்கிறான்.

தொலைக்காட்சி நேர்காணலில் ஜனாதிபதி ஜெனரல் சார்ள் து கோல் சொன்னது அப்பட்டமான பொய். மார்ஸெய்ல் துறைமுகத்திலிருந்து புறப்பட்ட இந்தக் கப்பல் அல்ஜீரியாவின் கிராமங்களை நோக்கிப் போகவில்லை. கப்பல் அல்ஜீரியாவின் பாலைவனத்தின் தெற்குப் பகுதியில் அமைக்கப்பட்டிருக்கும் சிறைமுகாம்களை நோக்கியே போய்க்கொண்டிருக்கிறது.

ரம்ழான் பெருநாளுக்கு முந்தியநாள் மாலையில் அல்ஜீரியக் கடற்கரையொன்றில் கிராமவாசிகள் பிறையைக் காண்பதற்காகக் கூடி நின்றபோது கடலில் மிதந்துவந்த ஒரு உடலை அவர்கள் கண்டெடுத்தார்கள். அந்த நிர்வாண உடலை சுறாக்கள் குதறி யிருந்தன. அந்த உடலில் முலைகள் இருந்ததற்கான தடயத்தைக் கூட மீன்கள் விட்டுவைத்திருக்கவில்லை.

"தேசத்துரோகி சார்த்தரைக் கைது செய்ய வேண்டும்" என்ற கூச்சலோடு பிரஞ்சுக் கொடிகளை உயர்த்திப் பிடித்தடி பாரிஸ் நகரத்தின் தெருக்களில் ஊர்வலமாக ஒரு கூட்டம் போய்க் கொண்டிருக்க, அல்ஜீரியக் கடற்கரைக் கிராமமொன்றில் கிராமவாசிகள் மரியத்தின் வெள்ளைத்துணி போர்த்திய உடலை ஊர்வலமாகப் புதைகுழிக்கு எடுத்துப் போவதுடன் திரையில் எழுத்துகள் மின்ன ரம்ழான் திரைப்படம் முடிகிறது.

திருவிதாங்கூர் சமஸ்தானத்தில் தாழ்த்தப்பட்ட சாதியைச் சேர்ந்த பெண்களின் முலைக்கும் வரி விதிக்கப்பட்டிருந்தபோது வரியைக் கட்ட மறுத்த பெண் ஒருத்தி தனது முலைகளை அறுத்து வாழையிலையில் பொதிந்து வரி வசூலிக்க வந்த அதிகாரிகளின் கையில் கொடுத்தாளாம். திரைப்பட அரங்கிலிருந்து வெளியே வரும்போது நான் எனது அந்த மூதாதையை நினைத்துக்கொண் டேன். திரைப்பட அரங்கிலிருந்து வெளியே வந்த இன்னொருவர் 'சார்த்தர் அலுப்பூட்டக் கூடிய விதத்தில் பேசக் கூடியவரா?' என்று கூட யோசித்திருக்கலாம்.

மரியமாகப் பாத்திரமேற்று நடித்திருந்த ஐஸ்மின் சிறந்த நடிகைக்கான விருதை வெனிஸ் திரைப்பட விழாவில் மயிரிழையில் இழந்தார். சிறந்த நடிகைக்கான விருதை '1970 மூனிச்' திரைப்படத்துக்காக வனஸா ரெட்போர்ட் பெற்றுக்கொண்டார். ரம்ழான் திரைப்படத்தில் மரியமாக நடித்திருந்த ஐஸ்மினுக்கு அந்தப் படம்தான் முதலாவது கதைப் படம். ஐஸ்மின் நீலப் படங்கள் என்று சொல்லப்படும் போர்னோ படங்களில் நடிப்பவர். அவர் ரம்ழான் திரைப்படத்தில் நடித்துக்கொண்டிருக்கும் போது பிரான்ஸின் பிரபல நாளிதழான '20 மினுற் பத்திரிகை "ஒரு நீலப்பட நடிகையின் வாழ்க்கையை அறிந்து கொள்வதற்கு நீங்கள் நிச்சயமாக

விரும்புவீர்கள்!" என்ற அறிவிப்போடு நடிகை ஜஸ்மினுக்கும் தனது வாசகர்களுக்குமான ஒரு இணைய உரையாடலைத் தனது இணையத்தளத்தில் ஏற்பாடு செய்திருந்தது. இனிவருவது அந்த உரையாடல்:

Anelka: ஜஸ்மின் நீங்கள் நீலப் படங்களில் நடிப்பதற்காக உங்கள் உறுப்புகளில் எதையாவது திருத்தி அமைத்துக்கொண்டீர்களா?

ஆம்; எனது மார்பகங்களைப் பிளாஸ்டிக் சர்ஜரி மூலம் திருத்திக்கொண்டேன்.

Noway: உங்களுக்குக் கணவரோ அல்லது காதலரோ இருக்கிறாரா? இருந்தால் நீங்கள் அவருடன் கழிக்கும் பொழுதுகளில் நீலப் படங்களில் நடிப்பதனால் உங்களுக்கு ஏதாவது மன உளைச்சல்கள், தடுமாற்றங்கள் ஏற்படுவதுண்டா?

இல்லை, இத்தகைய உளைச்சல்களோ குழப்பங்களோ எனக்கு இதுவரை ஏற்பட்டதில்லை. நான் எனது காதலனுடன் சேர்ந்து வாழ்கிறேன். நாங்கள் வாழ்க்கைத் துணைவர்கள்தான் ஆனாலும் நாங்கள் இருவருமே அவரவரின் தனிப்பட்ட சுதந்திரத்தில் கருத்தான வர்கள். நாங்கள் இருவருமே பாலுறவுக் கட்டுப்பாடுகளிலிருந்து எங்களை விடுவித்துக்கொண்டவர்கள். இருவருமே சுயமான பாலியல் தேர்வுகளைக் கொண்டவர்கள். வாழ்க்கை ஒரு படப்பிடிப்பு போன்றதல்ல. அங்கே நடித்தால் நாம் நம்மையே ஏமாற்றுபவர்களாவோம்.

Reivax: இந்த ஆணாதிக்க சமூகத்தில் அரசியல், வேலை, கலை போன்ற பல துறைகளில் பெண்களுக்கான சம வாய்ப்புகளும் உரிமைகளும் ஆண்களால் மறுக்கப்படுகின்றன. பெண்களுக்கான சமூக அங்கீகாரம் மீண்டும் மீண்டும் மறுக்கப்படுகிறது. இந்த நிலையில் நீங்கள் வெறும் பாலியல் பண்டமாக மட்டுமே கவனப்படுத்தப்படுவது உங்களை எவ்வளவு பாதிக்கிறது? நீங்கள் இந்த நிலைக்குத் தள்ளப்பட்டதாக நினைக்கிறீர்களா?

நான் அப்படி நினைக்கவில்லை. நான் ஒரு தொழிலைச் செய்கிறேன். அதுவும் எனக்குப் பிடித்தமான நடிப்புத் தொழிலைச் செய்கிறேன். உடல்களின் மென்மையையும் காமத்தையும் அழகியலாக்கப் போராடும் எனது இயக்குனர்களை நான் பிரதிபலிக்கிறேன் என்று நினைக்கும்போது நான் கர்வமுறுகிறேன்.

Pierre: உங்களுடனான இந்த உரையாடலை '20Minutes' பத்திரிகை ஏற்பாடு செய்ததன் நோக்கம் என்னவென்று நினைக்கிறீர்கள்? உங்கள் அந்தரங்க வாழ்வை அவர்கள் அரட்டைப் பொருளாக்குகிறார்களா?

அல்லது உங்கள்மீது கொண்ட கரிசனத்தால் இந்த உரையாடலை ஏற்பாடு செய்தார்களா?

இந்தக் கேள்வியை நான் அவர்களிடமே விட்டுவிடுகிறேன். என்னைப் பொறுத்தவரையில் நான் வாசகர்களுடனும் எனது ரசிகர்களுடனும் உரையாடுவதில் மகிழ்ச்சியடைகிறேன்.

Luimeme: நீலப்படங்களில் நடிப்பதற்கு உடல்ரீதியாகக் கடினமான உழைப்பைச் செலுத்த வேண்டியிருக்கும். பல மணிநேரங்களாக, நாட்கணக்கில் நீடிக்கும் படப்பிடிப்புகளால் ஒரு பெண்ணென்ற முறையில் என்னவிதமான சிரமங்களை எதிர்கொள்கிறீர்கள்?

அனைத்தும் ஒரு நாளைக்கு எத்தனை காட்சிகளில் நடிக்கிறேன் என்பதைப் பொறுத்தே உள்ளது. படப்பிடிப்பு முடிந்ததும் எரிவு பொதுவாகவே இருக்கும். சில வேளைகளில் இலேசான வலியும் ஏற்படுவதுண்டு. ஆனால் இப்போது இவற்றுக்கென பிரத்தியேகமான 'ஜெல்'களும் 'க்ரீம்'களும் கிடைக்கின்றன என்பது நிம்மதியான விஷயம்.

Anto: 2007 கான்ஸ் திரைப்பட விழாவில் நீங்கள் நடித்த 'SEXTANT 2' படத்தைப் பார்த்தேன். வாழ்த்துகள். ஜஸ்மின் நீங்கள் நீலப்படத்தில் அல்லாமல் மரபான கதைப் படம் ஒன்றில் நடிகவிருப்பதாகச் செய்திகள் உள்ளன. அதைப்பற்றிக் கொஞ்சம் சொல்ல முடியுமா?

உங்களுடைய வாழ்த்துகளுக்கு நன்றி. உண்மைதான் நான் எரிக் ஜக்மெனின் 'ரம்மான்' என்ற திரைப்படத்தில் நடித்துக் கொண்டிருக்கிறேன். இந்தத் திரைப்படம் ஏப்ரல் 2008ல் வெளியாகும். இந்தப் படத்தில் டானியல் ஒற்றையும் நடிக்கிறார்.

Liouba: இரவு பகலாகத் தொடர்ந்து படப்பிடிப்பு நடக்கும்போதோ, ஒரே நேரத்தில் ஒன்றுக்கு மேற்பட்ட ஆண்க-ளுடன் புணருவதாகக் காட்சிகள் அமைக்கப்படும் சந்தர்ப்பங்களிலோ நீங்கள் எப்போதாவது நடிக்க இயலாது என்று மறுத்ததுண்டா?

பொதுவாக ஒரு நாளைக்கு ஒரு காட்சியில் மட்டுமே நடிக்கிறேன். ஒன்று அல்லது இரண்டு ஆண்களுடன் அல்லது பெண்களுடன் இணைந்து நடிக்கிறேன். எனது தயாரிப்பு நிறுவனமான 'மார்க் டோர்ஸ்' நிறுவனத்தில் நான் இதுவரை எதற்கும் மறுப்புச் சொன்னதில்லை. ஏனெனில் அவர்கள் தயாரிக்கும் படங்கள் செக்ஸியையும் கிளாமரையும் பிரதிபலிக்கும் படங்கள். வக்கிரமான படங்களை அவர்கள் தயாரிப்பதில்லை.

Julien: ஆண்களின் கண்களுக்கு நீங்கள் இத்தனை கவர்ச்சியாயிருப்பதின் இரகசியம் என்ன?

நான் எனது உடற் பராமரிப்பில் மிகவும் கவனம் எடுத்துக் கொள்கிறேன். எனது பதின்ம வயதுகளிலிருந்து எனது அதிகமான நேரங்களை அழகு நிலையங்களிலும் உடற்பயிற்சி மையங்களிலுமே செலவிடுகிறேன்.

Gillou: விரைவில் உங்களின் இருபத்தொன்பதாவது பிறந்த தினம் வரவிருக்கிறது என அறிந்தேன் உண்மைதானா?

ஆம், உண்மைதான். ஜனவரி 18ம் தேதி என்னுடைய பிறந்தநாள் வருகிறது. எனக்குப் பிறந்தநாள் பரிசு அனுப்பி வையுங்கள்.

Noway: இந்த வாழ்க்கை எப்படியிருக்கிறது? நிம்மதியாக உணருகிறீர்களா? உங்கள் குடும்பத்தினரும் உறவினர்களும் உங்களுடைய இந்தத் தொழிலை எந்தளவுக்கு ஏற்றுக்-கொண்டிருக்கிறார்கள்?

படப்பிடிப்புகள், நடன விடுதிகளில் காட்சிகள் நிகழ்த்துவது, எனது காதலனுடன் வீட்டில் இருப்பதற்கான நேரத்தை ஒதுக்குவது என எப்போதுமே பரபரப்பாக இயங்கிக்கொண்டிருந்தாலும் நான் வாழ்க்கையைத் திட்டமிட்டு வாழ்வதால் எனது வாழ்க்கை மகிழ்ச்சியாகவும் சீராகவும் போய்க்கொண்டிருக்கிறது. எனது குடும்பத்தினருடனோ உறவினர்களுடனோ எனக்கு இப்போது எந்தத் தொடர்பும் கிடையாது. அவர்களால் எனது இந்தத் தொழிலை ஏற்றுக்கொள்ள முடியாது.

Emre: நான் லியோன் நகரத்தில் வசிக்கும் இளைஞன். நீங்கள் நடித்த படங்களை மிகவும் விரும்பிப் பார்ப்பேன். நீலப் படங்களில் நடிப்பதற்கான வாய்ப்புகளை எப்படிப் பெறலாம் எனத் தெரிந்து-கொள்ள விரும்புகிறேன். அது குறித்து எனக்குச் சில வழிகாட்டல்களைத் தருவீர்களா?

நீலப் படங்களில் நடிக்க வாய்ப்புப் பெறுவதற்கு உங்களுடைய தளராத முயற்சியும் பயிற்சியும் முக்கியமானவை. உண்மையில் நீலப் படங்களில் நடிப்பதற்கு தேர்வாவதும் நடிப்பதும் மிகவும் கடினமானவை. கமராவின் முன்னாலும் படப்பிடிப்புக் குழுவினரின் முன்னாலும் நீங்கள் நிற்கும் போது உங்களது ஆணுறுப்பு விறைப்பை இழந்துவிடக் கூடாது. இது பயிற்சியினாலும் மனதை ஒருநிலைப் படுத்துவதாலுமே சாத்தியமாகும். நீங்கள் முதலில் சிறிய 'அமெச்சூர்' குழுக்கள் தயாரிக்கும் படங்களில் நடித்து அனுபவத்தையும் பெயரையும் பெற முயற்சிப்பதே சிறந்தது என்பது எனது ஆலோசனை. இணையத் தளங்களிலும் போர்ணோ பத்திரிகைகளிலும் நடிகர்கள் தேவை என்று விளம்பரங்கள் அவ்வப்போது வெளியாவதுண்டு. அவர்களை அணுகிப் பாருங்கள்.

Ham: கமராவுக்கு வெளியே ஒரு நீலப்பட நடிகையின் வாழ்வு எப்படியிருக்கிறது? நீங்கள் நீலப்பட நடிகையென்று அறியவரும் போது உங்களை இழிவு செய்கிறார்களா?

கமராவுக்கு வெளியே நான் அமைதியான ஒரு மனுஷி. நான் நீலப்பட நடிகையென்று தெரியவரும்போது எதிரிலிருப்பவர்கள் ஆச்சரியமடைகிறார்களே தவிர என்னை அவர்கள் இழிவு செய்வதில்லை என்றே நினைக்கிறேன்.

Dimal: நீங்கள் அல்ஜீரியாவில் பிறந்தவர். அப்படியான இறுக்கமான கலாச்சாரப் பின்னணியில் வந்த நீங்கள் ஒரு நீலப்பட நடிகையாக இருப்பதை உங்கள் பெற்றோர்கள் எப்படி உணருகிறார்கள்?

நான் அல்ஜீரியாவில் பிறந்திருந்தாலும் எனது ஒன்பதாவது வயதிலேயே நாங்கள் குடும்பத்தோடு பிரான்சுக்குப் புலம் பெயர்ந்துவிட்டோம். நான் ஏற்கனவே சொல்லியது போல எனது பெற்றோர்களுடன் எனக்கு இப்போது எந்தத் தொடர்பும் கிடையாது.

Thomas: பணம் மட்டுமே வாழ்க்கையாகிவிடுமா? பணத்திற்காக ஒரு பெண் தனது கவுரவத்தை விட்டுக்கொடுப்பதை எப்படிப் புரிந்து கொள்வது. காசு கொடுத்தால் நீங்கள் விலங்குகளைப் புணரும் காட்சிகளிலும் நடிப்பீர்களா? அல்லது மிக வறிய நிலையிலிருக்கும் பெண்கள்தான் அப்படியான காட்சிகளில் மிருகங்களுடன் நடிக்கிறார்களா? நிர்வாணத்திலும் அவமானத்திலும் கூட ஏழைகள், பணக்காரர்கள்; போன்ற வித்தியாசங்களுண்டா?

சத்தியமாக நான் பணத்திற்காக நீலப்படங்களில் நடிக்கத் தொடங்கவில்லை. நான் என்னுடைய மகிழ்ச்சிக்காகவும் கொண்டாட்டத்துக்காகவும் மட்டுமே நீலப்படங்களில் நடிக்க வந்தேன். என்னுடைய விருப்பங்கள் எனக்கு முக்கியமானவை. அவற்றை வெறும் ஆழ்மன விருப்புகளாக மட்டுமே குறுக்கிக்கொண்டு என் உணர்வுகளுக்கு என்னால் துரோகம் செய்ய முடியாது. மிருகங்களுடன் நடிப்பது என் தொழில் இல்லை. தோமஸ்! அந்தக் கேள்வி எனக்கானது அல்ல. நானும் உங்களைப் போன்ற ஒரு சாதரண மானிடப் பிறவிதான்.

Jules: நீங்கள் உண்மையாகவே இந்தத் தொழிலை விரும்புகி நீர்களா?

ஆம், மனப்பூர்வமாக விரும்புகிறேன்.

Mr K : ஜஸ்மின் உங்கள் வீட்டிலோ அல்லது நண்பர்கள் வீட்டிலோ இரவு விருந்துகள் நடைபெறும் போது உங்கள் படங்களில் காண்பிக்கப்படுவதைப் போல நீங்கள் நடந்துகொள்வதுண்டா?

இல்லை, இந்த விருந்துகள் காதலாலும் நட்புகளாலும் மகிமைப்படுத்தப்படுபவை.

Reds : நீலப்படங்களில் நடிகர்கள் எப்படி நீண்ட நேரமாக விந்து வெளியேறாமல் உடலுறவை நீட்டிக்கிறார்கள். இது எடிட்டிங் வித்தை என்றுதான் நான் நினைக்கிறேன். நடிகர்கள் படப்பிடிப்பின் போது ஊக்க மருந்துகளை உட்கொள்கிறார்களா?

இதனால்தான் நீலப்பட நடிகர்களாக இருப்பது மிகவும் கடினமானது என்று சொன்னேன். அவர்கள் தங்களது ஆணுறுப்புகளை விறைப்பாகவே வைத்திருக்கும் அதே நேரத்தில் இயக்குனர் சொல்லும்வரைக்கும் விந்தையும் கட்டுப்படுத்தி வைத்திருக்க வேண்டும். ஊக்க மருந்துகளையோ அல்லது நீண்ட நேரப் புணர்ச்சிக்கான சிறப்பு மருந்துகளையோ உடயோகிக்கும் நடிகர்களை நான் பார்த்ததில்லை. அவர்கள் விறைப்பை இழந்துவிட்டால் மனதை ஒருநிலைப் படுத்துவதன் மூலமே மீண்டும் குறி எழுச்சியைப் பெற்றுக்கொள்கிறார்கள். இதனால்தான் சில வேளைகளில் படிப்பிடிப்பு நீண்டு போகிறது. ஆனால் பொதுவாகத் தொழில்முறை நடிகர்களுக்கு இந்தச் சிக்கல்கள் ஏற்படுவதில்லை.

Spamyo: நீங்கள் உங்கள் தனிப்பட்ட வாழ்விலும் நீங்கள் படங்களில் நடிப்பது போலப் பெண்களுடன் உடலுறவில் ஈடுபடுகிறீர்களா?

எனக்கு உயிருக்குயிரான சில தோழிகள் இருக்கிறார்கள். ஆனால் நான் லெஸ்பியன் கிடையாது. என்னால் ஒரு பெண்ணைக் காதலிக்க முடியாது. நான் ஆண்களையே காதலிக்க விரும்புகிறேன்.

Kery- Dina : ஜஸ்மின் நாங்கள் உங்களது தொழிலை மிகவும் விரும்புகிறோம், மதிக்கிறோம். அத்துடன் சில விசயங்களைத் தெரிந்துகொள்ளவும் விரும்புகிறோம். இந்தத் தொழிலில் குறிப்பாக என்னென்ன சிரமங்களும் வலிகளும் உள்ளன என்று சொல்வீர்களா?

நிச்சயமாக, படப்பிடிப்பின் போது நீண்ட பொறுமையையும் சகிப்பையும் காட்ட வேண்டியிருக்கிறது. இந்தத் தொழிலுக்கு நேர காலம் கிடையாது. பொதுவாகவே அதிகாலையிலேயே எழுந்து இரவில் மிகத் தாமதமாகத் தூங்க வேண்டியிருக்கிறது. நீண்ட தூரங்கள் பயணங்கள் செய்து வசதி குறைவான விடுதிகளில் தங்கி நடிக்க வேண்டியிருக்கிறது. முக்கியமாக நடிகைகளுக்குள்ளே போட்டியும் பொறாமையும் நிலவுவதையும் சொல்ல வேண்டும். படிப்பிடிப்பின் போது சத்தி வாய்ந்த விளக்குகளின் வெப்பத்தைப் பொறுத்துக்கொள்ள வேண்டும். வெளிப்புறப் படப்பிடிப்புகளின் போது கடுங்குளிரிலோ அல்லது கடும் வெயிலிலோ ஆடைகளில்லாமல் நடிக்க வேண்டியிருக்கிறது. நீலபடத் துறை

மரபான சினிமாத்துறை போன்றதல்ல. இங்கே தொட்டதற்கெல்லாம் உதவியாளர்களும் பணியாளர்களும் இருக்கமாட்டார்கள். மரபான சினிமாத் துறையுடன் ஒப்பிட்டுப் பார்க்கவே முடியாதளவிற்கு மிகக் குறைவான சம்பளமே எங்களுக்கு வழங்கப்படுகிறது.

Silvy: ஜஸ்மின் எந்த நடிகையை நீலப்படத் துறையில் உங்கள் முன்மாதிரியாகக் கொண்டிருக்கிறீர்கள்?

உண்மையிலேயே நான் யாரையுமே முன்மாதிரியாகக் கொள்ளவில்லை. நான் நானாகவே இருக்க விரும்புகிறேன்.

T Man: நீங்கள் ரம்ழான் நோன்பிருக்கிறீர்களா? நோன்பு காலப் பகுதியில் படப்பிடிப்புக்குப் போவீர்களா? போவீர்களானால் எந்த நேரத்தில் நடிக்கிறீர்கள்?

இல்லை, நான் நோன்பிருப்பதுமில்லை, பெருநாளைக் கொண்டாடுவதுமில்லை. நான் ஒரு முஸ்லிமாகப் பிறந்திருந்தாலும் இப்போது நான் மார்க்கத்தைக் கடைப்பிடிப்பதில்லை. ஆனாலும் நான் இப்போதும் இறை நம்பிக்கையுடையவள்தான். நான் விரும்புவதை நான் செய்கிறேன். நான் விரும்பியவாறு நான் வாழ்கிறேன். நான் என்னையும் பிறரையும் எப்போதுமே மரியாதை செய்கின்றேன். நான் வித்தியாசமான ஒரு தொழிலைச் செய்கிறேன் என்பது எனக்குத் தெரியும். ஆனால் நான் அந்தத் தொழிலைச் செய்வதில் மகிழ்ச்சியடைகிறேன். நான் தைரியமாக, வெளிப்படையாக இருக்கும் அதே தருணத்தில் அதன் விளைவுகளையும் நானறிவேன். என்னால் போலித்தனமாக இருக்க முடியாது. நான் எனது கன்னிமையை எனது இருபதாவது வயதில்தான் என் காதலனிடம் கொடுத்தேன். நான் அந்தக் காதலனுடன்தான் இப்போதும் சேர்ந்து வாழ்கிறேன். என்னிடம் நீதி விசாரணை நடத்தவும் எனக்குத் தீர்ப்பளிக்கவும் இறைவன் ஒருவனைத் தவிர வேறெவருக்கும் உரிமையில்லை. நீங்கள் நோன்பிருக்கிறீர்களா? இருந்தால் உங்களுக்கு எனது ரம்ழான் வாழ்த்துகள்.

தமிழ்

வேசியின் விரிந்த கூந்தல் அவளின் முதுகின் கீழாகப் பரவிப் போய் அவளின் குண்டியைத் தொட்டது. வேசி அந்தக் கரிய கூந்தல் விரிப்பில் கால்களை விரித்து மல்லாந்து கிடந்தாள். அவளின் கண்கள் புருவங்களுக்குள் சொருகிக் கிடந்தன. அவள் நெற்றியில் இலந்தைப் பழங்களை ஒட்டி வைத்தது போல இடப்புறத்தில் ஒன்றுமாக வலப்புறத்தில் ஒன்றுமாக இரண்டு துளைகள் இருந்தன. பின்னிரவில் பெய்த மழையில் அந்தச் சவம் செம்மையாய் நனைந்திருந்தது. சவத்தின் அசாதாரணமான நீண்ட கைகளையும் வயிற்றையும் பாதங்களையும் மழை தீரக் குளிப்பாட்டியிருந்தது. சடலம் உடுத்திருந்த சேலையின் ஓரத்தைக் கிழித்துத்தான் சடலத்தின் வாயைக் கட்டியிருக்கிறார்கள். சடலத்தின் மூஞ்சியைச் சுற்றி ஈக்கள் பறக்க ஈக்களைச் சுற்றி பற்களை விளக்கிக் கொண்டே கிராம மக்கள் நின்றிருந்தனர்.

சவம் கிராமத்தின் சந்தைக் கட்டடத்தின் முன்பாகக் கிடந்தது. கிராம மக்கள் சடலத்தையே சுற்றிச் சுற்றி வந்தனர்.

அவர்கள் துப்பாக்கியால் சுட்டுக்கொல்லப்பட்ட ஒரு பிணத்தை தம் வாழ்நாளில் பார்த்ததே இல்லை. அவர்கள் பெருத்த ஆச்சரியத்துடனும் இரக்கத்துடனும் சத்தம் போட்டுக் கொண்டிருந்தார்கள்.

சவத்தின் மார்பில் ஒரு பெரிய வெள்ளை அட்டை கட்டப்பட்டிருந்தது. அந்த அட்டை மழையில் ஊறிப் பொருமி அட்டையின் ஓரங்கள் சுருண்டு கிடந்தன. அட்டையில் சிவப்பு நிறப் பெயின்ட் ஊறிக் கிடந்தது. அட்டையில் மழை அழித்து விட்ட எழுத்துகளை கிராம மக்கள் படிக்க முயன்றனர். அவர்களில் எவராலும் அதை வாசிக்க முடியவில்லை. மழை அழித்திருந்த அந்த எழுத்துக்களை நிச்சயமாக என்னால் வாசிக்க முடியும்.

> **சமூக விரோதிகளுக்கு எச்சரிக்கை!**
> **பெயர் : இந்துமதி**
> **விபச்சாரத்துக்காக மரண தண்டனை.**

நேற்றைய முன்னிரவில் கடும் மழை பெய்வதற்கு முன்பாக இந்தக் கடதாசி அட்டையில் சிவப்பு வண்ணத்தினால் நான்தான் இந்த எழுத்துகளை எழுதியிருந்தேன். முன்னிரவில் அவர்கள் மூன்று பேர் எங்கள் வீட்டுக்கு வந்திருந்தார்கள். அப்போது ஐயா நிறை வெறியில் தாள்வாரத்தில் குப்புறக் கிடந்தார். எங்கள் கிராமத்தைச் சுற்றியுள்ள ஏழெட்டுக் கிராமங்களுக்கும் என் ஐயாதான் 'ஆர்ட்டிஸ்ட் மணியம்'. ஐயா கடைகளுக்கு பெயர்ப் பலகை எழுதுவார், கோயில்களுக்குத் தீந்தை பூசுவார். சைக்கிள்களுக்குப் பெயின்ட் அடிப்பார். வந்தவர்கள் தங்களுக்குக் கொஞ்சம் பெயின்ட் வேண்டுமென்று கேட்டனர். அவர்களிடம் அப்போது துப்பாக்கிகளை நான் காணவில்லை. இடுப்புக்குள் ஒளித்து வைத்திருப்பார்கள். நான் ஐயாவை ஆன மட்டும் உலுக்கி எழுப்பி விட முயற்சித்தேன். நான் எழுப்பி விட, எழுப்பி விட ஐயா வட்டமடித்து வட்டமடித்து முற்றத்து மணலில் சுருண்டு விழுந்தார்.

அது சுவரொட்டிகள் காலம். யாழ்ப்பாண நகரம் முழுவதும் சென்ற கிழமை ஒரே மாதிரியான சுவரொட்டிகள் ஒட்டப்பட்டிருந்தன. அந்தச் சுவரொட்டியில் எழுதப்பட்டிருந்த தமிழ் எழுத்துகள் ஐயாவை மாதிரி ஒரு தொழில்முறை ஓவியனால் அல்லது குறைந்தடட்சம் ஐயாவோடு சில வேளைகளில் உதவிக்குப் போய்வரும் என் போன்ற ஒருவனால்தான் எழுதப்பட்டிருக்க வேண்டும். எழுத்துகள் வட்டுறுப்பாய் ஒன்றின் மீது ஒன்றாக நகரத்தையே கவர்ந்திழுத்தன.

'ஆற்றல் மிகு கரங்களில் ஆயுதம் ஏந்துவோம் மாற்றுவழி நாமறியோம்' என்று எழுதப்பட்டிருந்த அந்தச் சுலோகம் எனக்கு மனப்பாடம். 'கசிப்பு வடிக்க வேண்டாம்' என்று சுவரொட்டி, 'கருத்தடை செய்ய வேண்டாம்' என்று சுவரொட்டி 'ஹர்த்தால்'

கடையடைப்பு' என்று சுவரொட்டியாக நாங்கள் சுவரொட்டிகளுக்குக் கீழே வாழ்ந்து வந்தோம்.

ஐயா எழுந்திருப்பதாக இல்லை. இயக்கக்காரர்களுக்கு உதவும் ஒரு வாய்ப்பைத் தவற விட நான் தயாராகவில்லை. ஒரு நாளும் இல்லாத புதுமையாகப் பெயின்டையும் பிரஷையும் தொடும் போதே என் உள்ளம் கிளர்ந்தெழுந்தது. இந்த வண்ணத்தால் எழுதப்படவிருக்கும் சுலோகம் எதுவாய் இருக்குமெனக் கேட்டு மனம் அடித்துக்கொண்டது. நேற்றுக் காலையில் எங்கள் பாடசாலையின் மதிற்சுவர்களில் அப்போது நான் பத்தாம் வகுப்பு படித்துக்கொண்டிருந்தேன் புதிய சுவரொட்டிகள் ஒட்டப் பட்டிருந்தன. அந்தச் சுவரொட்டிகளில் 'ஈரானில் மாணவர்கள் புரட்சி இங்கு ஏன் தோழா இன்னும் புத்தகப் பூச்சி' என்ற சுலோகம் எழுதப்பட்டிருந்தது. நாள் முழுவதும் அந்தச் சுலோகத்தைப் பற்றியே பாடசாலை முழுவதும் பேசிக் கொண்டிருந்தது. நான் சிவப்பு பெயின்டை அவர்களிடம் கொடுத்துவிட்டு "இது போதுமா அண்ணே?" என்று கேட்டேன்.

"போதும் ஒரு போர்ட்தான் எழுதவேணும்" அவர்கள் திரும்ப முயற்சிக்கும் போது அவர்கள் முதுகுக்குப் பின்னால் நான் தயங்கித் தயங்கிக் கேட்டேன் "என்னவும் எழுத வேணுமெண்டால் நான் எழுதித்தாறன்." அவர்கள் நின்றார்கள். அவர்கள் இருளுக்குள் தலைகளை ஆடாமல் அசையாமல் வைத்திருந்தார்கள். கடைசியில் தலைவாசலுக்குள் மெழுகு திரியைக் கொளுத்தி வைத்துக் கொண்டு அவர்கள் சொல்லும் சுலோகத்தை எழுதத்தயாரானேன். ஈரானில் புரட்சி இங்கு புத்தகப்பூச்சி போல இன்னொரு சுலோகம் சொல்வார்கள் என்றுதான் நினைத்திருந்தேன். ஆனால் சொன்ன சுலோகம் நான் அதுவரை கேட்டிராத ஒன்றாகவிருந்தது. சமூகவிரோதி, இந்துமதி, மரணதண்டனை என்று ஒரு எழுவாய் பயனிலை இல்லாமல் சுலோகத்தைத் துண்டு துண்டாகச் சொன்னர்கள்.

நான் அட்டையில் அழகழகாக எழுத்துகளைச் சாய்த்து நிறுத்தினேன். நான் எழுதிக் கொண்டிருந்த போது என் அம்மா அவர்கள் மூவருக்கும் தேநீர் கொண்டு வந்து கொடுத்தார். நான் எழுதி முடித்து விட்டுச் சற்றுத் தூரத்தே நின்று எழுத்துகளை மெழுகுதிரி வெளிச்சத்தில் பார்த்தேன். திருப்தியாய் இருந்தது. நான் அவர்களிடம் "அண்ணே கறுப்புப் பெயின்டில் எழுத்துகளை சுத்தி போடர் கட்டவா?" என்று கேட்டு விட்டு "அது ஒளிப்பாய் இருக்கும்" என்றேன்.

இது நடந்து நான்கு அல்லது ஐந்து நாட்கள் இருக்கலாம். காலையில் நான் பாடசாலைக்குச் சென்று கொண்டிருந்தேன். பாடசாலை நகரத்தின் தெற்குப் பகுதியில் இருந்தது. நகரத்தின் தெருக்களால் சனங்கள் ஒரு நாற்சந்தியை நோக்கி ஓடிக் கொண்டிருந்தார்கள். என்ன ஏதென்று விசாரித்த போது நாற்சந்தியில் ஒரு வேசி வேப்ப மரத்தில் கட்டப் பட்டிருக்கிறாள் என்றும் அவள் கழுத்தில் ஒரு அட்டை எழுதி தொங்கவிடப் பட்டிருக்கிறது என்றும் அறிந்தேன். என் சைக்கிள் நாற்சந்தியைப் பார்த்துத் திரும்பியது. வேசியின் கழுத்தில் கட்டப்பட்டிருக்கும் எழுத்துகளைப் படித்துவிடுவதற்கான ஆர்வம் என் கால்களை இயக்கியது. அது நகரத்தில் ஆமிக்காரர்கள் திரிந்த காலம். அவர்கள் எந்தத் தருணத்திலும் நாற்சந்திக்கு வரலாம். கழுத்தில் கட்டப்பட்டிருக்கும் எழுத்துகளைப் படித்து விட்டு உடனே ஓடிப்போய் விட வேண்டும் என்று நினைத்துக் கொண்டேன். அந்த விடச்சாரி சவமாய் இல்லை. அவள் உயிருடன் வேப்பமரத்தோடு கட்டப்பட்டிருந்தாள். சனங்கள் வேப்ப மரத்தைச் சுற்றிச் சுற்றி வந்தார்கள். விபச்சாரியின் கைகள் அவளின் தலைக்கு மேலே உயர்த்தப்பட்டு ஒரு புள்ளடி போல வேப்ப மரத்தில் கட்டப்பட்டிருந்தன.

அவளுக்கு மிஞ்சி மிஞ்சிப் போனால் பதினேழு அல்லது பதினெட்டு வயதுதான் இருக்கும். அவள் மெலிந்த உடலும் சிவந்த நிறமுமாய் நின்றாள். இடையில் ஒரு சாரமும் மேலுக்கு ஆண்களின் சட்டையும் உடுத்திருந்தாள். அவளின் தலைமுடி அலங்கோலமாகக் கத்திரிக்கப்பட்டிருந்தது. அவளின் கழுத்தில் தொங்கிய எழுத்துகள் ஊதா நிறத்தில் ஆடின. அந்தத் தமிழ் எழுத்துகள் ஓலைச் சாயத்தால் கோணல் மாணலாக எழுதப்பட்டிருந்தன.

விபச்சாரம் செய்ததற்காக 12 மணிநேரத் தண்டனை வழங்கப்பட்டுள்ளது. அந்த இளம் விபச்சாரியின் கால்களுக்குக் கீழே ஒரு அழுக்கு மூட்டை போல ஒரு வாடலான கிழவி குந்தியிருந்து சனங்களை கண் வெட்டாமல் பார்த்துக் கொண்டிருந்தாள். விபச்சாரி கால் மாற்றிக் கால் மாற்றி ஒற்றைக் காலிலேயே நின்றாள். அவள் இடையிடையே கிழவியைப் பார்த்து "எண கால் உளையுதண, கால் உளையுதண" என்று சொல்லிக் கொண்டிருந்தாள். அப்போதெல்லாம் அந்தக் கிழவி விபச்சாரியின் மூஞ்சியை நிமிர்ந்து பார்த்து "மூளி அலங்காரி மூளி அலங்காரி" என்று சொன்னாள். பின் திரும்பவும் சனங்களைக் கண் வெட்டாமல் பார்த்துக் கொண்டிருந்தாள்.

நான் வகுப்பில் இருந்த போது புங்குடுதீவுக் கடற்கரையில் ஒரு தாய் வேசியையும் மூன்று மகள் வேசிகளையும் இயக்கம் சுட்டுச் சவங்களை வரிசையாகக் கடற்கரையில் வளர்த்தி வைத்திருக்கிறது என்ற செய்தியைக் கேள்விப்பட்டேன். செய்தியைக் கொண்டு வந்தவன் இறைமொழி என்ற புங்குடுதீவுப் பொடியன். இறைமொழி அதிகாலையிலேயே அந்த நான்கு பிரேதங்களையும் பார்த்து விட்டுத்தான் பஸ் பிடித்துப் பாடசாலைக்கு வந்திருந்தான். நான் இறைமொழியிடம் "அந்தச் சவங்களின் கழுத்துகளில் என்ன எழுத்துகள் கட்டப்பட்டிருக்கின்றன?" என்று கேட்டேன்.

"இல்லை, பிரேதங்களின் கழுத்தில போர்ட் ஒண்டும் கட்டியிருக்கேல்ல" என்று இறைமொழி சொன்னான். என்னால் அதை நம்ப முடியவில்லை. குழப்பமாய் இருந்தது. 'போர்ட்' இல்லாமல் எழுத்துகள் இல்லாமல் சுட்டிருக்கிறார்கள் என்றால் அந்த நான்கு பெண்களையும் இராணுவம்தான் சுட்டிருக்க வேண்டும் என்று நான் சந்தேகப்படலானேன். இடைவேளையின் போது இறைமொழி என்னை இரகசியமாக மலசல கூடத்துக்குள் அழைத்துச் சென்றான். தன் காற்சட்டைப் பையிலிருந்து ஒரு துண்டுப் பிரசுரத்தை எடுத்து "வாசிச்சுப் போட்டு திரும்பத் தரவேணும், கல்வி மேல சத்தியம்" என்று சொல்லிக் கொண்டே என்னிடம் துண்டுப் பிரசுரத்தை நீட்டினான். அழகான கையெழுத்துக்களில் எழுதப்பட்டிருந்த அந்தத் துண்டுப் பிரசுரம் ரோனியோ இயந்திரத்தில் பிரதி எடுக்கப்பட்டிருந்தது. சவங்களைச் சுற்றித் துண்டு பிரசுரங்கள் கிடந்தனவாம்.

தாயின் பெயர்: கிருஷ்ணாம்பாள். மகள்களின் பெயர்கள்: சுபத்திராதேவி, ஜெயதேவி, ஜெபதேவி. தாயும் பிள்ளைகளும் நயினாதீவு கடற் படையினருடன் விபச்சாரம் செய்து வந்ததால் மரணதண்டனை!

கொழும்பில் தங்கியிருந்த போதுதான் நான் முதன் முதலாக ஒரு வேசியிடம் போனேன். அப்போது எனக்குப் பத்தொன்பது வயது. எங்களை ஏஜென்சி கொழும்பின் புறநகர் ஒன்றில் தங்க வைத்திருந்தான். அந்த விடுதி காலி வீதியில் இருந்தது. அந்த விடுதி முழுவதும் வெளிநாட்டுக்குப் போகக் காத்துக் கொண்டிருக்கும் தமிழர்களாலும் ஏஜெண்டுகள், சப்-ஏஜெண்டுகளாலும் நிரம்பி வழிந்தது. கொழும்பு பஸ் வண்டிகளிலும் வீதிகளிலும் கடைகளிலும் சிங்களப் பொட்டைகள் என்னை நெருக்கித் தள்ளினார்கள். அவர்களின் பொட்டிடாத மூஞ்சியும், சாயம் பூசிய வாய்களும் என்னைக் கிளர்த்தின. சிங்கள

மொழியின் தொனியில் ஒரு இறுக்கம் தெரியவில்லை. மொழி உருகி ஓடுவதாகத் தோன்றியது.

விடுதியிலிருந்து காலி வீதியைக் குறுக்காகக் கடந்தால் அந்தப் பக்கத்தில் சில கட்டடங்கள். அவற்றின் ஊடே நடந்தால் ரயில் தண்டவாளம் கடற்கரையை ஒட்டிச் செல்வதைப் பார்க்கலாம். ரயில் தண்டவாளம் செல்லும் பகுதியிலோ கடற்கரையிலோ மதிய வேளைகளில் ஆள் நடமாட்டமே இருக்காது. ஆனால் ஒவ்வொரு நாளும் மதிய நேரம் ஒரு பெண்ணும் ஒரு மனிதனும் எங்கிருந்தோ தண்டவாளத்தில் நடந்து அந்தப்பகுதிக்கு வருகிறார்கள். அந்தப்பெண் தண்டவாளத்தில் நின்றிருப்பாள். அந்த மனிதன் சற்றுத் தள்ளிப் போய்க் கடற்கரையில் கடலைப் பார்த்தவாறு குந்திக் கொண்டிருப்பான். தொடர்ச்சியாக மூன்று நாட்களின் மதியப் பொழுதில் நான் அவர்களை அங்கே பார்த்தேன். அந்தப் பெண் தலையைத் திருப்பி என்னைப் பார்க்கும் போது நான் திரும்பவும் காலி வீதியை நோக்கி நடக்க ஆரம்பித்து விடுவேன். மூன்றாவது நாளில் அந்தப் பெண் என்னை நோக்கி இரண்டொரு அடிகள் எடுத்து வைத்ததாகத் தோன்றியது. நான் திரும்பியும் பாராமல் வீதியை நோக்கி வேகமாக நடந்து வந்து விட்டேன்.

நான் மிகவும் கவனமாகத் திட்டமிடலானேன். நாளை மதியம் நான் தண்டவாளத்தால் நேராக நடந்து செல்ல வேண்டும். எனக்குச் சரிவரச் சிங்களம் பேசத்தெரியாது என்பதை முடிந்தவரை காண்பித்துக்கொள்ளக்கூடாது. எனக்குத் தெரிந்த சில சிங்களச் சொற்களை வைத்து மனதுக்குள் ஒரு ஒத்திகை பார்த்துக்கொண்டேன். முப்பது ரூபாய்கள் மட்டுமே எடுத்துச் செல்ல வேண்டும். அதுவும் மூன்று பத்து ரூபாய்த் தாள்களாக இருக்க வேண்டும். முதலில் அவளிடம் இரண்டு பத்து ரூபாய்த் தாள்களைக் காட்ட வேண்டும். அதற்கு அவள் சம்மதிக்கா விட்டால் அடுத்த பத்து ரூபாயையும் நீட்ட வேண்டும். முப்பது ரூபாய்க்குள் அவள் சம்மதிக்காவிட்டால் திரும்பி வந்து விட வேண்டும். அடுத்த நாள் மதியம் நான் மிகக் கவனமாகத் தங்கும் விடுதியிலிருக்கும் எவரும் அறியாதவாறு விடுதியை விட்டு வெளியே வந்தேன்.

காலி வீதியில் ஏறியதும் ஒரு தேநீர்க் கடையில் இரண்டு சிகரெட்டுகள் வாங்கி ஒன்றைப் பற்றவைத்துக்கொண்டே விடுதியிலிருந்து எவரும் என்னைக் கவனிக்கிறார்களா என்று பார்த்தேன். சிகரட் புகைத்து முடியும் வரை அங்கேயே நின்றேன். யாரும் என்னைக் கவனிக்கவில்லை என்பதை உறுதி செய்து

கொண்டு வீதியை ஓடிக்கடந்து கடற்கரையை நோக்கி நடந்தேன். அவள் தண்டவாளத்தில் நின்றிருந்தாள். அவள் சிவப்பு நிறத்தில் கவுன் போட்டிருந்தாள். நான் தண்டவாளத்தில் ஏறி அவளை நோக்கி நடந்தேன். நடக்கும் போது என் சட்டையின் கைப்பகுதியை நன்றாக மேலே சுருட்டி விட்டேன். அடுத்த சிகரெட்டை எடுத்துப் புகைத்துக் கொண்டே தண்டவாளத்தில் நடந்தேன். நடக்கும் போது முகத்தில் கடுகடுவென்ற ஒரு பாவத்தை வரவழைத்துக்கொண்டேன். கால்களில் ஒரு சண்டித்தன நடையைக் கொண்டு வந்தேன். அவள் என்னை நோக்கி கைகளை அசைத்த மாதிரித் தெரிந்தது. ஒரு கருவாட்டுக்கு கவுனும் பவுடரும் போட்டு விட்டால் எப்படியிருக்குமோ அந்த விபச்சாரி அப்படியிருந்தாள். அவள் தன் கண்களை விரித்து என்னை உற்றுப்பார்த்தாள். அவள் கண்கள் வெளிறிக்கிடந்தன. அவள் தனது தலையை இடதுபுறம் சரித்து இடது கண்ணைச் சுருக்கி சிங்களத்தில் ஏதோ சொன்னாள்.

அவளின் வாயும் பற்களும் கறுப்பாய் இருந்தன. அவளிலிருந்து ஏதோ ஒரு நாற்றம் கசிந்தது. அது புகையிலையின் நாற்றமாய் இருக்கலாம். அவள் தலையால் சைகை செய்து விட்டு என் முன்னே தண்டவாளத்தில் நடக்கத் தொடங்கினாள். நான் அவளோடு வந்த மனிதனைத் திரும்பிப்பார்த்தேன். அவன் தூரத்தில், கடற்கரையில் குந்தியிருந்து மணலில் ஏதோ எழுதிக்கொண்டிருந்தான்.

நான் விபச்சாரியின் பின்னால் நடக்கலானேன். விபச்சாரி இப்போது தண்டவாளத்திலிருந்து சரிவில் பள்ளத்தை நோக்கி இறங்கினாள். தண்டவாளத்தின் கீழே நான்கு அடிகள் விட்டமுள்ள ஒரு சீமெந்துக் குழாய் தெரிந்தது. அந்தக் குழாய் மழை நீர் பள்ளத்திலிருந்து தண்டவாளத்தின் கீழாகக் கடலுக்குள் கடத்தப்படுவதற்காக அங்கே அமைக்கப்பட்டிருக்க வேண்டும். அந்த விபச்சாரி குழாயின் முகத்துக்குள் போய்க் குனிந்து நின்று என்னையும் குழாயினுள் வருமாறு கூப்பிட்டாள். குழாய் ஒரு பொந்து மாதிரி ஒரு வகையான பாசி படர்ந்து கிடந்தது. என் கணுக்கால்கள் வரை அழுக்கு நீர் தேங்கி நின்றது. விபச்சாரி தன் உடலைக் குழாயோடு குழாயாக வளைத்து ஒரு குழாய் போல சுருண்டு நின்றாள். மீண்டும் நான் தண்டவாளத்தில் ஏறிய போது என் எதிரே விபச்சாரியோடு வரும் அந்த மனிதன் நிற்பதைப் பார்த்தேன். அவன் தண்டவாளத்தின் சிலிப்பர் கட்டையைத் தன் காலால் தேய்த்துக் கொண்டிருந்தான். நான் உடனே மீண்டும் சரிவில் இறங்கி பள்ளத்தினூடாக காலி வீதியை நோக்கி நடந்தேன்.

நான் திரும்பி வந்த போது விடுதி அல்லோலகல்லோலப்பட்டுக் கொண்டிருந்தது. என் ஏஜென்சி ஒரு பெருத்த தடியன். அவன்

விடுதியின் அலுவலக அறைக்குள் போட்டு ஒரு பொடியனை அடித்து நொறுக்கிக் கொண்டிருந்தான். அந்தப் பொடியனுக்கு இருபது வயது இருக்கும். அவன் கனடாவுக்குப் போவதற்காக ஏஜென்சியிடம் நிற்கிறான். அவன் அந்த விடுதியில் லண்டனுக்குப் போவதற்காகக் காத்துக்கொண்டிருந்த அருள்மொழி என்ற பெண்ணுக்கு காதல் கடிதம் எழுதிக் கொடுத்திருக்கிறான். பிரச்சனை இப்போது ஏஜென்சியிடம் விசாரணைக்கு வந்திருக்கிறது. நான் ஜன்னலில் கை ஊன்றி அலுவலக அறையினுள் பார்த்தேன். ஏஜென்சியின் கை பொடியனின் தலைமுடியைப் பற்றியிருந்தது.

"எளிய வடுவா! தாய் தேப்பன் காணியப் பூமிய வித்து உங்களை வெளிநாட்டுக்கு அனுப்புவமெண்டால் உங்களுக்கு வேற எண்ணங்கள், முதலில் போய் உழைச்சுக் குடும்பத்தை முன்னேற்றுங்கோ! பிறகு உதுகளைப் பார்க்கலாம். வெளி நாட்டில பொட்டையளுக்குக் குறைவில்லை."

ஏஜென்சி இப்படி அறிவுரை சொல்லிக் கொண்டிருக்கும் போதே ஒரு முறை ஏஜென்சியின் கைகளுக்குள்ளால் புகுந்து போய் அந்தப் பொடியனின் முகத்தில் அருள்மொழி காறித்துப்பினாள். ஏஜென்சி அறிவுரை சொல்லும் வேகத்தில் பொடியனுக்கு அடிக்க மறந்து போதெல்லாம் அலுவலக அறையில் கண்ணீர் சிலும்ப நின்றிருந்த அருள்மொழி துள்ளிக் குதித்தாள். அவள் ஏஜென்சியைப் பார்த்து "ஐயோ அண்ணா, அடியுங்கோண்ணா இந்த நாயை, கொல்லுங்கோ இவனை, என்னை இவ்வளவு ஆக்களுக்கு முன்னுக்கு மானங்கெடுத்திப் போட்டான்" என்று அலறினாள்.

நான் விடுதிக்குப் பின்புறம் போய்க் குளிக்கத் தொடங்கினேன். அது வரை எனது மூளையின் ஏதோ ஒரு மடிப்பில் சின்னதாய் இருந்த ஒரு புள்ளி இப்போது என் மூளைக்குள் அலை அலையாய்ப் பரவத் தொடங்கியது. எனக்கு அந்தச் சிங்கள விபச்சாரி நோய் ஏதாவது கொடுத்திருப்பாளா? கையிலிருந்த வாளியைத் தூக்கி நெற்றியில் அடித்துக் கொண்டேன்.

நான் லாவோஸ் நாட்டுக்குச் சென்றிருந்த போது எனக்குப் பால்வினை நோய் வந்தது. லாவோஸின் தலைநகரம் நொங்காய் ஆற்றின் மடியில் கிடக்கிறது. தலைநகரத்துக்கு வியன்டையன் என்று பெயர். அது கிளிநொச்சியை விடச் சிறிய நகரம். நகரம் காடு பற்றிப் போயிருந்தது. நகரத்தில் சதுரப்பட்ட ஒரேயொரு வீதியுண்டு. அந்த வீதியில் சிறுவர்கள் பிச்சையெடுத்துக்கொண்டு திரிந்தார்கள். நகரத்தின் சதுக்கத்தில் பியர்ச் சாலைகள் உண்டு. பியர்ச் சாலையில்

விட்டர் கணக்கில் பெரிய பெரிய பாத்திரங்களில் பியர் தருகிறார்கள். ஒரு பியர்ச் சாலையின் பின்புறத்தில் தான் அந்த வேசியைச் சந்தித்தேன். அவள் இலக்கணச் சுத்தமாக ஆங்கிலம் பேசினாள். வியன்டைன் பல்கலைக்கழகத்தில் படித்துக் கொண்டிருக்கிறாளாம். சிறிய விழிகளுடனும், மின்னும் கன்னங்களுடனும் சாரம் மாதிரியான செயற்கைப் பட்டுடையுடனும் அவள் ஒரு பொம்மை மாதிரி இருந்தாள். வெறும் பத்து டொலர்களுக்கும் ஒரு குவளை பியருக்கும் அவள் ஒரு இரவு முழுவதும் என்னுடன் தங்கச் சம்மதித்தாள்.

மறுநாள் காலையில் என் மேலுதட்டில் ஒரு கொப்புளம் காணப்பட்டது. மதியம் என் ஆண்குறியின் தலைப்பில் சில கொப்புளங்கள் தோன்றின. மாலையில் ஆண்குறியின் துவாரத்திலிருந்து நூல் போலச் சீழ் கொட்டத் தொடங்கியது. என் பிடரியிலும் முகத்திலும் மார்பிலும் வயிற்றிலும் பாதங்களிலும் தொடைகளிலும் ஊசி வலி கிளம்பி அலைந்து அது என் ஆண்குறியில் திரண்டது. நான் ஆண்குறியின் துவாரத்தை விரலால் அழுக்கிய போதெல்லாம் செம்மஞ்சள் நிறத்தில் சீழ் குமிழியிட்டு வந்தது. என் இருதயத்திலிருந்து அந்த வேசியின் மீது கொலை வெறி கிளம்பிற்று.

நான் அன்றிரவே பாங்கொக் திரும்பினேன். நொங்காய் ஆற்றைக் கடந்தால் ஓரிரவுப் பயணத் தொலைவில் பாங்கொக் நகரம் இருந்தது. பாங்கொக் நகரின் மிகப்பெரிய வீதியான சீலோம் வீதியின் ஒரு முனையில் மாரியம்மன் கோயில் இருக்கிறது. மறு முனையில் லும்பினிப் பூங்கா விரிந்து கிடக்கிறது. இவை இரண்டுக்கும் நடுவாக வேசிகளின் பள்ளத்தாக்கு 'பற்பொங்' இருக்கிறது. பற்பொங் நிர்வாண நடன விடுதிகளாலும் விபச்சார விடுதிகளாலும் கட்டப்பட்டிருந்தது. நடன விடுதிகளில் 'கோ-கோ' என்ற ஒரு வகையான நிர்வாண நாட்டியங்கள் நடந்து கொண்டிருக்கும். ஒரே மேடையில் முப்பது நாற்பது நிர்வாணிகள் நடனமாடுவது ஒரு நிர்வாண ஒப்பேரா போலிருக்கும். விபச்சார விடுதிகளில் இருக்கும் வேசிகள் நிதானம் தவறாதவர்களாய் இருந்தார்கள். ஒரு கோப்பை பியரை மணிக்கணக்காக வைத்து வைத்துக் குடித்தார்கள். அவர்களின் மூஞ்சிகள் ரப்பரால் செய்யப்பட்டவை போல எல்லாப் பக்கங்களும் வளைந்தன. பூச்சுக்களாலும் சாயங்களாலும் மையாலும் அவர்களின் இருதயங்கள் செய்யப்பட்டிருந்தன. நாங்கள் விபச்சாரம் செய்கிறோம் என்று அவர்கள் சொல்வதில்லை. "நாங்கள் வேலை செய்கிறோம்" என்றே அந்த வேசிகள் சொல்லிக்கொண்டார்கள். சூது பற்பொங்கின் தர்மம். சூதும் வேசமும் காமமும் அந்த வேசிகளை வனைந்திருந்தன. தாய்லாந்தின் குருவிகள் மலைகளில் உள்ளன.

பாங்கொக்கில் இருந்து இருநூற்றுச் சொச்சக் கிலோமீற்றர்கள் தொலைவில் நன்தாபுரி மலைத்தொடர் ஆரம்பிக்கிறது. மலை முழுவதையுமே உல்லாசப் பிராயணிகள் மொய்த்துக் கிடந்தனர். அந்த மலைக் கிராமங்களில் குடும்பம் குடும்பமாய் விடச்சாரம் செய்து வந்தார்கள். நான் சாம்போய்ன் குடும்பத்தின் கடைசிப் பெண்ணைத் தேர்ந்தெடுத்தேன். அந்த விடச்சாரி நான்கடி உயரம்தான் இருந்தாள். கொழுத்த உடல்வாகு. வட்டமான மூஞ்சியும் புருவங்களில்லாத கண்களும் ஒளிரும் கூந்தலும் மாசு மருவற்ற மஞ்சள் தோலுமாய் பளபளவென்று ஒரு மாம்பழம் போலிருந்தாள். நான் சாம்போய்ன் குடும்பத்தில் பத்து நாட்கள் தங்கியிருந்தேன். மாம்பழம் ஒரு நிமிடம் கூட என்னை விட்டு அகன்றாள் இல்லை. என் நீண்ட தலை முடியை வாரி விடுவதிலும் என் காலணிகளின் நூலை முடிச்சுப் போடுவதிலும் அவளுக்குத் தீராத ஆனந்தம். நன்தாபுரி மலைத்தொடரின் ஒவ்வொரு இரகசிய மடிப்புகளுள்ளும் மாம்பழம் என்னை அழைத்துச் சென்றாள். நானும் மாம்பழமும் பகல் முழுவதும் ஆட்களில்லாத மலைச் சரிவுகளில் கிடந்தோம். மாம்பழம் ஒரு குரங்கு மாதிரி மரங்களில் தாவித் தாவி ஏறிச் செல்வாள். தன்னுடைய இடுப்பு முழுவதும் பழங்களால் நிறைத்துக் கொண்டு இறங்குவாள். மாம்பழம் ஒரு நாளைக்குக் குறைந்தது ஐந்து தடவைகள் குளித்தாள். அவள் பகலிலோ இரவிலோ தூங்கி நான் பார்த்ததில்லை.

இரவில் நானும் மாம்பழத்தின் தகப்பனும் முற்றத்திலிருந்து 'பறவை' மது அருந்துவோம். அந்தக் கிழவன் துளசி இலைகளை மென்றபடியே மதுவைக் குடித்துக் கொண்டிருப்பான். ஒரு நாள் விடிகாலையில் நான் வயிற்று வலியால் துடித்துதடி படுக்கையில் கிடந்தபோது சாம்ப்போய்ன் குடும்பமே என்னைச் சுற்றிக் கவலையுடன் நின்றிருந்தது. மாம்பழத்தின் தாய் மலையிலிருந்து விதம் விதமான இலைகளை எடுத்து வந்து விழுதாய் அரைத்து என் அடி வயிற்றில் பூசினாள். மாம்பழம் கண்ணீர் விட்டு அழுதாள். அவளின் கண்ணீர் பொட்டுக்கள் என் நெற்றியில் சிந்தி உடைந்தன.

எனக்குத் தாய்லாந்து மொழியில் இருபது சொற்கள் தெரியும். மாம்பழத்துக்கு பத்து ஆங்கிலச்சொற்கள் தெரியும். இந்த முப்பது சொற்களால் நாள் முழுவதும் நானும் அவளும் பேசிக் கொண்டிருப்போம். இன்னொரு அதிகாலையில் என்னைத்தான் காதலிப்பதாக மாம்பழம் சொன்னாள். மாம்பழத்துக்கு சிறிலங்கா எங்கே இருக்கிறது, சுவிஸ் எங்கே இருக்கிறது, அமெரிக்கா எங்கே இருக்கிறது என்று ஒரு மண்ணும் விளங்கியதாகத் தெரியவில்லை. தன்னை என்னோடு சிறிலங்காவுக்குக் கூட்டிப்போகச் சொன்னாள். சென்ற வருடம் அவளின் சிநேகிதி ஒருத்தியை ஒரு சுவிஸ்காரன்

சுவிற்சர்லாந்துக்குக் கூட்டிப் போனானாம். ஐயாயிரம் பாத் 'ரேட்' பேசி பத்துநாட்கள் தங்கவந்ததை ஒரு கலியாணத்தில் கொண்டு வந்து முடிக்க மாம்பழம் திட்டமிடுகிறாள். "இதோ பாங்கொக்குக்கு போய்விட்டு இரண்டே நாளில் திரும்பி வருகிறேன்" என்று மாம்பழத்திடமும் சாம்ப்போயன் குடும்பத்திடமும் கூறிவிட்டு நன்தாபுரி மலையிலிருந்து கிளம்பிய நான் அங்கிருந்து சிங்கப்பூருக்கு வந்தேன்.

சிங்கப்பூரில் சிரங்கூன் பள்ளிவாசலுக்கு முன்னாக வலது புறத்தில் கிளைக்கும் ஒரு குறுக்குப்பாதை டஸ்கா ரோட்டில் சென்று முடிகிறது. அந்த குறுக்குப்பாதையின் இரண்டு பக்கங்களிலும் சின்னஞ் சிறிய வீடுகள். அந்த வீடுகளின் முன் வாசற்கதவுகள் அகலத் திறந்து கிடந்தன. வீடுகளின் உள்ளே வீட்டுக்கு நான்கு பேர், ஐந்து பேரென விபச்சாரிகள் நாற்காலிகளில் உட்கார்ந்திருந்தார்கள். அவர்கள் எல்லோரும் ஒன்று புத்தகம் படித்துக் கொண்டிருந்தார்கள் அல்லது வர்ண நூற்கண்டுகளை மடியில் வைத்துப் பின்னல் வேலை செய்து கொண்டிருந்தார்கள். திறந்த கதவுகளின் முன்னே மக்கள் கூடி மணிக்கணக்காக அந்த வேசிகளைப் பார்த்துக்கொண்டே நின்றிருந்தார்கள்.

அங்கே நான் அந்த மலேசிய விபச்சாரியைச் சந்தித்தேன். அவள் ஓங்கு தாங்கான உடலமைப்புக் கொண்டவள். அவளின் குரலில் ஆண்மை பிசிறியது. அவளின் கரிய சருமத்திலிருந்து நான் மதுவின் வாசனையை முகர்ந்தேன். அவளின் உடலின் மொழி கண்டிப்பாக ஒரு விபச்சாரிக்கு உரியதல்ல. அவள் ஒரு குத்துச்சண்டை வீராங்கனை மாதிரி அசைந்தாள். மயில் கழுத்து நிறத்தில் சேலை உடுத்திருந்தாள். தன்னுடைய பெயர் கவிதா என்றவள் என்னுடைய பெயரையும் நாட்டையும் விசாரித்தாள். "பெயர்: ஜே.ஆர்.ஜெயவர்தனா. சிறிலங்காச் சிங்களவன்" என்று கூறிவிட்டு வாயை மூடிக்கொண்டேன். பின் மெதுவாக "உனக்கு இருபது வெள்ளிகள் மிகவும் அதிகமானது" என்று சொன்னேன். அந்த வேசி என்னைப் பார்த்துப் புண்ணான தனது உதடுகளைச் சுழித்துக் கொண்டே "ஐந்து வெள்ளிக்கும் பத்து வெள்ளிக்கும் தேக்கா மார்க்கெட்டில் உன் சிங்களத்திகள் நிற்பார்கள் அவர்களிடம் போய்க்கொள்" என்றாள்.

நான் தேக்கா மார்க்கெட் என்ற பெயரை மனதுக்குள் குறித்துக்கொண்டேன்.

மாலை நேரத்தில் தேக்கா மார்க்கெட் பெண்களால் நிறைந்திருந்தது. நான் மார்க்கெட்டுக்குள் நுழையும்போதே அந்த

விபச்சாரியைக் கண்டுபிடித்துவிட்டேன். அவள் மார்க்கெட்டின் பிரதான நுழைவாயிலின் அருகே நின்றிருந்தாள்.

கறுப்பென்றும் சொல்ல முடியாத சிவப்பென்றும் சொல்ல முடியாத ஒரு சிங்களக் கலர். சுருள் சுருளான முடியைத் தூக்கிக் கட்டியிருந்தாள். வயது இருபத்தைந்துக்குள் இருக்கலாம். குதியுயர்ந்த செருப்புக்களும் ஜீன்ஸும் ரீ சேர்ட்டும் அணிந்திருந்தாள் அவளின் மார்பில் இப்படி எழுதியிருந்தது. 'I LOVE SINGAPORE'

வேசி பொட்டு வைத்திராத தன் நெற்றியை நெரித்து என்னைப் பார்த்து இளித்தாள். நான் கொழும்பில் இருந்த காலத்தில் ஓரளவு சிங்களம் பேசப் பழகியிருந்தேன். அவளை நெருங்கி "லங்காத?" என்று கேட்டுக் கதையை ஆரம்பித்தேன். அவள் பத்து வெள்ளி கேட்டாள். அவள் பணிப் பெண்ணாய் வேலை செய்யும் வீட்டுக்கு ஏழு மணிக்கு முன்பாகப் போய்விட வேண்டும் என்பதால் தூர இடத்துக்கு வரமுடியாது என்றாள். விபச்சாரி கடகடவென வேகமாய் பேசிக்கொண்டேயிருந்தாள். அவள் பேசியதில் அரைவாசிச் சிங்களம் எனக்கு விளங்கவில்லை. நான் தங்கியிருக்கும் அறை மிகவும் அருகில் இருப்பதாகச் சொன்னேன். "நீ நன்றாக நடந்து கொண்டாயானால் பேசியதற்கு மேலே ஐந்து வெள்ளி தருவேன்" என்றேன்.

நான் ஆரம்பத்தில் இருந்து கவனித்துக்கொண்டேயிருக்கிறேன், அந்த வேசியின் கண்கள் முழுவதும் சந்தேகம் பிடித்திருந்தது. நான் அறைக்கதவை மூடியவுடன் அவள் வெள்ளியைக் கேட்டு கையை நீட்டினாள். நான் பத்து வெள்ளித் தாளொன்றை அவளிடம் கொடுத்தேன். "ஐந்து வெள்ளி கூடத் தருவதாகச் சொன்னீர்கள்" என்று தன் நாவை வெளியே நீட்டி மாய்மாலச் சிரிப்பு சிரித்தாள். "நீ போகும்போது அதைத் தருவேன்" என்று கூறிவிட்டு என் சப்பாத்துகளைக் கழற்றிக்கொண்டே "உம்ப கம கோயித?" என்று கேட்டேன். அந்தச் சிங்கள வார்த்தைகளுக்கு "உன் ஊர் எது?" என்று கேட்பதாக அர்த்தம். வேசி வாயை ஒரு மீன் மாதிரித் திறந்ததை நான் நிச்சயம் கண்டேன். அவளின் நுனி நாக்கு அவளின் மேலண்ணத்தைத் தொட்டதைக் கண்டேன். அவளின் உதடுகள் மீண்டும் முட்டிக்கொண்டதையும் கண்டேன். தொடர்ந்து வேசியின் தொண்டையிலிருந்து ஒலியெழுந்ததையும் நான் கேட்டேன். எனினும் அந்த ஒலிச் சமிக்ஞைகளை என் செவிகளால் உணர முடியவில்லை. சில சுவைகளை நாவு நிராகரிப்பது போலவே சில ஒலிகளை காதும் நிராகரிக்கும். மறுபடியும் "உம்ப கம கோயித?" என்று கேட்டேன். அவள் மறுபடியும் வாயை மீன் போலத் திறந்து நுனி நாக்கால்

மேலண்ணத்தை வருடி "யாப்பணய" என்றாள். யாப்பணய என்ற சிங்களச் சொல்லுக்குத் தமிழில் யாழ்ப்பாணம் என்று அர்த்தம். நான் விடுத்து விடுத்துச் சிங்களத்தில் கதைகளைக் கேட்டேன்.

அவள் தன்னுடைய பெயர் நயீமா என்று சொன்னாள். தன்னுடைய சிறிய வயதில் அவள் யாப்பணயயில் இருந்தாளாம். பின் நீர் கொழும்புக்கு அவள் குடும்பம் போய்விட்டதாம். அவள் என்னுடன் சிங்களத்தில்தான் பேசிக் கொண்டிருந்தாள். தான் சிங்கப்பூருக்கு பணிப்பெண்ணாக வந்து ஆறு மாதங்களாகின்றன என்றாள். பின் அந்த ஐந்து வெள்ளியை மறுபடியும் எனக்கு ஞாபகமூட்டினாள். யாப்பணயவில் தான் படித்த முஸ்லீம் பெண்கள் பாடசாலையும் பொம்மை வெளியும் அங்கிருக்கும் சிறிய வீடுகளும் தன் கண்களுக்குள் நிற்பதாகச் சொன்னாள். பின் மறுபடியும் அந்த ஐந்து வெள்ளியை ஞாபகப்படுத்தினாள். நான் அவளிடம் 'எப்போது யாப்பணயவிலிருந்து நீர்கொழும்புக்குப் போனாய்'? என்று கேட்டேன். அவள் சடாரென 'என்ன தெரியாதது மாதிரிக் கேட்கிறீர்கள்? என்றாள். அவளின் கண்கள் ஆடாமல் அசையாமல் நின்றன.

அம்ஸ்ரர்டாமில் என் கால்களுக்குக் கீழே ஆறுகள் பின்னிச் சென்றன. அங்கேதான் ஐரோப்பாவின் மிகப்பெரும் வேசிகளின் பூமி இருக்கிறது. அம்ஸ்ரர்டாம் பிரதான ரயில் நிலையத்திலிருந்து இரண்டு நிமிட நடை தூரத்தில் ஆறுகளின் நடுவே அந்தப் பிரதேசம் இருந்தது. தெருவின் ஓரங்களில் கண்ணாடிக் கூடுகளுக்குள் அரை நிர்வாணமாக விபச்சாரிகள் நின்றிருந்தார்கள். தெருக்களில் மக்கள் பியர் அருந்தியவாறே அந்த விபச்சாரிகளைப் பார்த்துக்கொண்டிருந்தார்கள். ஒரு சிலர் ஓடிப்போய்க் கண்ணாடிக் கூண்டில் முத்தமிட்டார்கள். கண்ணாடி கூண்டுகளை வரிசையாகப் பார்த்தவாறே நான் நடக்கலானேன். வரிசையின் இறுதிக் கண்ணாடிக் கூண்டுக்குள் ஒரு இளம்பெண் ஏறக்குறைய முழு நிர்வாணமாய் உட்கார்ந்திருந்தாள். நான் கண்ணாடியுடன் போய் ஒட்டி நின்றேன்.

அந்தப் பெண்ணுடன் இருந்த மற்றைய இரு விபச்சாரிகளும் என்னை உள்ளே அழைத்தனர். நான் உள்ளே போனவுடன் கண்ணாடியின் மீது திரை போடப்பட்டது. ஒரு விபச்சாரி உட்கார்ந்திருந்த அந்தப் பெண்ணைச் சுட்டிக் காட்டி "அவளா வேண்டும்?" என்று கேட்டாள். நான் யோசித்துக்கொண்டு நிற்பதைப் பார்த்த மற்ற விபச்சாரி "அவள் அருமையான பெண், நேரத்தை வீணாக்காதே, ஒரு முறை இவளிடம் வருபவர்கள் மறுபடியும்

இவள்தான் வேண்டுமென விரும்புகிறார்கள். இவளால் எங்கள் இருவரின் தொழிலும் கெட்டுப்போய்க் கிடக்கிறது" என்று சொல்லிவிட்டுப் பெருங்குரலெடுத்துச் சிரித்தாள். அந்த இளம்பெண் எழுந்து சுவரைத் தடவிக் கொண்டே என்னை நோக்கி வந்தாள். அவளுக்குப் பார்வை கிடையாது.

அந்தக் குருட்டு விபச்சாரி கிழக்கு ஐரோப்பாவில் இருந்து அம்ஸ்ரர்டாமுக்கு வந்திருக்கிறாள். ஒரு உக்ரேனிய வேசியை நான் போர்த்துக்கல்லில் சந்தித்தேன். அவளின் பெயர் வால்யா. கீவ் நகரத்திலிருந்து வந்தவள்.

பழைய லிஸ்பொனின் பகூயா சதுக்கத்தில் அவள் நின்றிருந்தாள். அந்த வசந்தகாலத்திலும் குளிரங்கியும் தொப்பியும் கையுறைகளும் பனிக்காலணிகளும் அணிந்திருந்தாள். அவள் எப்போதும் பதற்றத்துடனேயே பேசினாள். எனது அறையிற்கூட விபச்சாரி குளிர் அங்கியையும் கையுறைகளையும் கழற்றவில்லை. இரவு முழுவதும் நாங்கள் போர்டோ மது அருந்தினோம். போதை ஏற ஏற அவளில் பதற்றம் அதிகரித்துக்கொண்டே போனது. குளிர் அங்கிக்கு மேலாகப் போர்வையைப் போர்த்துக் கொண்டாள். அவளுக்கு உக்ரேய்னில் ஒரு சிறிய வீடு கட்ட நான்காயிரம் ஈரோக்கள் தேவையாம். அதைச் சம்பாதித்தவுடன் உக்ரேய்னுக்குத் திரும்பிப் போய் விடுவாளாம். உக்ரேய்னில் அவளுக்கு ஆறு வயதில் ஒரு பெண் குழந்தை இருக்கிறதாம். அவளது குடும்பத்தினருக்கு போர்த்துக்கல்லில் உணவு விடுதி ஒன்றில் தான் வேலை செய்வதாகச் சொல்லி வைத்திருக்கிறாளாம். எனக்கு அவளின் இடை விடாத பேச்சில் சலிப்பு ஏற்பட்டது. "போதும் நிறுத்து" என்றேன். "நீ என் பேச்சைக் கேட்கத் தயார் இல்லை யென்றால் வெளியே போய் விடு" என்று கதவைத் திறந்து விட்டுக் கைகளைப் பொத்திக் கதவில் குத்தினாள். நான் அசையாமல் நின்றிருந்தேன். அவள் என் சட்டையைப் பிடித்திழுத்து என்னை வெளியே தள்ளினாள். அவளின் வெறிக்கூச்சல் அதிகாலையைக் கிழித்துப் பறந்தது. நான் அவளை வெளியே தள்ள முயன்றேன். அவள் என் கன்னத்தில் ஓங்கி அறைந்தாள். நான் அவள் மூஞ்சியில் காறி உமிழ்ந்தேன்.

பொலிஸ்காரர்கள் வந்து அவளைச் சோதனையிட்ட போது அவளிடம் போர்த்துக்கல்லில் தங்குவதற்கான அனுமதி பத்திரம் இல்லாதது தெரியவந்தது. அவளின் கைப்பையைப் பொலிசார் சோதனையிட்ட போது உள்ளே ஆணுறைகளும், மாத்திரைகளும் சிகரெட்டுக்களும் இருந்தன. கைப்பையின் இன்னொரு அறையில் ஒரு கூரிய கத்தியும். மின் அதிர்வை உற்பத்தி செய்யும் கருவியும் ஒரு கத்திரிக்கோலும் கண்டுபிடிக்கப்பட்டன.

ஷோபாசக்தி

ஒரு கையில் சவுக்கும் மறு கையில் கைவிலங்கும் வைத்திருக்கும் ஒரு கிழட்டு விபச்சாரி ஸ்ராஸ்பேர்க் சென்டெனி வீதியில் நின்றிருப்பாள் அந்த வீதி விபச்சாரம் செய்வதற்கு பிரஞ்சுப் அரசாங்கத்தால் அனுமதிக்கப்பட்டுள்ள வீதி. அந்த வீதியில் நிற்பவர்களில் அநேகமானோர் வெள்ளை வேசிகள். அறுபது, எழுபது ஈரோவென அறாவிலை சொல்லுவார்கள். என் துரவளியை எல்லாம் அவர்கள் ஒரு நாய் மாதிரித்தான் பார்ப்பார்கள். ஊன் வழியும் வெள்ளைத் தோல்களைப் போர்த்திய அந்த வேசிகள் விபச்சாரம் செய்வதற்கு லைசன்ஸ் வைத்திருந்தார்கள். லைசன்ஸ் இல்லாத விபச்சாரிகள் ரீபப்ளிக் சதுக்கத்தில் நிற்பார்கள். நான் அங்கே பால்க்கோப்பி நிறத்தில் ஒரு ஆபிரிக்க வேசியைச் சந்தித்தேன். அவள் டோகோ நாட்டைச் சேர்ந்தவள். ஏமா என்று பெயர் சொன்னதாக ஞாபகம். அவள் முப்பது ஈரோக்கள் கேட்டாள். அவளின் அறை மிகச் சுத்தமாக இருந்தது. கட்டிலில் சுத்தமான துணிகள் விரிக்கப்பட்டிருந்தன. என்னைப் பார்த்து "ஒரு நிமிடம் பொறுத்துக் கொள்" என்ற வேசி தரையில் மண்டியிட்டாள். அவளின் கைகளில் ஒரு சிறிய மண்பாத்திரத்தில் நீர் இருந்தது. அவள் தனது இரு கைகளாலும் அந்த நீர் நிறைந்த மண்பாத்திரத்தை தனது பெண்குறியின் கீழ் வைத்துக்கொண்டே கண்களை மூடி அடித் தொண்டையிலிருந்து மந்திரம் ஓதும் தொனியில் முணுமுணுத்தாள், அதன் பின் அவள் அந்த நீரைத் தன் பெண்குறியின் மீது தெளித்து விட்டாள். "அது எதற்கு?" என்று கேட்டேன். வேசி தன் மூதாதையர்களிடம் மன்னிப்புக் கேட்டுக் கொண்டாளாம். "தயவு செய்து நீயும் மண்டி போட்டு உட்கார்ந்து கொள்" என்று சொன்னாள். பின்பு மண் பாத்திரத் திலிருந்த மிகுதி நீரை என் ஆண்குறி மீது தெளித்துக்கொண்டே அடித்தொண்டைக்குள் முணுமுணுக்க ஆரம்பித்தாள். அப்போது அவளின் கண்கள் ஒரு துர்தேவதையின் கண்களைப் போல மேலும் கீழும் உருளலாயின. அந்த வேசி எந்த நேரத்தில் எனக்கு மந்திரம் போட்டாளோ தெரியவில்லை. விபச்சாரிகளின் நாற்றம் என்னைத் துரத்திக் கொண்டேயிருக்கிறது.

ஆயிரம் பெண்கள் கூடி நிற்கும் போது அவர்களிடைய ஒரேயொரு வேசி இருந்தால் கூட நான் அவளைக் கண்டு பிடித்து விடுகிறேன். என் வாழ்நாளில் நான் சந்தித்த ஒவ்வொரு வேசியின் மூஞ்சியும் என் இருதயத்தில் அழியாமல் இருக்கிறது. அவர்களை மறுபடியும் மறுபடியும் ஞாபகப்படுத்திக்கொண்டே சீவிக்கிறேன். வேசிகளைக் குறித்த ஒவ்வொரு தனித்தனிப் படிமங்களையும் சிதறாமல் என் ஞாபகத்தில் சேமித்து வைத்திருக்க என்னால் முடிகிறது. வேசிகளின் ஆன்மா, உடல், வார்த்தை, தந்திரம், உறுதி,

பயம், இரத்தம், அழுக்கு, கண்ணீர் என எல்லாமே என்னில் காமத்தைக் கிளர்த்துகின்றன. எனக்குத் தெரியும், என் காமம் என் பாதங்களில்தான் முகிழ்க்கிறது.

நான் இறுதியாகச் சந்தித்த வேசி கானா நாட்டுக்காரி நான் அவளைப் பாரிஸ் மெத்ரோ நிலையம் ஒன்றில் சந்தித்தேன். அவளுக்கு நாற்பது வயதிருக்கலாம். ஆறடிக்கு மேலே உயர்ந்த கறுப்பி. அவளின் தடித்த உதடுகளில் எச்சில் வடிந்து கொண்டேயிருந்தது. அவள் பேசிய போதெல்லாம் எச்சில் துமித்தது. அவளுக்குப் பிரஞ்சுமொழி பேசத் தெரிந்திருக்கவில்லை. கொச்சையாக ஆங்கிலம் பேசினாள். என்னைச் "சகோதரனே" என்றுதான் அழைத்தாள். முழு இரவுக்குத் தனக்கு நூற்றியிருபது ஈரோக்களும் தான் தங்கியிருக்கும் ஹொட்டலுக்கு முப்பது ஈரோவும் கொடுத்துவிட வேண்டும் என்றாள். அவள் தங்கியிருக்கும் ஹொட்டல் ஐந்து நிமிட நடை தூரத்தில் இருக்கிறது என்றாள். நானும் அந்த வேசியும் மெத்ரோ நிலையத்திலிருந்து வெளியேவந்து வீதியில் நடக்கலானோம். அந்தப் பகுதி வெளிநாட்டவர்கள் வாழும் பகுதி. கறுப்பர்களும் அராபியர்களும் ஈழத் தமிழர்களும் அந்தப் பகுதியில் அதிகம். நான் வேசியை முன்னே நடக்கச் சொல்லிவிட்டுச் சற்று இடைவெளி விட்டு அவளைப் பின்தொடர்ந்தேன். அந்த நள்ளிரவிலும் ஈழத்தமிழர்களின் கடைகளும் உணவு விடுதிகளும் திறந்திருந்தன. கடைத்தெருவில் எனக்குத் தெரிந்த இரண்டு தமிழர்களைக் கண்டேன். "என்ன இந்த நேரத்தில் இந்தப் பக்கம்?" என்று என்னைப் பார்த்துக் கேட்டார்கள். "ஹஸீஸ் வாங்க வந்தேன்" என்றேன். இந்தப் பதில் அவர்களை மிரள வைக்கும் என்று எனக்குத் தெரியும்.

அந்தப் பகுதியின் இருண்ட மூலைகளில் கஞ்சா, ஹஸீஸ் வியாபாரமும் நடக்கும். அந்த ஹொட்டல் வேசிகளுக்காகவே கட்டப்பட்டிருந்தது. ஹொட்டலின் மாடிப்படிகளில் கறுப்பு வேசிகள் உட்கார்ந்திருந்து பேசிக் கொண்டிருந்தார்கள். வேசியின் அறையில் மூச்சு விட இடமில்லை. அறை முழுவதும் சட்டி பானை பெட்டிகளென்று குவித்து கிடந்தது. மாட்டுத் தொழுவத்தில் வீசும் நாற்றம் அறையின் சுவர்களில் இருந்தது. பாதி சாப்பிட்ட உணவும் பாத்திரங்களும் தரையில் கிடந்தன. கட்டிலின் விரிப்பில் இரத்தக் கறை படிந்திருந்தது. நான் அதிகாலையிலேயே விழித்துவிட்டேன். வேசி வாயில் எச்சில் ஒழுகத் தூங்கி கொண்டிருந்தாள். நான் கட்டிலிலிருந்து இறங்கி என் ஆடைகளை அணிந்து கொண்டேன். தரையில் கிடந்த உணவுப் பாத்திரங்களுக்குள்ளால் தட்டுத் தடுமாறிக் கண்களைத் தேய்த்துக் கொண்டே நடந்து குளியலறைக்குள் போனேன். குழாயைத் திறந்து விட்டுப் பச்சைத் தண்ணீரை என் முகத்தில் அடித்துக் கொண்டேன்.

கண்கள் சிவந்து போயிருப்பது குளியலறைக் கண்ணாடியில் தெரிந்தது. என் கண்களையே கண்ணாடியில் பார்த்துக் கொண்டு நின்றேன். அப்போது என் தலையின் பின்புறத்தில் சில எழுத்துக்கள் நெளிவதைக் கண்டேன். திரும்பிப் பார்த்தபோது குளியலறையின் சுவரில் ஒரு வாக்கியம் பிரஞ்சு மொழியில் தட்டும் தவறுமாக எழுதி ஒட்டப்பட்டிருந்தது. **NE JETEZ PAD MANIX DA LA COMADE** நான் அந்த வாக்கியத்தைப் படித்து விட்டுத் திரும்பும் போது குளியலறைக் கதவின் உட்புறத்தில் அதே வாக்கியம் தவறே இல்லாத வாக்கிய அமைப்பில் தமிழ் எழுத்துகளால் எழுதப்பட்டு அங்கே ஒட்டப்பட்டிருந்ததைக் கண்டேன்.

> "தயவு செய்து ஆணுறைகளை மலக்குழியினுள் எறிய வேண்டாம்."

நான் அந்த எழுத்துகளையே பார்த்தவாறு நின்றிருந்தேன். அந்தக்கணத்தில் நான் அடைந்த பெரும் அச்சத்தைப் போலவே இன்னொரு அச்சத்தை என் வாழ்க்கையில் நான் முன்பும் அடைந்ததில்லை, பின்பும் அடைந்ததில்லை. அந்தத் தமிழ் எழுத்துகள் முத்து முத்தாக மையால் வெள்ளைத் தாளில் எழுதப்பட்டிருந்தன. எழுதிய கை மிக நேரான கோடுகளைக் கீறிப் பழகிய கையாக இருக்கவேண்டும். என் ஐயாவைப் போன்ற ஒரு தொழில் முறை ஓவியனால் அந்த எழுத்துகள் எழுதப்பட்டிருக்க வேண்டும். பெரும் சோர்வுடன் நான் நின்றிருந்தபோது குளியலறையின் மாடத்தில் வேசியின் சிவப்பு உதட்டுச்சாயம் கிடப்பதைக் கண்டேன். நான் பதற்றத்துடன் வேசியின் சிவப்பு உதட்டுச் சாயத்தால் அந்தத் தமிழ் எழுத்துகளை அழிக்கத் தொடங்கினேன்.

வெள்ளிக்கிழமை

'ஓரெஸ்ரா' தியேட்டரில் நடக்கவிருக்கும் 'அன்னா கரீனினா' நாடகத்துக்குத் தோழர். சாம்சனுடன் சேர்ந்து போவதற்காக நான் 'டி சப்பல்' மெத்ரோ நிலையத்துக்குள் தோழர். சாம்சனுக்காக நீண்ட நேரமாகக் காத்திருந்தேன். இப்பொழுது நேரம் மாலை 4.40. இன்னும் இருபது நிமிடங்களில் நாடகம் தொடங்கிவிடும். இனி சாம்சன் வந்தாலும் இங்கிருந்து அடுத்த மெத்ரோ பிடித்து நாடக அரங்கிற்குப் போவதற்கிடையில் நாடகம் தொடங்கிவிடும். நாடகம் தொடங்கியதற்குப் பின்பு உள்ளே அனுமதிக்கமாட்டார்கள். இந்த வெள்ளிக்கிழமை விட்டால் இனி அடுத்த வெள்ளிக்கிழமைதான் மறுபடியும் 'அன்னா கரீனினா' நாடகம் நடக்கும். எனக்கு எரிச்சலாய்க் கிடந்தது. தாமதமாய் வந்ததற்காக நிச்சயமாக சாம்சன் அபந்து சதத்திற்குப் பெறுமதியில்லாத ஒரு காரணம் வைத்திருப்பார். 'அன்னா கரீனினா' நாடகத்தைத் தவறவிட்டாலும் வரத் தாமதத்திற்கான காரணத்தைச் சொல்லி சாம்சன் போடும் நாடகத்தை இன்று நான் பார்க்கலாம்.

"அவர் ஒரு பைத்தியம் என்றுதான் சொல்ல வேண்டும். சஞ்சல புத்தி உள்ளவர். கடவுள் நம்பிக்கையற்றவர். ஆரம்பத்திலிருந்தே மத மறுப்பு மற்றும் அவநம்பிக்கையால் பீடிக்கப்பட்டவர். முன் னொரு காலத்தில் மதம், சட்டம், அறநெறி ஆகியவற்றில் தோய்ந்து போராட்டங்களில் ஈடுபட்டார்கள். அதற்காக அடி வாங்கினார்கள்.

வேதனைகளை அனுபவித்தார்கள். இதன் மூலம் சிந்திப்பதற்கான சுதந்திரத்தைப் பெற்றார்கள். சுதந்திரச் சிந்தனையாளர்களாக வளர்ந்தார்கள். ஆனால் இப்பொழுது சுதந்திரச் சிந்தனையாளர்களில் புதிய ரகம் ஒன்று உருவாகியிருக்கிறது. அவர்களுக்கு மறுப்பு ஒன்றுதான் தெரியும். அவருக்கு செவ்வியல், இலக்கியம், தத்துவம் ஆகியவற்றைப் பற்றி எதுவும் தெரியாது. அவர் வெறுமனே மறுப்பு இலக்கியங்களை மட்டுமே படித்திருக்கிறார்" என்று 'அன்னா கரினீனா' நாவலில் கொலெனிஸ்ஷே, ஓவியர் மிஹாய்லோவைப் பற்றிச் சொல்வார். இவ்வளவும் அப்படியே சாம்சனுக்கும் பொருந்தும். ஓவியர் மிஹாய்லோ என்பதற்குப் பதிலாக 'TELO' சாம்ஸன் என்று போட்டு எழுத வேண்டும்.

நேரம் அய்ந்தேகால் ஆகிவிட்டது. இந்த நேரம் நாடகத்தில் ஆப்லான்ஸ்கிக்கும் அவனது மனைவி தார்யா அலெக்ஸாண்ட ரோவ்னாவிற்கும் சண்டை நடந்து கொண்டிருக்கும். சாம்ஸன் இன்னமும் வந்தபாடில்லை. கைத்தொலைபேசி வைத்திருக்கும் பழக்கமும் சாம்ஸனிடம் கிடையாது. அடுத்து வரும் மெத்ரோவைப் பார்த்துவிட்டு அதிலும் சாம்ஸன் வராவிட்டால் அறைக்குத் திரும்பிப் போக வேண்டியதுதான். அடுத்த வெள்ளிக்கிழமை தனியாக நாடகத்திற்குப் போய்விட வேண்டியதுதான்.

மெத்ரோ நிலையத்திற்குள் ஒரு இளம்பெண் வயலின் இசைத்துக் கொண்டிருந்தாள். அவள் ருமேனியா அல்லது ஹங்கேரி நாட்டைச் சேர்ந்தவளாயிருக்கலாம். அவளின் முன்னால் தரையில் விரிந்திருந்த துணியில் கணிசமான ஈரோ நாணயங்கள் கிடந்தன. அவளைக் கடந்து சென்ற பயணிகளில் சிலர் ஓரிரு நிமிடங்கள் நின்று அவளின் இசையைக் கவனித்துவிட்டு அவளின் முன்னால் நாணயங்களை வீசிவிட்டுப் போனார்கள். அவளின் வயலின் வாசிப்பு ஒன்றும் சொல்லிக் கொள்ளும்படியாயில்லை. அவள் நாணயங்களை வீசுபவர்களுக்கு நன்றி சொல்லத் தனது உடலை முன்னால் வளைத்த ஒவ்வொரு தருணங்களிலும் வயலின் இசை அறுந்துகொண்டிருந்தது.

'லா சப்பலு'க்கு மேலாகச் செல்லும் பாலத்தில் மெத்ரோ நிலையம் அமைந்திருந்தது. நான் சலிப்புடன் கண்களை வெளியே எறிந்தபோது கீழே நல்லூர் திருவிழாக் கூட்டமாய்த் தமிழர்களின் தலைகள் அலைந்துகொண்டிருப்பது தெரிந்தது. 'லா சப்பல்' மெத்ரோ நிலையத்தை ஒட்டி இரண்டு கிலோமீற்றர்கள் சுற்றளவில் தமிழர்களின் கடைத்தெரு விரிந்து கிடக்கிறது. மங்கை மளிகை, சரவணபவன் உணவகம், மாமா மீன்கடை, படையப்பா சலூன், மோகன் நகைமாடம், பராசக்தி சினிமா, செம்பருத்தி பூக்கடை,

விஜய் கூல்பார், வேலும் மயிலும் ஸ்டோர், அறிவாலயம் புத்தகசாலை, அசின் அழகு நிலையம், குருஜி சோதிடமையம், தமிழருவி, சுவையருவி எனக் கடைத்தெரு களைகட்டிக் கிடந்தது.

ஒரு வீடியோக் கடையின் முன்புறத்தில் கார்த்திகைப் பூவும் கையுமாகப் பிரபாகரன் நின்றிருக்கும் 'போஸ்டர்' ஒட்டப்பட்டி ருந்தது. சாலையோரத் தடுப்புகளில் இளைஞர்கள் ஏறிக் குந்தியி ருந்தார்கள். "முதன் முதலாகப் பாரிஸுக்கு வரும் ஒருவனை நேரே கொண்டுவந்து லா சப்பலில் இறக்கினால் அவன் ஏஜென்ஸிக்காரன் தன்னை ஏமாற்றி மறுபடியும் வன்னியிலோ மன்னாரிலோ கொண்டு வந்து கைவிட்டிருப்பதாகத்தான் நினைப்பான்" என்று முன்பொரு சிறுகதையில் 'லா சப்பலை'க் குறித்து நான் எழுதியிருப்பேன்.

இந்த மெத்ரோவிலும் தோழர் சாம்ஸன் வரவில்லை. நான் சோர்வோடு எழுந்திருந்தபோது வந்து நின்றிருந்த மெத்ரோவுக்குள்ளிருந்து ஒரு அழுக்கு மனிதர் மெல்ல இறங்கினார். அவரின் கறுத்த நெற்றியில் பட்டையாகப் பூசப்பட்டிருந்த விபூதியும் குங்குமமும் அவரின் இரு கைகளிலுமிருந்த இரண்டு பெரிய அழுக்குப் பயணப் பைகளும் அவரிடம் என் கவனத்தைக் குவித்தன. அவருக்கு நாற்பத்தைந்து அல்லது அய்ம்பது வயதிருக்கலாம். அந்த மனிதர் நாலரை அடி உயரம்தானிருப்பார். பஞ்சத்தில் அடிபட்டவரைப்போல அவரின் உடல் நைந்திருந்தது. இந்தக் கோடைகாலத்திலும் முழங்கால்களைத் தொடும் ஓர் அழுக்குக் குளிரங்கியை அவர் அணிந்திருந்தார். அவர் நடைபழகும் ஒரு குழந்தையைப் போலத் தட்டுத் தடுமாறிக் காலடிகளை வைத்து நடந்துகொண்டிருந்தார். அவரின் கைகளிலிருந்து பைகளை மிகுந்த சிரமத்துடன் அவர் இழுத்துப் பறித்துத் தன்னோடு எடுத்துச் சென்றார். நான் எதற்கென்று தெரியாமலேயே அந்த மனிதரைப் பின் தொடரலானேன்.

அந்த மனிதர் வயலின் வாசிக்கும் பெண்ணைக் கடந்தபோது அந்தப் பெண் அந்த மனிதரைப் பார்த்துப் புன்னகைத்தாள். நான் அந்தப் பெண்ணிற்கு 'அன்னா' என்று பெயரிட்டேன். அந்த மனிதர் மெத்ரோ நிலையத்தின் படிகளில் அடிமேல் அடிவைத்து இறங்கி 'லா சப்பல் கடைத் தெருவிற்குள் நுழைந்தார். அவரின் பின்னாலேயே போய்க்கொண்டிருந்த நான் அந்த மனிதருக்கு 'வெள்ளிக்கிழமை' என்று பெயரிட்டேன்.

2

மெத்ரோவிலிருந்து இறங்கிக் கடைத்தெருவிற்குள் நுழையும் எவரும் ஷாலினி அங்காடியைக் கடந்துதான் போகவேண்டும். அந்தக் கடையின் முன்னால் வெள்ளிக்கிழமை போய் நின்றார்.

தனது கையிலிருந்த பைகளை ஓரமாக வைத்துவிட்டு வெள்ளிக்கிழமை தெருவில் நின்று போவோர் வருவோரைக் கவனிக்கத் தொடங்கினார்.

முதலில் முப்பது வயது மதிக்கத்தக்க இளைஞன் ஒருவனைத் தேர்வு செய்து வெள்ளிக்கிழமை அவனைக் கூப்பிட்டு வணக்கம் சொன்னார். அந்த இளைஞன் நின்றபோது வெள்ளிக்கிழமை அவனிடம் மெல்லிய குரலில் 'தம்பி சாப்பிடக் காசு ஏதாவது தருவீங்களோ, ரெண்டு நாளாய் சாப்பிடயில்லை' என்று தன் வழுக்கைத் தலையைத் தடவினார். அந்த இளைஞன் வெள்ளிக்கிழமையை உற்றுப் பார்த்தான். வெள்ளிக்கிழமைக்கு வாயில் ஒன்றிரண்டு பற்கள்தான் எஞ்சியிருந்தன. அவரின் கைகள் நடுங்கிக்கொண்டிருந்தன. கண்கள் அரைமயக்கத்தில் கிடந்தன.

அந்த இளைஞன் புன்னகைத்துக்கொண்டே 'எதுக்குத் தண்ணியடிக்கவா காசு?' என்று கேட்டான்;.

'இல்ல நான் குடிக்கிறதில்ல, பசிக்குது ஒரு ரெண்டு ஈரோ தாருங்கோ இடியப்பம் சாப்பிடலாம்'

'சரி என்னோட வாங்க சாப்பாடு வாங்கித்தாறன்'

'இல்ல நீங்க காசு தாங்கோ நான் பிறகு சாப்பிடுவன்' என்று தலையைக் குனிந்தவாறே வெள்ளிக்கிழமை முணுமுணுத்தார். அந்த இளைஞன் புன்னகைத்தவாறே 'நீங்கள் குடிக்கத்தான் காசு கேக்கிறியள்' என்று சொல்லிக்கொண்டே தனது காற்சட்டைப்பையைத் துளாவிச் சில சில்லறை நாணயங்களை எடுத்து வெள்ளிக்கிழமையிடம் கொடுத்துவிட்டுப் போனான்.

இப்போது வெள்ளிக்கிழமையின் முகம் ஒளிர்ந்தது. அவர் அந்தச் சில்லறை நாணயங்களை எண்ணியபோது மூன்று ஈரோக்களும் முப்பது சென்றிமகளும் தேறின. வெள்ளிக்கிழமை அந்த நாணயங்களைக் கைகளிற்குள் போட்டுக் குலுக்கியவாறே ஷாலினி கடைக்குள் நுழைந்தார். வெள்ளிக்கிழமையை உற்றுப்பார்த்த கடைக்காரர் 'வைன் போத்தல் அங்கேயிருக்கு' என்று ஒரு மூலையை நோக்கிக் கையைக் காட்டினார்.

கடைக்காரரின் குரலைக்கேட்டுச் சடாரெனத் திரும்பிய வெள்ளிக்கிழமை ஆங்காரத்துடன் தனது இடுப்பில் கைகளை வைத்துக்கொண்டு 'உம்மிட்ட குத்துவிளக்கு இருக்கோ' என்று கேட்டார். கடைக்காரர் வெள்ளிக்கிழமையை மேலும் கீழமாகப் பார்த்துக்கொண்டே எழுந்து வந்து ஒரு சிறிய குத்துவிளக்கை கைகளில் எடுத்துக் காட்டினார்.

'சே கொம்மியான்?' என்று வெள்ளிக்கிழமை கேட்டார்.

கடைக்காரர் ஒரு பெருமூச்சு விட்டுக்கொண்டே 'பத்து ஈரோ' என்றார்.

'குறைக்கமாட்டியளோ?'

'இஞ்ச ஒரே விலைதான்'

'இந்தக் குத்துவிளக்கை மார்கடேயிலை நாலு ஈரோவுக்கு விக்கினம்'

'உம்மட்ட அய்ஞ்சு ஈரோப்படி வேண்டுறன் ஒரு நூறு குத்துவிளக்குக் கொண்டுவாரும்' என்று சொல்லிக்கொண்டே கடைக்காரர் குத்துவிளக்கை எடுத்த இடத்தில் வைத்தார்.

வெள்ளிக்கிழமை அந்தக் கடையில் ஒரு கற்பூரமும் ஒரு பெட்டி ஊதுபத்தியும் ஒரு எண்ணைப் போத்தலும் வாங்கிக்கொண்டு எண்ணி மூன்று ஈரோக்கள் இருபது சென்ரிம்களைக் கடைக்காரரிடம் கொடுத்துவிட்டு 'குத்துவிளக்கை வைச்சிருங்கோ கொஞ்சம் செல்ல வாறன்' என்று சொல்லிக்கொண்டே வெளியே வந்தவர் திரும்பவும் உள்ளே ஓடிப்போய் 'எத்தினை மணிக்குக் கடையைப் பூட்டுவிங்க?' என்று கடைக்காரரிடம் கேட்டார். கடைக்காரர் புன்னகைத்துக்கொண்டே 'பத்து மணிக்குத்தான் பூட்டுவன் நீர் ஆறுதலாய் வாரும்' என்றார்.

வாங்கி வந்த பொருட்களைத் தெருவேராமாயிருந்த தனது பைக்குள் பத்திரமாக வைத்துவிட்டு வெள்ளிக்கிழமை ஷாலினி கடையின் முன்னால் நின்று மீண்டும் தெருவில் போவோர் வருவோரைக் கவனிக்கத் தொடங்கினார். இப்போது குத்துவிளக்கு வாங்குவதற்கு வெள்ளிக்கிழமைக்கு பத்து ஈரோக்கள் தேவை. கையில் முருங்கைக்காயும் பையுமாக வந்த பச்சை சேர்ட் அணிந்திருந்த ஒரு நடுத்தர வயதானவரை நெருங்கிய வெள்ளிக்கிழமை 'வணக்கம்' என்றார். திடுக்குற்றுப்போன பச்சைச் சேர்ட் ஓடித் துள்ளிப் பாய்ந்து வெள்ளிக்கிழமையை விலக்கிப்போக அவர் பின்னாலேயே போன வெள்ளிக்கிழமை 'வணக்கம் பாருங்கோ' என்றார். பச்சைச் சேர்ட் நடையை வேகமாய் போடப் பின்னாலேயே துரத்திக்கொண்டுபோன வெள்ளிக்கிழமை 'கூப்பிடறது கேக்கலையே' என்று குரலை உயர்த்தவும் பச்சைச் சேர்ட் கொஞ்சம் நடையின் வேகத்தைக் குறைத்தார். அவரை நெருங்கிய வெள்ளிக்கிழமை 'உடுப்புத் தோய்க்கக் காசில்லை ஒரு அய்ஞ்சு ஈரோ வேணும்' என்றார். பச்சைச் சேர்ட் உணர்ச்சியே இல்லாத கண்களால் வெள்ளிக்கிழமையைப் பார்த்துவிட்டு மறுபடியும் வேகமாக நடக்கத் தொடங்கினார்.

இப்போது வெள்ளிக்கிழமை தனக்குத்தானே பேசிக்கொண்டு வீதியில் நின்றார். ஒரு முதியவரிடமிருந்து ஒரு ஈரோவும், ஒரு கோட்சூட் மனிதரிடமிருந்து அய்ம்பது சென்ரிமும் வெள்ளிக்கிழமைக்குக் கிடைத்தன. இருபது வயது மதிக்கத்தக்க ஓர் இளைஞனைக் கண்டபோது வெள்ளிக்கிழமை அவனிடம் 'தம்பி நான் சார்சலில இருக்கிறானன். போறதுக்கு ரெயின் ரிக்கட் எடுக்கக் காசில்லை நாலு ஈரோ உங்களிட்ட இருக்குமா?' என்று கேட்டார். அந்த இளைஞன் எடுத்து எடுப்பிலேயே 'இந்தா! உங்களை மாதிரி ஆக்களாலதான் தமிழினர மரியாதை போகுது' என்று சொல்லிவிட்டு வெள்ளிக்கிழமையை முறைத்தான். அதைக் கேட்டதும் வெள்ளிக்கிழமைக்குக் கோபம் உச்சியிலடித்தது. வெள்ளிக்கிழமை கண்களைத் தாழ்த்தியவாறே 'காசு தர விருப்பமில்லாட்டி வாயைப் பொத்திக்கொண்டு போ! தேவையில்லாக் கதை வேண்டாம்' என்றார். இளைஞன் உதட்டைக் கடித்துக் கையைத் தூக்கிக்கொண்டு வெள்ளிக்கிழமைக்கு அடிக்க வந்தபோது வெள்ளிக்கிழமை இரண்டடி பின்வாங்கி த்தூ, த்தூவென்று அந்த இளைஞனை நோக்கி எச்சில் துப்பினார். அந்த எச்சில் துளிகள் அந்த இளைஞனின் சட்டையில் பட்டதும் அவன் ஆடாமல் அசையாமல் ஒரு நிமிடம் அப்படியே நின்று குனிந்து தனது சட்டையில் தெறித்திருந்த எச்சில் துளிகளைப் பார்த்துக் கொண்டிருந்துவிட்டுப் பேசாமல் தன் வழியில் போனான்.

இதற்குப் பின்பு பொடியனிடம் காசு கேட்பதை வெள்ளிக்கிழமை தவிர்த்துக்கொண்டார். கைவண்டியில் குழந்தையை வைத்துத் தள்ளிக் கொண்டுவந்த மனிதனைக் கண்ட வெள்ளிக்கிழமை அந்த மனிதனிடம் 'மருந்து வாங்க வேண்டும்' என்று பணம் கேட்டார். அந்த மனிதன் கொஞ்ச நேரம் நின்று வெள்ளிக்கிழமையை மேலும் கீழும் பார்த்துவிட்டு 'நீர் சிலோனில எவ்விடம்' என்று கேட்டான்.

'யாழ்ப்பாணம்'

'யாழ்ப்பாணமெண்டால்?'

'யாழ்ப்பாணம்தான்'

அந்த மனிதன் புன்னகைத்தவாறே இரண்டு ஈரோ நாணயத்தைத் தனது குழந்தையிடம் கொடுத்து அதை வெள்ளிக்கிழமையிடம் கொடுக்கச் சொன்னான். குழந்தையிடமிருந்து நாணயத்தை வாங்கிய வெள்ளிக்கிழமை 'அண்ணே எங்கயாவது வேலை வந்தாச் சொல்லுங்கோ' என்று கைகளைப் பிசைந்தவாறே அந்த மனிதனிடம் சொன்னார்.

வெள்ளிக்கிழமை அய்ந்து பேரிடம் காசு கேட்டால் அவர்களில் ஒருவராவது காசு கொடுத்தார். மாலை ஏழுமணியளவில் வெள்ளிக்கிழமையின் கைகளில் பத்து ஈரோக்கள் சேர்ந்துவிட்டன. வெள்ளிக்கிழமை ஷாலினி கடையினுள் நுழைந்து கடைக்காரரின் மேசையில் சில்லறைகளைப் பரப்பிவிட்டுக் கடைக்காரரை மிதப்பாகப் பார்த்து 'பொருளை எடுங்கோ' என்றார். கடைக்காரர் மிக நிதானமாக வெள்ளிக்கிழமையின் சில்லறைகளை எண்ணிப் பார்த்துவிட்டு குத்துவிளக்கை ஒரு பையில் போட்டு வெள்ளிக்கிழமையிடம் கொடுத்தார். வெளியே வந்த வெள்ளிக்கிழமை குத்துவிளக்கை எடுத்து உருட்டி உருட்டிச் சில நிமிடங்கள் பார்த்துக்கொண்டு நின்றுவிட்டு அதைத் தனது பைக்குள் வைத்துக்கொண்டு நடக்கத் தொடங்கினார்.

இப்போது, வெள்ளிக்கிழமை 'லா சப்பல்' மெத்ரோ நிலையத்திற்குக் கீழேயுள்ள சிறிய பூங்காவிற்குள் நுழைந்தார். அந்த மாலை நேரத்தில் ஒரு புறமாகச் சிறுவர்கள் விளையாடிக்கொண்டிருக்க மறுபுறத்தில் சில தமிழர்கள் நடுவில் விஸ்கிப் போத்தலை வைத்துவிட்டுச் சுற்றிவரயிருந்து குடித்துக்கொண்டிருந்தார்கள். அவர்கள் சிலாபத்துறையை ஸ்ரீலங்கா இராணுவம் கைப்பற்றிய செய்தியில் உண்மையிருக்கிறதா இல்லையா என்று சத்தம்போட்டு விவாதித்துக்கொண்டிருந்தார்கள். வெள்ளிக்கிழமை நேராக அங்கிருந்த பூச்செடிகளிடம் போய் பூக்களைக் கொய்து தனது குளிரங்கியின் பைகளுக்குள் திணிக்கத் தொடங்கினார். விளையாடிக்கொண்டிருந்த ஒரு ஆபிரிக்கச் சிறுவன் பந்தை உதைத்தபடியே வெள்ளிக்கிழமையிடம் ஓடிவந்து 'பூக்களைப் பறிக்கவேண்டாம்' எனச் சொன்னான். அவன் சொன்னது வெள்ளிக்கிழமைக்குப் புரியவில்லை. அவர் கீழே கிடந்த ஒரு சுள்ளியை எடுத்து 'அலே' என்று உலுக்கி அந்தச் சிறுவனை விரட்டினார். சிறுவன் கண்களில் வியப்பும் அச்சமும் மேலெழப் பந்தை உருட்டிக்கொண்டு திரும்பி ஓடிப்போனான்.

தனது குளிரங்கியின் பைகளை மலர்களால் நிரப்பியதும் வெள்ளிக்கிழமை தனது பயணப் பைகளைச் சுமக்க முடியாமல் சுமந்தபடியே மறுபடியும் மெத்ரோ நிலையத்திற்குள் நுழைந்தார். மெத்ரோ வரும் மேடைக்குப் போவதற்கு ரிக்கட் தேவைப்படும். அந்த ரிக்கட்டைக் கதவில் செருகினால்தான் கதவு திறந்து உள்ளே செல்ல வழிவிடும். வெள்ளிக்கிழமை அந்தக் கதவின் முன்னால் நோட்டம் பார்த்துக்கொண்டு நின்றார். ஒரு பெண்மணி கதவில் ரிக்கட்டைச் செருகி கதவைத் திறக்கும்போது அவளை உரசிக்கொண்டே வெள்ளிக்கிழமையும் கதவிற்குள் நுழைந்து கதவு மறுபடியும் மூடாதவாறு கதவிற்குக் காலால் முட்டுக்

கொடுத்தபடியே தனது பயணப் பைகளை லாவகமாக உள்ளிழுத்துக்கொண்டு ஒவ்வொரு படியாக நின்று நிதானித்து ஏறி மெத்ரோ மேடைக்கு வந்தார். அன்னா வயலினில் 'பெய் சரா, சரா' வாசித்துக்கொண்டிருந்தாள்.

அந்த மெத்ரோ மேடை நூறு மீற்றர்கள் நீளமும் ஆறு மீற்றர்கள் அகலமும் கொண்டது. இப்போது மேடையில் கூட்டமில்லை. மேடையில் நின்றுகொண்டிருந்த ஏழெட்டுப் பேர்களையும் இரண்டு நிமிடங்களிற்கு ஒருமுறை வந்த மெத்ரோ அள்ளிப் போனது. வெள்ளிக்கிழமை மெத்ரோ மேடையின் ஒரு மூலையில் போய் நின்றார். அங்கே அவரைத் தவிர யாருமில்லை. மேடையின் நடுவில் அன்னா வயலின் இசைத்துக்கொண்டிருந்தாள்.

வெள்ளிக்கிழமை அந்த மூலையில் தனது பயணப் பைகளை வைத்துத் திறந்தார். உள்ளிருந்து ஒரு சட்டமிடப்பட்ட படத்தை எடுத்து அந்த மூலையில் தரையில் நிறுத்திச் சுவரோடு சாய்த்துவைத்தார். தனது குளிரங்கியின் பைகளுக்குள் கைகளை நுழைத்து மலர்களை எடுத்து அந்தப் படங்களிற்கு முன்னால் வைத்தார். பயணப் பையிலிருந்து தேங்காயை எடுத்து மெத்ரோ மேடையின் ஓரத்துக்குச் சென்று மேடையின் விளம்பில் தேங்காயை மோதி ஒரே அடியில் சரிபாதியாக உடைத்தார். உடைத்த தேங்காய்ப் பாதிகளை மூக்கினருகே வைத்து முகர்ந்து பார்த்துவிட்டுத் தலையை ஆட்டியவாறே அவற்றை அந்தப் படத்தின் முன்னால் வைத்தார். பின்பு அங்கிருந்த ஒரு இருக்கையில் உட்கார்ந்தவாறே ஒரு அழுக்குத் துணியை எடுத்துக் கிலமாகக் கிழித்துத் தனது தொடையில் வைத்து உருட்டி குத்துவிளக்கிற்குத் திரி தயாரித்தார். திரி தயாரானதும் குத்துவிளக்கை வெளியில் எடுத்து அந்தப் படத்திற்கு முன்பாக நிறுத்தி எண்ணையூற்றி எண்ணையில் திரியை வைத்தார். குத்துவிளக்கைப் படத்திற்கு வலது புறத்தில் நகர்த்தி வைத்தவர் படத்திற்கு இடதுபுறத்தில் கற்பூரத்தை வைத்தார். தனது காற்சட்டைப் பையிலிருந்து ஒரு வாழைப்பழத்தை எடுத்தவர் பாதிப் பழத்தைத் தின்றுவிட்டு மற்றப் பாதியைப் படத்திற்கு முன்னால் வைத்து அதன்மேல் ஊதுபத்திகளைச் செருகி வைத்தார். சட்டைப் பையிலிருந்து ஒரு சரையை எடுத்துப் பிரித்து அந்தப் படத்திற்கு சந்தனத்தாலும் குங்குமத்தாலும் அலங்காரம் செய்தார். அந்த வேலைகள் முடிந்ததும் தனது மற்றப் பயணப்பையைத் திறந்த வெள்ளிக்கிழமை அதனுள்ளிருந்து ஒரு பெரிய ரேட்ரெக்கோடரை எடுத்து அதில் எச்சில் உமிழ்ந்து தனது அழுக்குக் குளிரங்கியின் ஓரத்தால் அதனைச் சரசரவென ஓசையெழத் துடைத்து படத்திற்கு முன்னால் வைத்தார். இப்போது அவர் ரேட்ரெக்கோடரைத் தட்டிவிடச் சீர்காழி கோவிந்தராஜனின் குரலில் தேவாரப்

பாடலொன்று அந்த மெத்ரோ மேடையில் ஒலிக்கலாயிற்று. மேடையின் நடுவே நின்றிருந்த அன்னாவிற்குத் தேவாரம் கேட்டிருக்க வேண்டும். அவள் வெள்ளிக்கிழமையைத் திரும்பிப் பார்த்துப் புன்னகைத்தாள்.

வெள்ளிக்கிழமை மெத்ரோ மேடையின் விளிம்பிற்குச் சென்று நின்று இடுப்பில் கைகளை ஊன்றியவாறே தலையைச் சாய்த்து தனது ஏற்பாடுகளை ஒருமுறை சரி பார்த்துக்கொண்டார். திருப்தியுடன் தலையை அசைத்துக்கொண்டே சட்டைப் பையிலிருந்து லைட்டரை எடுத்துக் குத்துவிளக்கை ஏற்றினார். ஊதுபத்தியையும் பின்பு கற்பூரத்தையும் கொழுத்திவிட்டுக் கைகளைத் தலையில் குவித்து அந்தப் படத்தைப் பார்த்துக் கும்பிட்டார். பின்பு அப்போது நிலையத்திற்குள் நுழைந்துகொண்டிருந்த மெத்ரோவின் முன்னால் மேடையிலிருந்து குதித்தார். 'சக்' என்று வெள்ளிக்கிழமையில் மெத்ரோ மோதிய சத்தம் அன்னாவிற்குக் கேட்டது.

அடுத்த இரண்டு நிமிடங்களில் பொலிஸார் வந்து அன்னாவை விசாரித்தபோது மெத்ரோ மேடையில் குத்துவிளக்கு, தேங்காய், ஊதுபத்திகளுக்குப் பின்னாலிருந்த புகைப்படத்தில் காணப்படும் மனிதர்தான் மெத்ரோவின் முன்னால் குதித்தவர் என்று அன்னா சாட்சியம் சொன்னாள். சொல்லிவிட்டுத் தனது வாயை இருகைகளாலும் மூடிக்கொண்டிருந்தவள்; கைகளை விலக்கி அந்தப் புகைப்படத்தைக் காட்டி 'இது பத்து அல்லது பதினைந்து வருடங்களிற்கு முன்பு எடுக்கப்பட்ட படமாயிருக்கலாம்' என்றாள்.

3

அந்த இரக்கத்துக்குரிய மனிதர் மெத்ரோவின் முன்னால் விழுந்து தற்கொலை செய்ததற்கு அடுத்த வெள்ளிக்கிழமை 'லா சட்பல்' மெத்ரோவில் நான் தோழர் சாம்ஸனைச் சந்தித்தேன். இன்று சாம்ஸன் நான்கு மணிக்கே வந்து மெத்ரோவில் உட்கார்ந்திருந்தார். 'அன்னா காீனினா' நாடகம் தொடங்குவதற்கு இன்னும் நிறைய நேரமிருந்தது. நானும் சாம்ஸனும் மெத்ரோ நிலையத்திலிருந்து பேசிக் கொண்டிருந்தபோது நான் எனது கையில் வைத்திருந்த தாள்களை சாம்ஸனிடம் கொடுத்து 'வாசிச்சுப் பாருங்கோ' என்றேன்.

ஆர்வத்துடன் தாள்களை வாங்கிய சாம்ஸனிடம் 'அந்த மனுசன் மெத்ரோவுக்கு முன்னால குதிச்ச இரவு முழுக்க எனக்குத் துண்டற நித்திரையில்லை. இரவிரவா முழிச்சிருந்து இந்தக் கதையை எழுதினான்' என்றேன். அந்தக் கதையின் தலைப்பு 'வெள்ளிக்கிழமை'.

சாம்ஸன் கதையைப் படிக்கப் படிக்க நான் அவரின் முகத்தையே பார்த்துக்கொண்டிருந்தேன். சாம்ஸனின் உதடுகளில் புன்னகை கீற அவர் வேகமாகப் படித்துக்கொண்டிருந்தார். படித்து முடித்தபோது அவரின் உதட்டிலிருந்த புன்னகை ஒரு எள்ளல் சிரிப்பாக மாறி என்னை வதைக்கத் தொடங்கியது.

சாம்ஸன் கையிலிருந்த தாள்களை என்னிடம் திருப்பிக் கொடுக்கவில்லை. அவற்றைச் சுருட்டித் தனது இடது கையில் பிடித்துத் தனது தலைக்கு மேலே உயர்த்தியவாறே எழுந்திருந்தார். நானும் அவருடன் கூட எழுந்து நின்றேன்.

சாம்ஸன் திடீரெனக் குரோதத்துடன் என்னைப் பார்த்தார். பின்பு 'நீங்கள் எப்படி அந்த மனுசனைக் கொலை செய்ய ஏலும்' என்று கேட்டார்.

சாம்ஸன் பேசுவது கணிதச் சூத்திரம் மாதிரியிருக்கும். ஒற்றை வார்த்தைதான் பேசுவார். அதைப் பேசிவிட்டு அவரின் மனதில் இருப்பவற்றையெல்லாம் அந்த ஒற்றை வார்த்தையூடாக நாம் புரிந்துகொள்ள வேண்டுமென்றும் எதிர்பார்ப்பார். அவர் நினைத்ததை நாம் புரிந்துகொள்ளாவிட்டால் எம்மைக் கொலைக் குற்றவாளிகளைப் போலப் பார்ப்பார். நான் மௌனமாக நின்று அந்த மனிதர் தண்டவாளத்தில் விழுந்து இறந்த இடத்தையே பார்த்துக்கொண்டிருந்தேன்.

சாம்ஸன் என் முகத்தைப் பார்த்து 'வழியில்லாதவன், பிச்சை எடுக்கிறவன் குடிகாரன் சாகத்தான் வேணுமா?' என்று கேட்டார்.

நான் மெதுவாக 'செத்துத்தானே போனான், அதுவும் என்ர கண்ணுக்கு முன்னால்' என்று சொல்லிவிட்டு என் உள்ளங்கையால் என் நெற்றியில் படாரென அடித்தேன். நான் அந்த மனிதனுக்காக மிகவும் வருந்துகிறேன் என்பதைச் சாம்ஸனுக்கு உணர்த்தத்தான் நான் எனது நெற்றியில் ஓங்கி அடித்திருக்க வேண்டும்.

சாம்ஸன் இப்போது வாய்விட்டுச் சிரித்தார். சிரித்து ஓய்ந்ததும் மறுபடியும் 'அந்த மனுசனை மெத்ரோவுக்கு முன்னால நீங்கள் எப்படித் தள்ளலாம்?' என்று கேட்டார். அவரின் உயர்ந்திருந்த இடது கையில் நான் எழுதிய தாள்களிருந்தன.

இன்று முழுவதும் பேசினாலும் இந்த முட்டாள் சாம்ஸன் இதைத்தான் திருப்பித் திருப்பிச் சொல்லிக்கொண்டிருப்பார் என்பது தெரிந்தது. நான் மெதுவாக 'நாடகத்துக்கு நேரமாயிற்று போகலாம்' என்றேன். போகலாம் என்பது மாதிரித் தலையசைத்த சாம்ஸன் உயர்த்திப் பிடித்த கையுடனேயே நடக்கத் தொடங்கினார்.

நான் அவரிடமிருந்து தாள்களை வாங்குவதற்காகக் கைகளை நீட்டியபோது சாம்சன் என்னிடமிருந்து சற்று விலகி எனது கண்களை உற்றுப் பார்த்துக்கொண்டே 'அந்த மனுசனைக் கொலை செய்ய உங்களுக்கு எப்பிடி மனம் வந்துது?' என்று கேட்டுவிட்டுத் தனது கையிலிருந்த தாள்களை மெத்ரோ நிலையத்திற்குள் விசிறியடித்தார்.

அப்போது மெத்ரோ நிலையத்தினுள் சனக் கூட்டமாயிருந்தது. சனங்கள் எனது கதைத் தாள்களை மிதித்துக்கொண்டு நடக்கலானார்கள். நான் சனங்களிடையே புகுந்து எனது கதைத் தாள்களைப் பொறுக்கத் தொடங்கினேன். பொறுக்கிக்கொண்டிருந்த போது ஒரு மனிதரில் 'மடாரென' மோதி நான் நிமிர்ந்தபோது அங்கே வெள்ளிக்கிழமை அதே அழுக்குக் குளிரங்கியுடன் என் முன்னே நின்றிருந்தார். நான் அவரில் பலமாக மோதியிருக்க வேண்டும். வெள்ளிக்கிழமை தனது மார்பைப் பொத்திப் பிடித்திருந்தார். அவரின் முகத்தில் வலி தெரிந்தது. அவர் முகத்தைச் சுழித்துக்கொண்டே 'மனுசரில இடிபடாம பார்த்துப் போகவேணும்' என்று சொல்லிவிட்டுத் தனது பயணப் பைகளை இழுத்துக்கொண்டு நடந்தார். நான் தாள்களைப் பொறுக்குவதைக் கைவிட்டு அதிர்ந்துபோய், நடந்துபோகும் வெள்ளிக்கிழமையையே பார்த்துக்கொண்டிருந்தேன். வெள்ளிக்கிழமை அன்னாவைக் கடந்துபோது வயலினை உறைக்குள் வைத்துக்கொண்டிருந்த அன்னா வெள்ளிக்கிழமையைப் பார்த்துப் புன்னகைத்துவிட்டுத் தன் முன்னே தரையில் விரித்திருந்த துணியில் கிடந்த சில்லறை நாணயங்களைப் பொறுக்கத் தொடங்கினாள்.

திரு.முடுலிங்க

சென்ற புதன் கிழமை Le Monde பத்திரிகை இணைப்பாக ஆப்பிரிக்க இலக்கியச் சிறப்பிதழ் ஒன்றை வெளியிட்டிருந்தது. அந்த இலக்கியச்சிறப்பிதழின் நடுப்பக்கத்தில் வெளியாகியிருந்த 'Monsieur Mudulinka' என்ற சிறுகதையை நைஜீரிய எழுத்தாளர் மம்முடு ஸாதி எழுதியிருந்தார் ஹெளஸ மொழியில் எழுதப்பட்ட இந்தக் கதையை ஹரீன் வில்லன் பிரஞ்சில் மொழிபெயர்த்திருக்கிறார். இந்தக் கதையின் தலைப்புப் பாத்திரமாக வருபவர் ஒரு இலங்கையர் என்பதைக் கதையின் போக்கில் நான் அறிந்து கொண்டதும் மிதமிஞ்சிய ஆர்வத்துடன் கதையைப் படித்து முடித்தேன். படித்து முடித்தவுடனேயே அந்தக் கதையைத் தமிழில் மொழிபெயர்க்கத் தொடங்கினேன். கதை எளிய பிரஞ்சு மொழியில் இருந்ததால் தமிழில் மொழிபெயர்ப்பதில் பெரிய சிக்கல்கள் எதுவும் ஏற்படவில்லை. ஆனால் ஒரேயொரு பிரச்சனை இருக்கிறது. கதையின் ஒரு இடத்தில் Coco ville என்றொரு ஊர் குறிப்பிடப்படுகிறது. (கொக்கோ வில்லி என்று வாசிக்கக் கூடாது. பிரஞ்சு மொழி இலக்கணப்படி இதைக் கொக்கோ வில் என்றுதான் படிக்க வேண்டும்.) கதையின் போக்கில் அந்த ஊர் இலங்கையில் உள்ளதாக உளகிக்க முடிகிறது. ஆனால் நான் ஒருநாள் முழுவதும் இலங்கை வரைபடத்தை விரித்து வைத்துத் தேடிப் பார்த்தும் கொக்கோவில் என்ற ஊரை என்னால் கண்டுபிடிக்க முடியவில்லை. எனவே தமிழ் மொழிபெயர்ப்பிலும் அந்த ஊரை நான் கொக்கோ

வில் என்றே எழுத வேண்டியதாகிவிட்டது. எனினும் இந்தச் சிக்கல் கதையின் மொழிபெயர்ப்பை எதுவிதத்திலும் பாதிக்கப் போவதில்லை. நாற்பத்தொரு வயதாகும் மம்முடு ஸாதி இதுவரை மூன்று சிறுகதைத் தொகுப்புகளை வெளியிட்டிருக்கிறார். மம்முடு ஸாதி லாகோஸில் உள்ள அய்க்கிய நாடுகள் சபையின் கிராமப்புற வளர்ச்சித் திட்ட அலுவலகத்தில் ஒரு சிற்றாழியராகப் பணி செய்து வருகிறார்.

இனி மம்முடு ஸாதியின் கதை:

கொடிக் கம்பம் என் நெற்றியின் முன்னாக நிற்க லாகோஸின் அனல் காற்றில் யு.என்.ஓ.வின் கொடி என் தலை மீது சரிந்தாடியது. இந்தக் காலை நேரத்திலேயே மனுக்களுடனும் கோரிக்கைகளுடனும் நிறைய மக்கள் கூடியிருந்தார்கள். அவர்கள் நாட்டின் பல பாகங்களிலிருந்தும் அங்கே வந்திருந்தார்கள். தொலைதூர வட மாவட்டமான சொக்கட்டோவில் இருந்து ஒரு விவசாயிகள் குழு வந்திருந்தது. அவர்கள் மதிற்சுவரின் ஓரத்திலே களைப்புடன் குந்தியிருந்தார்கள். நான் அவர்களிடம் சென்று அவர்கள் கொண்டு வந்த மனுக்களைச் சேகரித்துக் கொண்டிருந்தேன். அப்போது பிரதான வாசலால் கறுப்பு நிற மெர்ஸிடஸ் பென்ஸ் கார் உள்ளே நுழைந்தது. காருக்குள் பிரஸிடண்ட் அன்ஸாரி பின் இருக்கையில் அமர்ந்திருந்து என்னைப் பார்த்துத் தலையசைத்தார். நான் எனது வலது கையைத் தூக்கிப் பிரஸிடண்டுக்கு ஒன்றுக்கு இரண்டு தடவைகள் சலாம் செய்தேன். கடவுளுக்கு ஒரு விளக்கு ஏற்றினால் சாத்தானுக்கு இரண்டு விளக்குகள் ஏற்றி வைக்க வேண்டும் என்பார்கள்.

நான் இந்த அலுவலகத்தில் வேலைக்குச் சேர்ந்து மூன்று வருடங்கள் முடியப்போகின்றன. இந்த மூன்று வருடங்களில் ஒரு நாளாவது பிரஸிடண்ட் அன்ஸாரி என்னை மம்முடு என்று பெயர் சொல்லி அழைத்தது கிடையாது. அறிவிலி, கழுதை, முட்டாள் என்ற பெயர்களில் தான் என்னை அவர் கூப்பிடுவார். அதிசயமாக அவர் மகிழ்ச்சியாக இருக்கும் தருணங்களில் 'ஏய் சின்னவனே' என்று அவர் என்னைக் கூப்பிடுவார். என் வேலைக்கு 'அலுவலக உதவியாளன்' என்று தான் பெயர். ஆனால் பரிசாரகன், தேநீர் தயாரிப்பவன், வாகனச்சாரதி என்று எல்லாவித வேலைகளையும் நான் செய்ய வேண்டியிருந்தது.

இந்த அலுவலகத்தில் திட்டமிடல் அதிகாரிகளாக இருக்கும் இரண்டு வெள்ளையர்கள் மட்டும்தான் தங்கள் தனிப்பட்ட வேலைகளை என் தலையில் சுமத்துவது கிடையாது. இதன் மறுபுறத்தில் ஒரு நன்மையும் இருந்தது. அந்த இரண்டு

வெள்ளையர்களின் அறையைத் தவிர அலுவலகத்தின் மற்றைய அலுவலர்களுடன் எனக்கு விரைவிலேயே நெருங்கிய பழக்கம் ஏற்பட்டது. இந்த அலுவலகத்து மேசைகளின் ஒவ்வொரு இழுப்பறைகளும் லஞ்சப் பணத்தால் நிரம்பிக் கிடந்தன விரைவிலேயே என். சட்டைப்பையிலும் அய்ம்பது, நூறு நைறாக்கள் சாதாரணமாகப் புழங்கத் தொடங்கின. ஆகாயத்திலிருந்து ஈச்சம்பழம் விழுந்தால் நீயும் வாயைத் திற என்பது எங்கள் பக்கத்துப் பழமொழி. இந்த அலுவலகத்தின் தலைமை அலுவலகம் தலைநகர் அபுஜாவில் இருக்கிறது. எனக்கு உத்தியோக உயர்வு தந்து என்னை அங்கு அனுப்பி வைப்பதாகப் பிரசிடண்ட் அன்ஸாரி எனக்கு வாக்குக் கொடுத்திருக்கிறார்.

அந்த வாக்குறுதியை அவர் நிறைவேற்றுவதில் ஒரு சிக்கல் இருந்தது. அபுஜா தலைமை அலுவலகத்தில் பணிபுரிபவர்களில் முக்கால்வாசிப் பேர்கள் வெள்ளையர்கள்தான். அங்கே நான் வேலை செய்வதற்கு எனது ஆங்கில அறிவு போதாமல் இருக்கிறது. என்று பிரசிடண்ட் அன்ஸாரி அபிப்பிராயப்பட்டார். இவ்வளவுக்கும் எனது கிராமத்திலேயே அதிக ஆங்கில அறிவு உடையவன் நான்தான். அங்கே எனக்கு 'இங்கிலிஷ் மம்முடு' என்று ஒரு பட்டப்பெயரே வழக்கிலிருக்கிறது. ஆனால் இந்த அலுவலகத்திலிருக்கும் வெள்ளையர்கள் இருவரும் பேசும் ஆங்கிலம்தான் எனக்குப் பிடிபடாமலேயே இருக்கிறது. அவர்களில் ஒருவர் ஐரிஸ்காரர், மற்றவர் அவுஸ்ரேலியர். அவர்கள் இருவரும் பேசும் ஆங்கிலம் அவர்கள் நாவிலிருந்து புறப்படும் அதே வினாடியிலேயே மறுபடியும் ஒக்ரா குழம்பில் நனைத்தெடுத்த வ்வூவ்வூ களி மாதிரி அவர்களின் தொண்டைக்குள் வந்த வேகத்திலேயே வழுக்கிப் போனது. நான் பேசும் ஆங்கிலத்தை புரிந்து கொள்ளாதது போல அந்த வெள்ளையர்கள் இருவரும் எப்போதும் தமது உதடுகளை மடித்துத் தோள்களைக் குலுக்கினர்கள். நான் ஒரு வெறியோடு ஆங்கிலத்தைப் படிக்கத் தொடங்கினேன். காலை வேளைகளில் ஆங்கிலச் செய்தித் தாள்களை ஆர்வத்தோடு படித்தேன். மாலை வேளைகளில் என் பூட்டிய அறைக்குள்ளிருந்து விடாமல் ஆங்கில இலக்கணப் பயிற்சி நூல்களைக் கற்று வரலானேன். சோம்பலால் வளர்வது பேனும் நகமும் தவிர வேறில்லை.

மதிலோரத்தில் குந்தியிருந்த சொக்கட்டோ விவசாயிகள் குழு என்னிடம் தங்களது மனுவைத் தருவதற்கு முதலில் மறுத்தார்கள். அவர்கள் அந்த மனுவை உள்ளேயிருக்கும் வெள்ளையர்களிடம் தான் கொடுப்பார்களாம். 'அந்த வெள்ளையர்கள் வெளியே வரவும் மாட்டார்கள், முன் அனுமதி பெற்றிராமல் நீங்கள் அலுவலகத்துக்கு

உள்ளே போகவும் முடியாது' என்று நான் விவசாயிகளுக்கு விளக்கமாகச் சொன்னேன். அவர்கள் என்னை நம்ப மறுத்தார்கள். அந்த விவசாயிகள் அலுவலகத்தின் முன்னே தொங்கிக் கிடக்கும் யு.என்.ஓ. கொடியைக் கூட இன்னமும் பிரிட்டிஷ் சாம்ராச்சியத்தின் கொடியென்றே நம்பிக் கொண்டிருப்பவர்கள் 'அந்த வெள்ளையர்களை விட உங்கள் மனு மீது முடிவு எடுக்கும் அதிகாரம் படைத்தவர் பிரஸிடண்ட் அன்ஸாரி, நீங்கள் என்னிடம் மனுவைக் கொடுத்தால் அதை நான் அவரின் பார்வைக்கு எடுத்துச் செல்வேன்' என்று நான் விவசாயிகளிடம் சொன்னேன். நானும் அவர்களைப்போல புலானி இனக் குழுவைச் சேர்ந்தவன் என்று அறிந்த பின்புதான் அந்த விவசாயிகள் என்னை நம்பினார்கள். அவர்களின் விவசாய நிலங்களுக்கு நீர்ப்பாசன வசதி கோரி அவர்கள் அந்த மனுவைத் தயாரித்திருக்கிறார்களாம். அந்த விவசாயிகள் குழுவின் தலைவர் என் கையில் மனுவைக் கொடுத்து விட்டு என் சட்டைப்பைக்குள் நூறு நைரா தாளொன்றைத் திணித்து விட்டார்.

சென்ற மாதம் வரை எவரும் அலுவலகத்துள் வரலாம் போகலாம் என்று விதிகள் இருந்தன. ஆனால் இப்போது ஊழியர்களைத் தவிர வேறு யாருக்கும் அலுவலகக் கட்டடத்தின் உள்ளே நுழைய அனுமதி கிடையாது. மனு, கோரிக்கை எதுவானாலும் முற்றத்தில் வைத்தே முடித்து அனுப்பிவிடச் சொல்லி பிரஸிடண்ட் அன்ஸாரிக்கு காவல் துறை ஆணையாளர் அறிவுறுத்தியுள்ளார். சென்ற மாதம் இந்த முற்றத்தில் இதே கொடிமரத்தின் கீழே இரண்டு இளைஞர்களைப் பொலிஸார் சுட்டு வீழ்த்தியிருந்தனர்.

சென்ற மாதத்தின் கடைசி நாளில் இளைஞர்களும் பெண்களுமாய் ஒரு கூட்டம் அதிரடியாய் எங்கள் அலுவலகத்தின் முற்றத்தில் நுழைந்தது. அவர்கள் கைகளில் கொடிகளும் அட்டைகளும் வைத்திருந்தார்கள் அவர்கள் உரத்த குரலில் கோஷங்களை எழுப்பினார்கள். அதற்கு முன்தினம்தான் ஒல்லாந்து, பிரஞ்சு எண்ணை நிறுவனங்களுக்கு எதிராகப் போராடிய ஒன்பது நைஜீரியர்களுக்கு நைஜீரிய அரசு தூக்குத்தண்டனை வழங்கித் தீர்ப்பளித்திருந்தது. ஆர்ப்பாட்டக்காரர்கள் கொடிகம்பத்தில் ஏறி யு.என்.ஓ. கொடியை அறுத்துத் தீவைத்துக் கொளுத்தினார்கள். அவர்கள் கற்களால் அலுவலகத்தின் கண்ணாடி ஜன்னல்களைச் சிதறடித்தார்கள். நாங்கள் அலுவலகத்தின் கதவுகளை மூடிவிட்டு உள்ளேயே இருந்தோம். பிரஸிடன்ட் அன்ஸாரி தன் கொழுத்த உடம்பைத் தூக்கிக் கொண்டு அங்குமிங்கும் பதற்றத்தோடு ஓடித்திரிந்தார். உதவித் தலைவர் வில்லியம் பிரான்ஸிஸ் இபோ இனக்குழுவைச் சேர்ந்தவர். அவர் 'இபோ' வழக்கப்படி எந்த

விசயத்தைப் பேசினாலும் இழுத்து இழுத்து ரப்பராய் விரித்து உவமான உவமேயங்கள், முது மொழிகள், பொன்மொழிகள் எல்லாம் பொதிந்துத்தான் எந்தவொரு வாக்கியத்தையும் முடிப்பார். இப்போது அவர் அலுவலக ஊழியர்களிடம் 'பொலிஸார் வந்து ஆர்ப்பாட்டக்காரர்களைச் சுடப் போகிறார்கள்' என்பதை வளைத்து வளைத்துச் சொல்லிக் கொண்டிருக்கும் போது வெளியே துப்பாக்கிகள் வெடிக்கும் சத்தங்கள் கேட்டன. வில்லியம் பிரான்ஸிஸ் 'புதிதாய்ப் பிறந்த கன்றுகள் புலிகளுக்கு அஞ்ச மாட்டா' என்று கூறிக் கண்களை மூடிக் கொண்டார்.

எங்கள் அலுவலகத்துக்குப் புதிய திட்டமிடல் அதிகாரி ஒருவர் வெளிநாட்டில் இருந்து வரப்போவதாகச் செய்திகள் அடிப்பட்டன. ஏற்கனவே அலுவலகத்தில் இருக்கும் இரண்டு வெள்ளையர்களும் அவர்களது மாயஜால ஆங்கிலத்தால் என்னைத் தொல்லைப்படுத்திக் கொண்டிருந்தார்கள். வரப் போகும் புதிய திட்டமிடல் அதிகாரி பேசப் போகும் ஆங்கிலமாவது எனக்குப் புரிய வேண்டும் என்று நான் இறைவனை இடைவிடாமல் தொழுதேன். இறைவன் ஒவ்வொரு நோய்க்கும் ஒரு பச்சிலையை அளித்திருக்கிறான்.

புதிதாக வந்திருந்த திட்டமிடல் அதிகாரி ஆங்கிலத்தைப் பத்து விதமாகப் பேசினார். அவர் பிரசிடண்ட் அன்ஸாரியோடு ஒருவித ஆங்கிலம் பேசினார். ஐரிஸ்காரரோடு இன்னொரு விதமான ஆங்கிலத்தில் பேசினார். அவுஸ்ரேலியாக்காரரோடு மற்றொரு விதமான ஆங்கிலம் பேசினார். எங்கள் அலுவலகத்தில் தோடம்பழங்கள் விற்க வரும் கூடைக்காரி மைமூனுடன் வினைச் சொற்களே இல்லாமல் வெறும் பெயர்ச் சொற்களை உடயோகித்தே நூதனமான ஒரு ஆங்கிலத்தில் உரையாடினார். என்னோடு பேசுவதற்கு அவர் விசேடமான ஒரு ஆங்கிலத்தை வைத்திருந்தார். தனது வாயை அகலத்திறந்து சுட்ட சூயா இறைச்சித் துண்டங்களை கடித்துத் தின்பது போல அவர் தன் பற்களுக்கிடையே ஆங்கிலத்தைக் கடித்துச் சிறு சிறு துண்டுகளாக என்னிடம் அனுப்பினார். என் வாழ்க்கையில் முதற் தடவையாக நான் நைஜீரியர் அல்லாத ஒருவர் பேசும் ஆங்கிலத்தை முழுவதுமாக விளங்கிக்கொண்டேன். அல்லா கொடுக்கும் போது நீ யார் பிள்ளையென்று கேட்பதில்லை.

'ஒரு தங்கத் திறவுகோல் எல்லாப் பூட்டுகளையும் திறக்கும்' என்பார்கள். புதிய திட்டமிடல் அதிகாரி சொக்கத்தங்கமாய் இருந்தார் அவரின் பெயர் திரு. முடுலிங்க. அவரை நான் முதலில் ஒரு படேல் என்றுதான் நினைத்திருந்தேன். ஆனால் திரு. முடுலிங்க சிலோன் நாட்டுக்காரர். திரு. முடுலிங்க எல்லாவற்றிலும் மிகத் துல்லியமாக இருந்தார். குறித்த நேரத்துக்கு அலுவலகத்துக்கு வந்து

குறித்த நேரத்தில் அலுவலகத்தை விட்டுப்புறப்படுவார். அவர் எப்போதும் மிகத்தூய்மையான அழகிய உடைகளையே அணிவார். அவரின் சுத்தமாகச் சவரம் செய்யப்பட்ட முகத்தில் எப்போதும் ஒரு புன்னகை தொற்றியிருக்கும் அவருக்கு அறுபது வயது இருக்கலாம். ஆண்டுகள் அழகுக்கு மரியாதை செலுத்துவதில்லை என்ற புலானிப் பழமொழி திரு. முடுலிங்கனைப் பொறுத்தவரையில் செல்லுபடியாகாது. அவர் எப்போதுமே தன் கையோடு எடுத்து வரும் சிறிய கணிப்பொறியைப் போல தனது தலையுள் ஆயிரம் கணிப்பொறிகளை வைத்திருந்தார். பிரசிடெண்ட் அன்ஸாரிக்கு கொடுக்கும் அதேயளவு மரியாதையைத் தான் திரு. முடுலிங்க எனக்கும் கொடுத்தார். அதேயளவு மரியாதையைத்தான் அவர் தோடம்பழக் கூடைக்காரி மைமுனிடமும் காட்டினார். அவரின் கண்களில் அறிவும் கனிவும் சுடராய் எழுந்தன. நான் அவரின் அதீத கவனத்தைப் பெறுவதற்குப் பெரு முயற்சிகள் எதுவும் செய்ய வேண்டியிருக்கவில்லை. நைஜீரிய நாட்டு அரசியல் நிலைமைகள் விரைவிலேயே என்னைத் திரு. முடுலிங்கவின் அன்புக்கும் நம்பிக்கைக்கும் உரிய ஊழியக்காரனாக மாற்றி விட்டிருந்தன.

அந்த ஒன்பது தூக்குத்தண்டனைகளுக்கும் எதிராக நைஜீரியா முழுவதும் கலவரங்கள் நடைபெற்றன. பயாஃப்ரா பிரிவினைப் போராட்டத்துக்குப் பிறகு நைஜீரியா கண்டிருக்கும் மிகப் பெரிய கலவரம் இதுதான் என்று 'Nigeria Times' எழுதியது. நைஜீரியாவின் தெற்குப் பகுதிகளில் எண்ணை வயல்களை அண்டிய பிரதேசங்களில் தொடங்கிய இந்தக் கலவரம் பின் நகரங்களுக்குப் பரவி இப்போது நைஜீரியாவின் கிராமங்களுக்கும் பரவத்தொடங்கியது. 'எட்டு மனிதர்கள் உள்ள கிராமத்திலும் ஒரு தேசபக்தன் இருப்பான்' என்பதே கலவரக்காரர்களின் பிரதான கோஷமாக இருந்தது. கலவரக்காரர்கள் வெளிநாட்டு நிறுவனங்களையும் அலுவலகங்களையும் குறிவைத்துத் தாக்கினார்கள். எங்கள் அலுவலகத்தில் இருக்கும் வெளிநாட்டவர்களையும் கலவரக்காரர்கள் தாக்கக்கூடும் எனப் பிரசிடெண்ட் அன்ஸாரி அபிப்பிராயப்பட்டார். இரண்டு வெள்ளையர்களின் வீடுகளுக்கும் பொலிஸ் பாதுகாப்பு வழங்கப்பட்டது. திரு. முடுலிங்க தங்கியிருந்த வீடு எங்கள் அலுவலகத்திலிருந்து பத்துக் கிலோமீற்றர்கள் தொலைவிலிருந்தது. லாகோஸின் புறநகர்ப் பகுதியில் ஓடஸான்ஸோ வீதியில் அவரின் வீடு இருந்தது.

அந்த வீதியிலிருந்த பதினோராவது குறுக்குத் தெருவில்தான் நான் தங்கியிருந்த அறையும் இருந்தது. திரு. முடுலிங்க அலுவலகத்துக்கு வரும் போதும் போகும் போதும் அவருக்குத் துணையாக அவரோடு வந்து போகுமாறு பிரசிடெண்ட் அன்ஸாரி

எனக்குக் கட்டளையிட்டார். என் பணி வரலாற்றிலேயே பிரஸிடெண்ட் அன்ஸாரி போட்ட ஒரு உத்தரவை முதற்தடவையாக நான் முழு மகிழ்ச்சியோடு ஏற்றுக்கொண்டேன். இந்தப் புதிய ஏற்பாட்டால் எனக்கு உடனடியாக இரண்டு நன்மைகள் கிட்டின. முதலாவதாக நான் திரு. முடுலிங்கவின் பரிவை விரைவிலேயே பெற்றுக் கொண்டேன். இரண்டாவதாக நான் அலுவலக நேரம் முடிந்த பின்பும் வேலை செய்ய வேண்டிய கட்டாயம் இருக்கவில்லை. சரியாக மணி ஐந்தானதும் திரு. முடுலிங்க அலுவலகத்திலிருந்து புறப்படுவார். நானும் அவருடனேயே புறப்பட்டு விடுவேன்.

திரு. முடுலிங்க தனது ஜீப் வண்டியைத் தானே ஓட்டினார். நைஜீரியச் சாரதிகளின் மிதமிஞ்சிய வேகமும் அவர்களது வீதிச் சாகஸங்களும் தனக்கு ஒத்துவரவில்லை என்று அவர் சொல்லுவார். ஜீப் ஓடத் தொடங்கியதும் திரு. முடுலிங்க ஜீப்பினுள் ஒரு சோம்பலான சங்கீதத்தை ஒலிக்க விடுவார். அந்தச்சங்கீதம் இந்திய இசை வகையைச் சேர்ந்ததாம். அந்தச் சங்கீதம் 'நன்நன்நன்நா' என்று மிக மெதுவாகவே செல்லும். திரு. முடுலிங்க ஸ்ரேறிங்கில் தாளம் போட்டவாறு அந்தச் சங்கீதத்தைக் காட்டிலும் மெதுவாகவே ஜீப் வண்டியைச் செலுத்துவார்.

திரு. முடுலிங்கவின் வீட்டில் சமையற்காரனாக தோட்டக்காரனாக காவலாளியாக மூன்று நைஜீரியர்கள் வேலை செய்து வந்தார்கள். அந்த மாளிகை போன்ற வீட்டிலே திரு. முடுலிங்க தனியாகவே தங்கியிருந்தார். திரு. முடுலிங்கவின் வீட்டுக்குப் போனால் அங்கிருந்து நான் உடனே கிளம்பிவிடுவதில்லை எவ்வளவு நேரத்தை அங்கு கழிக்கலாமோ அவ்வளவு நேரத்தை நான் அங்கு கழித்தேன். திரு. முடுலிங்கவோடு பேசக்கிடைக்கும் சின்னதொரு தருணத்தைக் கூட நான் நழுவவிட்டேனில்லை. அவருடன் பேசிப்பேசியே என் ஆங்கிலப் பேச்சுத் திறனை வளர்த்துவிடுவது என்ற முடிவோடு நான் செயற்பட்டேன். திரு. முடுலிங்க எனது ஆங்கில உச்சரிப்பில் சலிக்காமல் புன்னகையோடும் அக்கறையோடும் திருத்தங்களைச் சொல்வார். எனக்கு ஆங்கிலத்தை கற்றுக்கொள்வதில் இருந்த வெறியையும் வேகத்தையும் பார்த்து உண்மையிலேயே திரு. முடுலிங்க மிரண்டு போனார். அவர் புன்னகையுடன் 'அதிக அவசரம் கிழங்குக்குக் கேடு' என்றார்.

இந்தக் கிழங்குப் பழமொழி கென்யா நாட்டில் மிகப் பிரபலமான பழமொழி. திரு. முடுலிங்க கென்யா, சூடான், ஸியாறோலியோன், சோமாலியா, எத்தியோப்பியா, தான்சானியா, ஸாயிர் என்று ஆபிரிக்காவை ஒரு சுற்றுச் சுற்றி விட்டுத்தான் நைஜீரியாவுக்கு

வந்திருந்தார். அவருக்கு ஆபிரிக்காவின் ஒவ்வொரு கலாசாரத்தைப் பற்றியும் தெரிந்திருந்தது. அவருக்கு ஆபிரிக்காவின் ஒவ்வொரு குடிவகை, உணவு வகை பற்றியும் தெரிந்திருந்தது. அவருக்கு ஆபிரிக்காவின் ஒவ்வொரு இனக்குழுவைப் பற்றியும் தெரிந்திருந்தது. அவருக்கு ஒவ்வொரு ஆபிரிக்க பழங்குடிகளினதும் பாடல்களைப் பற்றித் தெரிந்தது. முக்கியமாக அவருக்கு ஒவ்வொரு ஆபிரிக்கர்களுடனும் விதம் விதமான உச்சரிப்புக்களில் எப்படி ஆங்கிலம் பேசுவது என்பதைப் பற்றித் தெரிந்திருந்தது.

எந்த ஊசியும் இருபுறமும் கூராயிராது என்பார்கள். ஆனால் திரு. முடுலிங்க எட்டுப் பக்கமும் கூர்மையாய் இருந்தார். அவர் நைஜீரியாவுக்கு வந்த சில நாட்களிலேயே நைஜீரியாவின் பல பழக்க வழங்களைத் தெரிந்து கொண்டிருக்கிறார். ஒருநாள் அவர் தன் கையாலேயே நைஜீரியர்களின் சிற்றுண்டி வகையான ஹோஸையைத் தயாரித்தார். நான் என் பாட்டியின் கைகளில் கூட அவ்வளவு சுவையான ஒரு ஹோஸையைச் சாப்பிட்டிருக்கவில்லை. அவர் எங்கேயும் எப்போதும் தன் கண்களையும் காதுகளையும் திறந்து வைத்திருந்தார். திரு. முடுலிங்கவுடனான எனது தீவிரவாத ஆங்கிலப் பயிற்சியில் ஒரு இடைவெளி விழுந்தது. நான் எனது நிக்ஹாஹ்வுக்காக நைஜீரியாவின் வடக்கு எல்லையில் இருக்கும் எனது ஊருக்கு ஒரு மாத விடுமுறையில் சென்றேன்.

பெண் எடுத்தல் பக்கத்திலும் களவாடுதல் தூரத்திலும் இருக்க வேண்டும் என்பார்கள். ஆனால் என் தாயர் என் மனைவி ஆமினாவை தூரத்தில் இருந்துதான் தேர்ந்தெடுத்தார். ஆமீனா கடுனா மாவட்டத்தைச் சேர்ந்தவள். அந்தப் பகுதியில் மந்தை வளர்ப்புத்தான் பிரதான தொழில் ஆனாலும் ஆமினா எழுத வாசிக்கக் கற்றிருந்தாள். ஆமினாவுக்கு பதினேழு வயது. அவள் உயரமாக ஆனால் மிகவும் மெலிந்து நோஞ்சானாக இருந்தாள். அவள் எவ்வளவுதான் ஓடி ஓடி வீட்டு வேலைகளைச் செய்தாலும் எனது பாட்டி ஆமினாவைக் குற்றம் சொல்லிக்கொண்டேயிருந்தார். நான் பாட்டியைத் திட்டி அடக்க முயன்ற போதெல்லாம் அவர் 'குருட்டுப்பூனை செத்த எலியைத்தான் பிடிக்கும்' என்று என்னைக் கிண்டல் செய்தார். ஆமினாவிடம் ஒரு விரும்பத்தகாத பழக்கமும் இருந்தது. அவள் எதற்கெடுத்தாலும் அளவுக்கு அதிகமாக வெட்கப்பட்டாள். சின்ன சின்ன விசயங்களுக்கு எல்லாம் ஆமினா பயந்தாள். நான் அவளைத் தொடும்போது கூட அவளின் கண்கள் வெளிறிப்போய் செஞ்சின. நான் அவளை அணைத்தபோதெல்லாம் அவளின் தேகம் அச்சத்தால் நடுங்கியது. நான் அவளைப் பார்க்கும்போதெல்லாம் ஆமினா தன் முக்காடை நூறு தடவைகள்

சரி செய்தாள். என்னோடு பேசக்கூட அவள் தயங்கினாள். அவளின் நாவு வார்த்தைகளைக் குழறியது. ஆனால் எனக்கு நம்பிக்கையிருந்தது. நான் ஆமினாவை லாகோஸுக்கு அழைத்துச் சென்றவுடனேயே அவளை நான் மெல்ல மெல்ல மாற்றுவேன். இந்தச் சின்ன மலைப்பூவின் இதழ்கள் காயப்படாமலேயே நான் அதை மலர வைப்பேன்.

நான் ஆமினாவுடன் லாகோஸுக்குத் திரும்பி வந்தபோது நகரம் இயல்பு நிலைக்குத் திரும்பியிருந்தது. கலவரக்காரர்களைப் பொலிஸாரும் இராணுவத்தினருமாக அடக்கியிருந்தனர். நான் லாகோஸுக்கு வந்து சேர்ந்த அடுத்த சனிக்கிழமையே திரு. முடுலிங்க புதுமணத் தம்பதிகளான எங்களுக்குத் தன்வீட்டில் இரவு விருந்தொன்றை ஏற்பாடு செய்தார். அந்த விருந்துக்கு எங்கள் அலுவலகத்தில் பணிபுரிந்த அந்த இரண்டு வெள்ளையர்களும் கூட அழைக்கப்பட்டிருந்தனர்.

மூன்று வெளிநாட்டவர்களைக் கண்டதுதான் தாமதம் ஆமினாவின் உடல் வெடவெடவென நடுங்கத் தொடங்கி விட்டது. எங்கள் எல்லோருடனும் மேசையில் அமர்ந்து உணவருந்தும் போது அவள் அளவுக்கு அதிகமான வெட்கத்தால் அலைக்கழிக்கப் படுவதை நான் கவனித்தேன். திரு. முடுலிங்க மிகுந்த கனிவோடு ஆமினாவை உபசரித்தார். அவர் ஆமினாவை இயல்பாக இருக்கச் செய்வதற்குத் தனக்குத் தெரிந்த வித்தைகள் அனைத்தையும் கையாண்டு பார்த்தார். ஆமினாவின் இயல்பே வெட்கப்படுவதும் பயப்படுவதும்தான் என்பதைத் திரு. முடுலிங்க அறியமாட்டார். புலானி இனப்பெண்கள் மற்றைய நைஜீரியப் பெண்களைப் போல கறுப்பிகள் இல்லை. ஆமீனா ஓரளவு நிறமானவள். உரித்த 'யாம் கிழங்கு' போல இருப்பாள். அவள் அணிந்திருந்த விருந்துக்கான ஆடையும் புலானி இனப்பெண்களுக்கே உரித்தானவை. அவளின் இரு கன்னங்களிலும் இனக்குழு அடையாளங்கள் கீறப்பட்டிருந்தன. இவை குறித்தெல்லாம் திரு. முடுலிங்கவுக்கு ஆயிரம் கேள்விகளும் விசாரணைகளும் இருந்தன. அவர் இவை குறித்து ஆமினாவிடம் கேட்ட கேள்விகளை ஆமினா மிகுந்த அச்சத்துடன் எதிர்கொண்டாள்.

அவள் ஒரு கடுமையான பள்ளி ஆசிரியருக்கு முன் நிற்கும் படுமொக்கான பள்ளிச் சிறுமி போலத் திணறித் திணறி திரு. முடுலிங்கவுக்குப் பதில் சொன்னாள். ஆமினா சொன்ன எல்லாப் பதில்களுமே திரு. முடுலிங்கவுக்குப் பெருத்த ஆச்சரியங்களை ஏற்படுத்தின. மலையடிவாரத்தில் சிறு வயதில் தான் ஆடுகளை மேய்த்துக் கொண்டிருக்கும் போது ஏற்பட்ட சம்பவங்களை ஆமினா

சொன்னபோது திரு. முடுலிங்க பரவச நிலையின் உச்சியில் இருந்தார். சின்னச் சின்ன விசயங்களுக்கெல்லாம் பயப்படுவது ஆமினாவின் சிறப்பென்றால் சின்னச் சின்ன விசயங்களுக்கெல்லாம் பரவசப்படுவது திரு. முடுலிங்கவின் சிறப்பாய் இருந்தது. ஆமினா ஹெளஸ மொழியில் பேசியதை நான் ஆங்கிலத்தில் மொழிபெயர்த்து திரு. முடுலிங்கவுக்கும் அந்த வெள்ளையர்களுக்கும் கூறினேன். இப்போது கூட இந்த வெள்ளையர்களுக்கு என் ஆங்கிலம் புரியவில்லை. எனவே நான் ஆங்கிலத்தில் திரு. முடுலிங்கவுக்குக் கூறியதை அவர் மறுபடியும் இன்னொரு ஆங்கிலத்துக்கு மொழிபெயர்த்து அந்த வெள்ளையர்களுக்குக் கூறினார்.

விருந்து முடிந்து புறப்படும்போது ஆமினா மட்டுமல்லாமல் நானும் 'திடுக்கிடும்' படியான காரியம் ஒன்றை அந்த ஐரிஸ் வெள்ளைக்காரர் செய்ய முனைந்தார். விடைபெறும் போது கை குலுக்குவதற்காக அந்த வெள்ளைக்காரர் ஆமினாவை நோக்கித் தனது கையை நீட்டினார். அப்போது ஆமினா ஒரு மான் போல இரண்டடிகள் பின்னே துள்ளிப் பாய்ந்தாள். நத்தை தன் தலையை ஒட்டுக்குள் இழுத்துக் கொள்வதைப் போல அவள் தனது தலை, கைகள், கால்கள் முதலிய உறுப்புக்களைத் தன் உடலுக்குள் அனிச்சையாக இழுத்துக் கொண்டாள். ஐரிஸ்காரரும் உடனடியாகவே சமாளித்துக்கொண்டு ஒரு தந்திரம் செய்தார். தன் நீட்டிய கையின் விரல்களைப் பட படவென அடித்து விடைபெறுவது போல சைகை செய்தார். அவர் தனது கையை நீட்டியபோது தான் ஒரிரு துளி சிறுநீரை ஆடையிலேயே கழித்து விட்டதாக ஆமினா பின்பு என்னிடம் தயங்கித் தயங்கிச் சொன்னாள். திரு. முடுலிங்க எங்களைத் தனது ஜீப் வண்டியிலேயே எங்களது வீட்டு வாசல் வரை கொண்டு வந்து விட்டார். அவருக்கு நானும் ஆமினாவும் பல தடவைகள் நன்றி தெரிவித்தோம். அப்போது திரு. முடுலிங்க எங்களுக்குத் திருமணப் பரிசொன்றை அளித்தார். அந்தப் பரிசு அடுத்த நாள் மாலை நேரக் காட்சிக்கான இரண்டு பல்கனி நுழைவுச் சீட்டுக்களாக இருந்தது. பின்பு திரு. முடுலிங்க அந்த நுழைவுச் சீட்டுக்களைக் குறித்து எனக்கு ஒரு சிறியதொரு விளக்கம் அளித்தார்.

அப்போது லாகோஸில் ஓடிக்கொண்டிருந்த ஒரு அமெரிக்கத் திரைப்படத்துக்கான நுழைவுச் சீட்டுக்கள் அவை. அந்தத் திரைப்படத்தின் கதை போர்த்துக்கேயர்கள் ஆபிரிக்காவுக்குள் நுழைந்து ஆபிரிக்கர்களை அடிமைகளாகப் பிடித்துச் சென்றதைக் குறித்துப் பேசுகிறதாம். எனக்குத் திரைப்படம் பார்ப்பதில் எப்போதுமே ஆர்வம் இருந்ததில்லை. மாணவனாய் இருந்த காலத்தில்

ஒன்றிரண்டு ஹிந்தி சினிமாக்கள் பார்த்ததோடு சரி. அதன் பின்பு நான் சினிமாவே பார்த்ததில்லை. திரு. முடுலிங்கவின் கூர்மையான கண்கள் என் முகத்தின் உற்சாகமற்ற தன்மையை உடனடியாகவே கண்டுபிடித்துவிட்டன. திரு. முடுலிங்க புன்னகையுடன் இப்படிச் சொன்னார்: "மம்முடு நீ அடிக்கடி ஆங்கிலப் படங்களைப் பார்ப்பது உன் ஆங்கில உச்சரிப்பை நேர் செய்து கொள்ள உதவும்." அப்போது என் மூளைக்குள் பளீரென்று ஒரு வெளிச்சம் அடித்தது. திரு. முடுலிங்க சொல்வது முற்றிலும் உண்மை. ஹிந்திப்படம் பார்த்துப் பார்த்தே ஹிந்தி மொழியைச் சரளமாகப் பேசும் பல நைஜீரியர்களை நானறிவேன். அவர்கள் படேல்களின் கடைகளில் ஹிந்தியிலேயே பேரம் பேசிப் பொருட்களை வாங்குவதையும் நான் கண்டிருக்கிறேன். நான் ஊருக்குப் போய் வந்த இந்த ஒரு மாத காலத்துள் நானே எனது ஆங்கில மொழி விருத்தியைப்பற்றிக் கொஞ்சும் அசட்டையாக இருந்தபோதும் திரு. முடுலிங்க அதை ஒருபோதும் மறந்தாரில்லை. திரு. முடுலிங்க புறப்படும்போது என்னைப் பார்த்துக் கண்சிமிட்டி "மம்முடு திருமணமான புதுச் சோடிகள் படம் பார்க்கப் போவது சிலோன் நாட்டுச் சம்பிரதாயம் என்று உன் மனைவியிடம் கூறு" என்றார்.

ஞாயிற்றுக்கிழமை மாலையில் நானும் ஆமினாவும் திரைப்படத்துக்குக் கிளம்பினோம். நாங்கள் திரைப்படத்துக்கு போகப்போகிறோம் என்ற செய்தியை அறிந்தவுடன் ஆமினா அதற்கும் பயப்பட்டாள். அவள் இதுவரை திரையரங்கில் படம் பார்த்ததே இல்லையாம். அவள் லாகோஸின் பெரும் சன நெருக்கடி மிகுந்த வீதிகளை ஓரக் கண்களால் மிரளமிரளப் பார்த்தவாறு குனிந்த தலை நிமிராமல் என் பின்னே நடந்து வந்தாள். ஐந்து நிமிடங்கள் நடப்பதற்கு இடையில் அவள் ஐம்பது தடவைகள் தன் முக்காடைச் சரி செய்தாள்.

'ரெக்ஸ்' திரையரங்கம் நகரத்தின் மிக முக்கிய பகுதியான விக்ரோறியாச் சதுக்கத்தில் இருந்தது. இந்தப் பகுதியை 'வைற் லாகோஸ்' என்று சொல்வார்கள். வெள்ளையர்களின் குடியிருப்புப் பகுதிகள் இங்கேயே அமைந்திருந்தன. அங்கிருந்த சிறப்பு அங்காடிகளும் கடைகளும் வெள்ளையர்களுக்கு என்றே சிறப்பாக அமைக்கப்பட்டவை. நைஜீரியா சுதந்திரமடைந்த பின்பு இங்கிலாந்துக்குப் போகாமல் இங்கேயே தங்கிவிட்ட வெள்ளையர்களின் மையமாக விக்ரோறியாச் சதுக்கம் இருந்தது. நான் ஆமினாவிடம் 'லண்டன் மாநகரம் கிட்டத்தட்ட இப்படித்தான் இருக்கும்' என்றேன். ஆமினா குனிந்த தலையை நிமிர்த்தாமலேயே 'ம்' கொட்டினாள்.

திரையரங்கம் முற்றுமுழுதாக ஆங்கிலேயப் பாணியிலேயே அமைந்திருந்தது. திரையரங்கத்தில் அனைத்து அறிவித்தல்களும் ஆங்கிலத்திலேயே எழுதப்பட்டிருந்தன. காட்சி அரங்கத்துக்குள் நுழையும் கதவுக்கு அருகாக சுத்தமான வெள்ளை ஆடையும் தலையில் வெள்ளைத்தொப்பியும் அணிந்திருந்த ஒரு இளம் சீனாக்காரி ஒரு பெரிய இயந்திரத்தில் சோள மணிகளைப் பொரித்துக் கொண்டிருந்தாள். நாங்கள் கிராமங்களில் சோளப்பொத்தியை நெருப்பில் சுட்டுத் தான் சாப்பிடுவோம். சைனாக்காரியின் பொரிக்கும் இயந்திரத்தின் அடிப்பகுதியில் வெள்ளை முத்துக்கள் போலச் சோளப் பொரிகள் சொரிந்து கொண்டிருந்ததை ஆமினா ஆர்வத்தோடு பார்த்தாள். நான் சைனாக்காரியிடம் ஒரு சரை சோளப்பொரியும் ஒரு கொக்கோ கோலா போத்தலும் தருமாறு ஆங்கிலத்தில் கேட்டு பத்து நைறா தாளொன்றை நீட்டினேன். நான் பேசிய அந்த ஒற்றை வரி ஆங்கிலத்தைக்கூட அந்தச் சீனாக்காரி சிரமப்பட்டே புரிந்து கொண்டாள். அவள் பதிலுக்குப் பேசிய ஆங்கிலம் எனக்குச் சரிவரப் புரியவில்லை. சீனாக்காரி சிரித்தபடியே என்னிடம் 'நீ என்ன மொழி பேசுவாய் ஹௌஸவா? இபோவா? யொரூபாவா? என்று கேட்டாள். அந்தச் சிறிய சினப் பெண் நான்கைந்து மொழிகள் பேசக் கூடியவளாய் இருப்பாளாக்கும். முதல் பட்டத்திற்கு படிப்பது தான் கடினம் அடுத்த பட்டம் தானாகவே வரும் என்பார்கள். சோளப்பொரியையும் கொக்கோகோலாப் போத்தலையும் சீனாக்காரியிடம் இருந்து வாங்கி நான் ஆமினாவிடம் கொடுக்கும் போது காட்சி அரங்கினுள்ளேயிருந்து சத்தம் வருவதைக் கேட்டுப் பதற்றமுற்றேன். எனது பதற்றத்தைக் கவனித்த சீனாக்காரி உள்ளே விளம்பரப்படங்கள் தான் காண்பிக்கப்படுகின்றன என்றும் பிரதான படம் தொடங்க இன்னும் பத்து நிமிடங்கள் இருக்கின்றன என்றும் ஹௌஸ மொழியில் சொன்னாள்.

நானும் ஆமினாவும் காட்சியரங்கினுள் நுழைந்த போது உள்ளே விளக்குகள் முற்றாக அணைக்கப்பட்டிருக்கவில்லை. அரங்கு அரையிருளில் இருந்தது. நானும் ஆமினாவும் பல்கனி வகுப்பில் நடுக்கொள்ள அமர்ந்தோம். திரையில் விளம்பரப் படங்கள் ஓடிக் கொண்டிருந்தாலும் அவற்றை யாரும் கவனிப்பதாய்த் தெரியவில்லை. அது ஒரு மிகச்சிறிய அரங்கு. அரங்கின் பல்கனியில் ஏற்கனவே முப்பது பேர்கள் வரை ஆண்களும் பெண்களுமாகப் பார்வையாளர்கள் இருந்தார்கள். பார்வையாளர்களில் பாதிப்பேர்கள் வெள்ளைக்காரர்கள். அவர்கள் சோடி சோடியாக அமர்ந்திருந்தார்கள். நான்கைந்து இந்தியர்கள், மிகுதிப் பேர்கள் கறுப்பர்கள் அந்தக் கறுப்பர்களின் உடையலங்காரங்களே

அவர்களை மேசைக்காரக் கறுப்பர்கள் என்று காட்டின. சிலர் தங்களுக்குள் கிசு கிசுப்பான குரல்களில் பேசிக்கொண்டிருந்தார்கள். சிலர் அந்த அரை வெளிச்சத்தில் பத்திரிகை படித்துக் கொண்டிருந்தார்கள். நான் விளம்பரப் படங்களைக் கவனிக்கலானேன் எல்லா விளம்பரங்களும் ஆங்கில மொழியிலேயே தயாரிக்கப்பட்டிருந்தன.

ஒன்று: திரையில் ஒரு வெள்ளைக்காரி நிர்வாணமாக அருவியில் குளிக்கிறாள். அப்போது ஒருவன் அங்கே வருகிறான். இருவரும் முத்தமிடுகிறார்கள். நான் இது சவர்க்காரத்துக்கான விளம்பரம் என்றுதான் நினைத்திருந்தேன். அவர்கள் இருவரும் ஒரு காரில் ஏறிப் போகும் போதுதான் அது 'ரெனோல்ட்' காருக்கான விளம்பரம் என்று தெரிந்து கொண்டேன். நான் ஆமினாவை ஓரக்கண்ணால் கவனித்தேன். சோளப்பொரியும் கொக்கோகோலப் போத்தலும் அவள் மடியில் கிடந்தன. அவள் மார்புக்குக் குறுக்காகத் தனது கைகளைக் கட்டியவாறே குறுகிப்போய் உட்கார்ந்திருந்தாள்.

இரண்டு: திரையில் இப்போது ஒரு கறுப்பு இளம்பெண் நிர்வாணமாகக் கண்களை மூடிக் கிடக்கிறாள். ஒரு வெள்ளையன் அவளின் கரிய தேகத்தில் கால்களில் இருந்து முத்தமிட ஆரம்பிக்கிறான். அவன் படிப்படியாக அவளின் முகம் வரை முத்தமிட்டுக்கொண்டே முன்னேறுவதை அங்கங்கே வெட்டி வெட்டிக் காட்டினார்கள். நான் இது நிச்சயமாகவே வாசச் சவர்க்காரத்துக்கான விளம்பரமாகத்தான் இருக்கும் என்று நினைத்துக் கொண்டேன். விளம்பரத்தின் முடிவில்தான் அது கறுப்புக் கோப்பிக்கான விளம்பரம் என்று எழுத்துக்கள் மூலம் தெரியவந்தது. இவ்வளவுக்கும் விளம்பரத்தில் ஒரு துளி கோப்பித்தூளைக் கூடக் கண்ணிற் காட்டினார்களில்லை.

மூன்று: இப்போது திரையில் நீண்ட தலைமுடி வைத்திருந்த ஒரு வெள்ளைக்காரன் குதிரையில் வந்து குதித்தான். வழியால் வந்த ஒரு இளம்பெண் ஓடிப்போய் அவனின் மார்பிலும் கழுத்திலும் முத்தமிட்டாள். பின் அவனின் கன்னத்தில் முத்தமிடும்போது அங்கே ஒரு சிறுவன் வருகிறான். உடனே இளம்பெண் ஓடிப்போய் அந்தச் சிறுவனை முத்தமிடுகிறாள். குதிரையில் வந்தவன் குதிரையின் அடிவயிற்றைத் தடவிக் கொண்டே அந்தச் சிறுவனை முறைக்கிறான். நான் இது குதிரைக்கான விளம்பரமா? அல்லது அந்தச் சிறுவனுக்கான விளம்பரமா? என்று என் மூளையைக் கசக்கிக் கொண்டிருந்தபோது "தவறாமல் எப்போதும் கிலெட்டின் பிளேடுகளையே உபயோகியுங்கள்" என்று திரையில் எழுத்துக்கள் மின்னின. எழுத்துக்களின் பின்னணியில் அந்தப் பெண்ணின்

இராட்சத உதடுகள் அசைந்தன. அட்போது திரையில் 'முத்தங்களை இழந்து விடாதீர்கள்' என்று எழுத்துகள் வந்தன.

நான்கு: திரையில் கடும் மழையின் நடுவே ஒருவன் சட்டையில்லாமல் வெற்றுடம்புடன் நிற்கிறான். அவன் உடல் குளிரில் வெடவெடக்கிறது. ஒரு இளம் பெண் அவனை நெருங்கி முத்தமிடத் தொடங்குகிறாள். அவள் முத்தமிட முத்தமிட அவன் மெல்ல மெல்ல ஒரு நெருப்புச்சிலையாக மாறிக்கொண்டிருக்கிறான். அவள் விடாமல் நெருப்புச் சொரூபத்தையும் முத்தமிட நெருப்புச் சொரூபம் கடும் மழையோடு கலந்து உருகித் தீக்குழம்பாய் ஓட ஆரம்பிக்கிறது. அது 'ஜக் டானியல்' விஸ்கிக்கான விளம்பரம். நான் ஆமினாவைக் கவனித்தேன். அவள் தலையைக் குனிந்து கொண்டிருந்தாள். நான் அவளின் விரல்களைப் பற்றினேன். அவளின் விரல்கள் தீக்கங்குகளாய் சுட்டுக் கொண்டிருந்தன.

அய்ந்து: ஒருத்தி தன் உதடுகளின் கீழே கையை விரித்து ஊதிப் பறக்கும் முத்தம் கொடுக்க அவளின் உதடுகள் அவளின் முகத்திலிருந்து கழன்று தோடம்பழச் சுளைகளாக மாறிக் காற்றில் பறந்து நெஞ்சீரியாவில் இருந்து கண்டம் விட்டுக் கண்டம் பாய்ந்து இரட்டைக் கோபுரங்களின் அருகே இறங்கி அங்கே கோட் சூட் போட்டு அலுவலகத்தில் இருக்கும் ஒரு ஆடவனின் உதடுகளில் போய் ஒட்டிக்கொள்கின்றன. உடனே அவனது உதடுகள் இரத்தச் சிவப்பு நிறமாகின்றன. நான் அது லிப்ஸ்டிக்குக்கான விளம்பரம் என்று நினைத்திருந்தேன். ஆனால் அது நோக்கியா கைத் தொலைபேசிக்கான விளம்பரம். விளம்பரம் முடியும் போது அந்த ஆடவன் செல்லமாகத் தன் நாவால் திரை முழுவதையும் வருடினான். நான் அட்போது ஆமினாவை முத்தமிடத் தொடங்கினேன். ஆமீனா பதறிப்போனாள். நான் விடாமல் ஆமினாவின் முகத்தைக் கைகளால் ஆடாமல் அசையாமல் பிடித்து வைத்து அவளது கண்கள் மூக்கு நெற்றி கன்னங்கள் உதடுகள் என்று என் உதடுகளால் உறிஞ்சினேன்.

திரையங்குக்குள் இருந்தவர்கள் ஒருவர் இருவராகச் சாடை மாடையாக ஓரக்கண்களால் எங்களை கவனிக்கத் தொடங்கினார்கள். நான் நிறுத்தாமல் ஆவேசத்தோடு ஆமினாவைப் பெரும் சத்தத்துடன் முத்தமிட்டேன். என் ஒவ்வொரு முத்தமும் ஒரு ஊசிப்பட்டாசு போல சத்தத்துடன் வெடித்தது. இப்போது பல்கனி வகுப்பில் இருந்த எல்லோருமே எங்களைக் கவனிக்கத் தொடங்கினார்கள். நான் உன்மத்தம் தலைக்கேறியவன் போல ஆமினாவை முத்தமிட்டுக் கொண்டேயிருந்தேன். ஆமினா சேவலிடம் அகப்பட்ட பெட்டைக்கோழி மாதிரித் தனது கைகளைப்

படபடவென அடித்துக்கொண்டாள். நான் ஆமினாவை விடாமல் முத்தமிட்டுக் கொண்டே திரையரங்கைக் கவனித்தேன். அங்கிருந்த முப்பது சோடிக்கண்களும் அரையிருட்டில் எங்களையே கவனித்துக் கொண்டிருந்தன. அப்போது எனது இடதுகையால் ஆமினாவை அணைத்து முத்தமிட்டவாறே வலது கையால் ஆமினாவின் மடியிலிருந்த கொக்கோ கோலாப் போத்தலை எடுத்து எனதும் ஆமினாவினதும் தலைகளுக்கு மேலாக கொக்கோ கோலாவை உயர்த்திப் பிடித்தவாறே நான் அடித்தொண்டையால் "Enjoy Coca Cola" என்று கூவினேன்.

மறுநாள் காலையில் அலுவலகத்தில் என்னைப் பார்த்தபோது திரு. முடுலிங்க முதற்கேள்வியாக 'நேற்று மாலை திரைப்படம் எப்படியிருந்தது?' என்று கேட்டார் நான் திரைப்படத்தைப் பற்றிப் பேசாமல் திரைப்படம் ஆரம்பிப்பதற்கு முதல் நடந்த விளம்பரக்கூத்துகளைப் பற்றியும் நான் ஆமினாவை முத்தமிட்டதையும் கொக்கோ கோலாப் போத்தலைத் தூக்கிக்காட்டியதையும் ஒன்று விடாமல் திரு. முடுலிங்கவுக்குச் சொன்னேன். அந்தக் கதையைக் கேட்டதும் திரு. முடுலிங்க விழுந்து விழுந்து சிரிக்கத் தொடங்கி விட்டார். விடாமல் வெடித்துச் சிரித்ததில் அவர் கண்களில் கண்ணீரே வந்து விட்டது.

பிற்பகல் இரண்டு மணியளவில் திரு. முடுலிங்க என்னைத் தனது அறைக்கு அழைத்தார். என்னை நாற்காலியில் உட்காரச் சொன்னார். பின் திரு. முடுலிங்க நானும் ஆமினாவும் திரைப்படம் பார்க்கப் போனதைப் பற்றித் தான் ஒரு சிறுகதை எழுதியிருப்பதாக என்னிடம் சொன்னார். நான் மிகுந்த ஆச்சரியத்துடன் 'மாஸ்ரர் நீங்கள் கதைகளும் எழுதுவீர்களா?' என்று திரு. முடுலிங்கவிடம் கேட்டேன். அவர் தனது கணிப்பொறியில் தாளம் போட்டவாறே புன்னகைத்தார். அவர் இதுவரை அறுபத்தொரு சிறுகதைகளை எழுதியிருக்கிறாராம்.

பிரசிடண்ட் அன்ஸாரியைப் பற்றி அவர் கதை எழுதியிருக்கிறாராம். அந்த ஐரிஸ் வெள்ளையரைப் பற்றியும் ஒரு கதை எழுதியிருக்கிறாராம். அவர் வீட்டுத் தோட்டக்காரன் கமறா குறித்து ஒரு கதை எழுதியிருக்கிறாராம். எங்கள் அலுவலகத்துக்கு அவ்வப்போது தோடம்பழம் விற்க வந்து போகும் கூடைக்காரி மைமூன் பற்றிக் கூட திரு. முடுலிங்க ஒரு கதை எழுதியிருக்கிறாராம். இப்போது என்னைப் பற்றியும் அவர் ஒரு கதை எழுதியிருக்கிறார். அவர் அந்தக் கதையை சிலோன் மொழியில் எழுதியிருந்தார். என்னை அவர் தன் எதிரே உட்கார வைத்து என்னைப் பற்றி எழுதிய கதையை எனக்கு வரிக்கு வரி ஆங்கிலத்தில் மொழிபெயர்த்துச் சொல்லி முடித்தார்.

நானும் ஆமினாவும் அவர் வீட்டுக்கு விருந்துக்குப் போனது, அவர் எங்களுக்குச் சினிமா நுழைவுச் சீட்டுகளைப் பரிசளித்தது, ஆமினா லாகோஸ் வீதிகளில் மிரண்டது, சோளப்பொரி விற்ற சீனாக்காரியின் ஆங்கிலம் புரியாமல் நான் முழித்தது, திரையில் காண்பிக்கப்பட்ட விளம்பரப் படங்கள், ரெனோல்ட் கார், கறுப்புக் கோப்பித் தூள், கிலெட்டின் ப்ளேட், ஐக் டானியல் விஸ்கி, நோக்கியா கைத்தொலைபேசி என நான் சொன்னதைச் சொன்னபடியே எழுதியிருந்த திரு. முடுலிங்க கதையின் முடிவில் மாத்திரம் ஒரு நுட்பமான மாற்றத்தைச் செய்திருந்தார். திரு. முடுலிங்கவின் கதைப்படி நான் ஆமினாவை முத்தமிடவில்லை. ஆனால் திரு. முடுலிங்க கதைக்கு 'முத்தம்' என்று தலைப்பிட்டிருந்தார். அங்கேதான் அவரின் படைப்புச் சூட்சுமம் ஒளிந்திருக்கிறது. திரு. முடுலிங்க என்னையும் ஆமினாவையும் குறித்து எழுதிய கதையின் முடிவு பின்வருமாறு:

"மம்முடு திரையில் ஓடும் விளம்பரங்களையே பார்த்தவாறு இருந்தான். அந்த விளம்பரப் படங்களில் வசனங்களே இல்லாமல் இருந்தது அவனுக்குச் சற்று ஏமாற்றமாய் இருந்தது. அவன் சற்று சலிப்போடு ஆமினாவைப் பார்த்தபோது அவளின் கண்கள் திரையைப் பார்ப்பதும் தரையைப் பார்ப்பதுமாய் சாகசங்கள் செய்தன. மம்முடு ஆமினாவின் கையைத் தொட்டபோது அவளின் கை விரல்கள் தீக்கங்குகளாய்த் தகித்தன. விளம்பரப் படங்கள் முடிந்த போது அரங்கு முழுவதும் இருளானது. அந்த இருளுக்குள் ஆமினா ஒரு காரியம் செய்தாள். அவளது சவுதிப் பூசணிக்காய் போன்ற பிருஷ்டங்களைச் சற்றே அசைத்து வைத்துத் தலையைச் சரியாகத் தொண்ணூறு பாகையில் சடாரென வெட்டிக் திருப்பிக் கனிந்த நாகதாளிப் பழங்களைச் சரி பாதியாகப் பிளந்து வைத்திருந்தது போலயிருந்த தனது அதரங்களால் காய்ந்த கடலட்டை போலக் கிடந்த மம்முடுவின் தடித்த கீழ் உதட்டை மெதுவாகக் கௌவினாள். அந்த முத்தம் கல்யாணமான இந்த ஒரு மாதமாக மம்முடு ஏங்கிக் கிடந்த முத்தம். அவளாக வலிய வந்து கொடுக்கும் முதல் முத்தம். ஆனால் மம்முடு இப்போது அவளோடு சரசமாடும் நிலையில் இல்லை.

அவன் திரையில் ஓடத் தொடங்கியிருந்த படத்தையே பார்த்துக் கொண்டிருந்தான். அவனின் காதுகள் வேட்டை நாயின் காதுகளைப் போலக் கவனமாக விறைத்து நின்றன. திரையில் வெள்ளையர்களின் கப்பல் ஆபிரிக்கக் கரையை நோக்கி வருகிறது. வெள்ளையர்கள் தங்களுக்குள் உரையாடுகிறார்கள். அவர்களின் உரையாடலில் ஒரு சொல் கூட மம்முடுவுக்குப் புரியவில்லை. இப்போது ஆமினா தனது ஈரமான உதடுகளால் மம்முடுவின் கன்னத்தை வருடிக்

கொண்டிருந்தாள். மம்முடுவோ திரையில் பேசப்படும் வசனங்களையே உற்றுக் கேட்டுக்கொண்டிருந்தான். மார்க்கோனி முதன் முதலாகக் கண்டுபிடித்த வானொலி போல மம்முடுவால் ஒரு நேரத்தில் ஒரு அலைவரிசையில் மட்டும்தான் இயக்க முடியும். இப்போது ஆமினா மம்முடுவின் கை விரல்களை நோகாமல் முத்தமிட்டுக்கொண்டிருந்தாள். படம் தொடங்கி அப்போது நான்கு நிமிடங்கள் ஆகிவிட்டன. ஆகக் குறைந்தது நூறு சொற்களாவது திரையில் பேசப்பட்டிருக்கும். மம்முடுவால் ஒரு சொல்லையாவது புரிந்துகொள்ள முடியவில்லை. மம்முடு சோர்வடைந்து விட்டான். தன்னைப் போன்று ஆப்பிரிக்க கிராமப்புறத்திலிருந்து வந்தவனுக்கு வெள்ளையர்கள் பேசும் ஆங்கிலம் ஒரு போதும் விளங்கப் போவதில்லை என்று அவன் தன்னைத் தானே சபித்துக்கொண்டான். பின் மெதுவாக 'ஆதாமின் காலத்திலிருந்தே கழுதை சாம்பல் நிறமாய்த்தான் இருக்கிறது. எனத் தன் வாய்க்குள் முணுமுணுத்துக் கொண்டான். சரியாக படம் தொடங்கிய அய்ந்தாவது நிமிடத்தில் மம்முடு தன் இருக்கையில் இருந்து எழுந்து திரையரங்கை விட்டு வெளியே வந்தான். அந்த நிமிடத்தில் தான் மம்முடு ஒரு மகா தவறைச் செய்தான். அந்த அமெரிக்கத் திரைப்படத்தில் முதல் அய்ந்து நிமிடங்கள் வரை கதாபாத்திரங்கள் போர்த்துகேய மொழியில் மட்டும்தான் உரையாடுவார்கள்.

என் கதைக்கு திரு. முடுலிங்க எழுதிய முடிவுதான் சரியாக இருக்கும் என்று எனக்குப்பட்டது. ஏனெனில் திரு. முடுலிங்க எனது கதையை இப்படி ஆரம்பித்திருந்தார். "மம்முடு பேசும் ஆங்கிலம் கொக்கோவில் கல்லொழுங்கையால் மாட்டுவண்டி ஓடுவது போலிருக்கும்?"

விலங்குப் பண்ணை

ஆயிரத்துத் தொளாயிரத்து எண்பத்திரெண்டாம் ஆண்டு நான் ஏழாவது வகுப்பில் பாஸாகி எட்டாம் வகுப்புக்குச் சென்றேன். சென்ற ஆண்டு இறுதிப் பரீட்சையில் சித்தியடையாத பழைய எட்டாவது வகுப்பு மாணவன் ஒருவன் இப்பொழுது எங்களுடன் மறுபடியும் எட்டாம் வகுப்பில் படிக்கத் தொடங்கினான். எங்கள் இருவருக்கும் சில ஒற்றுமைகள் இருந்தன. இருவரும் அதிக தலைமுடியுடன் காணப்பட்டோம். இருவரும் சீத்தைத் துணியில் தைக்கப்பட்ட பூப்போட்ட சட்டைகளும் ப்ளூரில் துணியில் காற்சட்டைகளும் அணிந்திருந்தோம். இருவருமே வேதக்காரர்கள். அதாவது ABCD எனப் பிரிக்கப்பட்டிருந்த எட்டாவது வகுப்பில் நான்கு பிரிவுகளிலும் நாங்கள் இருவர் மட்டுமே வேதக்காரர்கள். எல்லாவற்றையும் விட எங்கள் இருவரது பெயர்களும் ஒன்றாகவிருந்தன. நான் ஜெ. அன்ரனி, அவன் ம. அன்ரனி.

ம. அன்ரனியை நான் முன்பே பாடசாலை வளவுக்குள்ளும் தெருவிலும் சந்தித்திருந்த போதிலும் அவனுடன் பேசியதில்லை. அவன் ஒரு நெடு நெடுவென வளர்ந்தவன். ஆனால் மிகவும் ஒல்லியானவன். எப்போதுமே நோயாளி போலவே காணப்படுவான். அவன் இப்போது வகுப்பறையின் கடைசி வாங்கினை என்னுடன் பகிர்ந்து கொண்டான். நான் படிப்பிலே மத்திமமான மாணவன் என்ற போதிலும் உயரம் அதிகமாகையால் கடைசி வாங்கிலேதான் அனுமதிக்கப்பட்டிருந்தேன்.

வகுப்புகள் தொடங்கிய அன்று முதலாவது பாடம் சமயம். இந்து சமய ஆசிரியர் ஜெகசோதி வகுப்புக்குள் வந்துவிட்டார். வந்தவரத்தில் பாடத்தையும் ஆரம்பித்துவிட்டார். எங்கள் வகுப்பில் மிக அழகாகப் பாடக்கூடிய பெண்ணொருத்தியிருந்தாள். அவளுக்கு நாங்கள் கே.பி. சுந்தராம்பாள் என்று பட்டம் கூட வைத்திருந்தோம். அவளை அழைத்து வாத்தியார் ஒரு தேவாரம் பாடச் சொன்னவுடன் அவள் பாட ஆரம்பித்தாள். ம. அன்ரனியின் பெயரில் இருந்து அவனும் கிறிஸ்தவன்தான் என்பது எனக்குத் தெரியும். அவனைப் பார்த்தேன். அவன் கண்களை மூடிக்கொண்டிருந்தான். முன்னைய வருடங்களின் அனுபவங்களின் போது முதல்நாள் சமய வகுப்பில் இந்து சமய வாத்தியார் "வகுப்பில் யாராவது வேதக்காரர்கள் இருக்கிறார்களா?" எனக் கேட்டார். நான் எழுந்து நிற்பேன். "போய் அசெம்பளி ஹோலில் இரு கிறிஸ்தவ சமயத்தைக் கற்பிக்க ஆசிரியர் வருவார்" என்பார். நானும் மூன்று வருடங்களாகத் தட்டத் தனிய அசெம்பிளி ஹோலில் காத்திருக்கிறேன். வேதக்கார வாத்தியார் வந்தபாடில்லை. இவ்வளவுக்கும் கிறிஸ்தவ சமயத்தைச் சேர்ந்த ஒரு வாத்தியார் எங்கள் பாடசாலையில் இருந்தார். அவர் சமூகக் கல்வியும் ஆங்கிலமும் கற்றுக் கொடுத்துவந்தார். மற்றைய நேரங்களில் புகைப்படம் பிடிப்பது தபார் தலைகள் விற்பது போன்ற உபதொழில்களையும் மேற்கொண்டு வந்தார். நான் எழுந்து ஜெகசோதி வாத்தியாரிடம் "சேர் நான் கிறிஸ்தவ சமயம்" என்று அறிவித்தேன். "வேறு யாராவது கிறிஸ்தவர்கள் வகுப்பில் இருக்கிறார்களா?" என வாத்தியார் கேட்டார். ம. அன்ரனியும் எழுந்து நின்றான். வாத்தியார் எங்கள் இருவரையும் அசெம்பிளி ஹோலுக்கு அனுப்பினார்.

நாங்கள் இருவரும் அசெம்பிளி ஹோலில் போய் ஒரு மூலையில் இருந்தோம். சற்று நேரத்தில் அவ்வழியால் சென்ற அதிபர் "ஏன் இங்கு இருக்கிறீர்கள்?" எனக் கேட்டார். "கிறிஸ்தவ சமயப் பாடம்" என்றேன். "இருங்கள் மாஸ்டர் வருவார்" என்று கூறிவிட்டுச் சென்றார். நான் அந்தப் பள்ளிக்கூடத்தில் இருந்து விலகும் வரை கிறிஸ்தவ சமய ஆசிரியர் வரவேயில்லை. ம. அன்ரனியிடம் நான் பேசிய முதல் வார்த்தை "என்ன உடம்பு சுகமில்லையா?" என்பதாய் இருந்தது. அவன் எனக்குக் கூறிய முதல் மறுமொழி "பசிக்குது" என்பதாய் இருந்தது. அதிர்ந்து போய்விட்டேன்.

பசியைப் பார்த்து நான் அதிர்ந்து போகவில்லை. எனக்குப் பசி நினைவு தெரிந்த நாளில் இருந்தே மிகவும் பழக்கமானது. அது என் வயிற்றிலேயே குடியிருக்கும் மிருகம். அந்தக் கொடிய மிருகம் என் வயிற்றை எப்போதும் விராண்டிக்கொண்டேயிருந்தது. பசி எனது கற்பனையில் தேவாங்குக்கும் நரிக்கும் நடுவிலான

உடலெல்லாம் புசுபுசுவென ரோமங்கள் கொண்ட ஓர் வெண்ணிற மிருகமாய் இருந்தது. ஆனால் பசிக்கிறது என்பதை வீட்டை விட்டு வெளியே வந்தால் மற்றவர்களிடம் சொல்ல முடியுமா? ம. அன்ரனி என்னிடம் சொல்கிறான்.! அதுதான் என் அதிர்வுக்குக் காரணம். முதலாம் இரண்டாம் வகுப்பு படிக்கும்போது புவனம் ரீச்சர் மாணவர்களிடம் "இன்று என்ன சாப்பிட்டீர்கள்?" என வகுப்பில் கேட்பார். அப்போதெல்லாம் இந்தக் கேள்வியளவுக்கு இன்னொரு கேள்வி என்னைப் பயமுறுத்தியதில்லை. அநேகமாகக் காலையில் வீட்டில் சாப்பாடு இருக்காது. சில நாட்களில் கிடைக்கும். அது திறிபோசா மாவுருண்டையாக இருக்கும். எனினும் நான் "இன்று இடியப்பமும் சம்பலும், மீனும் சாப்பிட்டேன்." என்று வகுப்பில் பொய் சொல்வேன். அநேகமாக இந்தச் சமூகத்தில் நான் சொன்ன முதல் பொய் அதுவாகத்தான் இருக்கக்கூடும்.

இப்பொழுது எனது மூத்த சகோதரன் ஊரில் ஒரு தேநீர்க் கடையில் வேலை செய்ததால் காலையில் ஒரு ராத்தல் பாண் பெறக் கூடியதாக இருந்தது. நாங்கள் நான்கு பிள்ளைகளும் பகிர்ந்து சாப்பிடுவோம். கடைசித் தம்பிக்கும் தங்கச்சிக்கும் அச்சுப் பாணில் இருக்கும் கருகிய ஓரப்பகுதி பிடிக்காது. அதை அம்மாவுக்குக் கொடுப் பார்கள். ஆனால் எனக்கு பண்டிகை நாட்களின் மறுநாட்களைத் தவிர அல்லது பப்பா கொழும்பிலிருந்து வந்து ஊரில் நிற்கும் ஆரம்ப நாட்களைத் தவிர மற்றைய நாட்களில் பாடசாலைக்கு கட்டிக்கொண்டு போகச் சாப்பாடு கிடைக்காது. சில நேரங்களில் எப்படியாவது ஒரு இருபத்தைந்து சதம் கிடைத்துவிடும். அதற்கு கார்த்திகேசு கடையில் ஒரு ஐஸ்பழும் வாங்கிச் சூப்பலாம். பசி அடங்கிய மாதிரித் தோன்றும். பகல் ஒருமணிக்கு மீண்டும் வகுப்புகள் தொடங்கும்போது காத்திருந்த மிருகம் வயிற்றுக்குள் கடித்துக் குதறத் தொடங்கும். எனினும் நான் எப்போதும் என் பசியை வீட்டுக்கு வெளியே யாரிடமும் சொன்னதில்லை. எனது வகுப்புத் தோழர்களுக்கு எனது கொட்டில் வீட்டை கல் வீடு எனவும், எங்களிடம் வரதலிங்கம் மாஸ்டரிடம் உள்ளதை விடத் திறமான வி.எஸ்.ஏ. மோட்டார் சைக்கிள் இருக்கிறது எனவும், கொழும்பில் யாழ்தேவி புகையிரதத்தில் லேஞ்சி போட்டு சீட் பிடித்து அதை ஒரு ரூபாவுக்கும் இரண்டு ரூபாவுக்கும் விற்கும் என் பப்பாவை அரசாங்க அதிகாரி என்றும் புளுகி வந்தேன். இதில் பப்பாவின் உத்தியோகத்தை அடிக்கடி மாற்றிக் கூறிவந்ததற்கு எனது மறதி ஒரு காரணம். என் பப்பா கஸ்டம்ஸ், பொலிஸ், மாஸ்டர் என்று பல்வேறு பதவிகளை என் புண்ணியத்தில் வகித்து வந்தார்.

முக்கியமாக நான் மதிய இடைவேளையில் பட்டினியாய் இருப்பதை யாருக்கும் காட்டிக்கொள்வதில்லை. மதிய உணவு மணி

அடித்ததும் வகுப்பறையில் இருந்து வெளியே வந்து மைதானத்திலோ வீதியிலோ சுற்றுவேன். என்னைத் தவிர என் வகுப்பில் இருந்த மற்றவர்கள் எல்லோரும் மதியச் சாப்பாடு கட்டிக்கொண்டு வருபவர்களே. அதிலும் சிலருக்குப் பத்து மணிக்கு விடும் "சோர்ட் இன்ரெவலில்" கூட கன்றினில் வடையும் வாய்ப்பனும் சாப்பிடும் அளவுக்கு வசதி இருந்தது. வகுப்பில் பாடங்களைக் கவனிப்பதைவிட என் வயிற்றில் வாழும் விலங்கை அடக்குவதிலும் எனது "பவரை"க் காட்டுவதற்கு என்னென்ன பொய் சொல்லலாம் என்று சிந்திப்பதிலுமே எனது பள்ளிக் காலம் கழிந்தது.

ம.அன்ரனியிடம் இந்தப் பேச்சுக்கே இடமில்லை. அவன் பசியைக் கண்டு ஒழியவில்லை. அதை நேருக்கு நேரே சந்தித்தான். தன் வறுமையைக் கண்டு அவன் வெட்கப்படவில்லை. அதை எனக்குத் தெட்டத் தெளிவாய் அறிவித்தான். இப்பொழுதெல்லாம் மதிய உணவு மணி அடித்ததும் நானும் ம.அன்ரனியும் தெருவுக்கு வருவோம். அவன் பசியைத் தணிப்பதற்குச் சில உத்திகள் வைத்திருந்தான். பாடசாலையிலிருந்து வங்களாவடிக்குப் போகும் வீதியின் இருமருங்கிலும் கிளுவை மரங்கள் நிறைந்திருக்கும். நாங்கள் கிளுவங்காய்களைப் பறித்துத் தின்போம். மயிலப்புலம், சோளவத்தைப் பகுதிகளில் புல்லாந்திச் செடிகள் காணக்கிடைக்கும். அவற்றின் சின்னஞ் சிறிய பழங்களைப் பிடுங்கித் தின்போம். நாகதாளிச் செடிகளில் பழங்கள் பிடுங்கி நட்சத்திர முள்ளைக் கவனமாக அகற்றி ம.அன்ரனி எனக்குச் சாப்பிடத் தருவான். புல்லாந்திப் பழத்தையும் கிளுவம் பழத்தையும் சாப்பிட்டுவிட்டு என்னத்தைப் படிப்பது? மனம் முழுவதும் சுவையான உணவுகளைப் பற்றிய கற்பனையிலேயே மிதந்து கொண்டிருக்கும். ஐந்தாம் வகுப்பு படிக்கும்வரை பாடசாலையில் பிஸ்கட் தருவார்கள், இப்போது இந்தப் பெரிய பாடசாலைக்கு வந்த பின்பு அதுவுமில்லை. யோசித்துப் பார்க்கும்போது டெயில் விட்டுத் டெயில் விட்டு ஐந்தாம் வகுப்பிலேயே இருந்திருக்கலாம் என்றிருக்கும்.

எங்களுக்குக் கணிதம் படிப்பித்த வாத்தியாருக்கு இருபத்தைந்து வயதிருக்கலாம். அவருக்குப் பொடியன் எட்டுஸ்ரீ என்று பட்டம் வைத்திருந்தார்கள். அதாவது எங்கள் தொகுதிப் பாராளுமன்ற உறுப்பினருக்கு எட்டாயிரம் ரூபாய்கள் லஞ்சம் கொடுத்து அவர் இந்த வாத்தியார் வேலையைப் பெற்றுக்கொண்டாராம். எங்கள் பாடசாலையில் மூன்று ஸ்ரீயிலிருந்து இருபது ஸ்ரீவரை பல ஆசிரியர்கள் இருந்தார்கள். எட்டு ஸ்ரீக்கு கணித மாஸ்டர் வேலையை விடக் கராட்டி மாஸ்டர் வேலைதான் மிகப் பொருத்தமாய் இருந்திருக்கும். ஆள் நுள்ளான். ஆனால் எங்களுக்கு அடிக்கும்போது எதிரிக்கு அடிப்பதுபோல்தான் அடிப்பார். ஆனால்

அவர் எங்கள் வகுப்பிலேயே மிகவும் அமைதியாகவும் சிவப்பு நிறமாயும் காணப்படும் மணிமேகலைக்கு என்றுமே அடித்ததில்லை. பின்பு பத்தாவது படிக்கும்போது எட்டுஸ்ரீ மணிமேகலையைக் கூட்டிக்கொண்டு ஓடிவிட்டார். பொலிசுக்காரர்கள் பள்ளிக்கூடத்திற்கு வந்து போனார்கள். ஒருமுறை பசி மயக்கத்தில் இருந்த ம.அன்ரனியை எட்டுஸ்ரீ அடித்த அடியில் ம.அன்ரனி மயங்கி விழுந்துவிட்டான். இன்னொரு தடவை விஞ்ஞான டீச்சர் மிஸிஸ் இராசையா பிடித்து அவனை உலுக்கி "ஏனடா நித்திரை கொள்ளவா இங்கே வருகிறாய்?" என்று கேட்டபோது ம.அன்ரனி மரமாய் நின்றிருந்தான். "போய் உங்கள் சாதித்தொழிலைப் பார், உனக்கு எதற்கு சயன்ஸ்?" என்று மிஸிஸ் கந்தையா கேட்டார். வகுப்பில் இருந்த எல்லோருடைய சாதி விபரங்களையும் மிஸிஸ் கந்தையா விரல் நுனியில் வைத்திருந்தார். எப்படி இந்த சாதி விபரங்களை திரட்டினார் என்பது தெரியவில்லை. விஞ்ஞான டீச்சர்! அவருக்குத் தெரியாத விதிகளா? பரிசோதனை முறைகளா? ஏதாவது ஆராய்ச்சி செய்து கண்டு பிடித்திருப்பார்.

கொடுமை, கொடுமையென்று கோயிலுக்குப் போனால் அங்கே இரண்டு கொடுமை அவிழ்த்துப் போட்டு ஆடிய கதையாய் வெள்ளிக்கிழமைகளில் மாணவர்கள் "வைட் அண்ட் வைட்" போட்டுக்கொண்டு வரவேண்டும் என்றொரு அவசர சட்டம் பாடசாலையில் கொண்டுவரப்பட்டது. என்னுடைய முதற் சம்பிரசாதத்துக்காகத் தைக்கப்பட்ட எனது வெள்ளைச் சட்டை எனக்கு இப்போது அளவாக இராது. அதை என் தம்பி போட்டிருக்கிறான். அவனிடம் கெஞ்சி மன்றாடி வெள்ளிக்கிழமைகளில் அச்சட்டையைப் போட்டுக்கொண்டேன். அந்த வெள்ளைச் சட்டை தொப்புள் வரைதான் வரும். அடிக்கடி கீழே இழுத்துவிட்டுச் சமாளிக்க வேண்டியிருந்தது. வெள்ளைக் காற்சட்டை கிடைக்கவில்லை. அதற்குப் பப்பா கொழும்பிலிருந்து வரும்வரை பொறுத்திருக்கவேண்டும். வெள்ளிக்கிழமை காலைகளில் ஒரு வெறிநாயின் மூர்க்கத்துடன் அதிபர் பாடசாலையின் முன்வாசலில் நின்றிருப்பார். "வைட் அண்ட் வைட்" போட்டு வராத மாணவர்களின் குண்டிகள் அவரின் பிரம்பால் பழுத்தன. நான் வெள்ளிக்கிழமைகளில் பாடசாலைக்கு மட்டம் போடத் தொடங்கினேன். என் வீட்டு நிலைமை தெரியாத மாணவர்கள் திங்கட்கிழமை காலையில் "பள்ளிக்குக் கள்ளம் பழஞ்சோத்துக்குக் காவல்" என்று பொருத்தமில்லாமல் என்னைப் பழிக்கத் தொடங்கினர். ஆனால் ம.அன்ரனி வெள்ளிக்கிழமையிலும் பாடசாலைக்கு போனான். அவனிடமும் "வைட் அண்ட் வைட்" கிடையாது. ஆனால் அவன் அதிபரின் அடியை

ஏற்றுக்கொண்டான். அவனுக்கு எதையும் நேருக்கு நேர் சந்தித்துத்தான் பழக்கம். இப்படியான சில விறுமத்தடியன்களை அடித்தும் உதைத்தும் பார்த்துத் தோல்வி கண்ட அதிபர் இறுதியில் அவர்களை "வைட் அண்ட் வைட்" போடும்வரை வெள்ளிக்கிழமைகளில் பாடசாலைக்கு வரக்கூடாது எனத் தீர்ப்பிட்டார்.

ஒருமுறை பெரிய வியாழன் அன்று நானும் ம.அன்ரனியும் சின்னமடு தேவாலயத்திற்கு ஒரு திட்டத்துடன் சென்றிருந்தோம். அவன் சின்னமடு ஆலயப்பங்கைச் சேர்ந்தவன். இயேசுக்கிறிஸ்து சீடர்களுடன் அருந்திய கடைசி இராப்போசன விருந்தைப் பெரிய வியாழன் அன்று கொண்டாடுவார்கள். அன்று பன்னிரண்டு சீடர்களின் கால்களையும் வாசனைத் திரவியங்களாலும் பன்னீராலும் இயேசு கழுவி அவர்களுக்கு விருந்தளித்தாராம். அதை நினைவு கூரும் முகமாகப் பாதிரி பன்னிரெண்டு சிறுவர்களது கால்களைப் பச்சைத் தண்ணீரால் கழுவிவிட்டு ஆளுக்கு ஒரு ராத்தல் பாண் கொடுப்பான். நாங்கள் இருவரும் சின்னமடு மாதாவுக்கு வைத்த நேர்த்தி வீண்போகவில்லை. அன்றிரவு என் வயிற்றினுள் கிடந்த மிருகம் உறங்கிற்று.

சுகாதாரப் பாடத்தில் உணவு சமிபாடு, பெருங்குடல், சிறுகுடல் குதம் என்று ஆசிரியர் படம் போட்டுக் காட்டி விளக்குகையில் நான் அந்தப் படத்தில் பசியைத் தேடிக்கொண்டிருந்தேன். நமது தொண்டையில் இருந்து குதம் வரையான ஒரு பௌதிகச் செயற்பாடு எப்படி மண்டை, காது, உள்ளங்கால்கள், விதைகள், ஆணுறுப்பு, பற்கள் என எல்லாவற்றிலும் சுண்டி இழுத்து வதைக்கின்றது என்பது எனக்குப் புரியவே இல்லை.

நான் ம.அன்ரனி எல்லோருமே எங்கள் ஆண்டிறுதிப் பரீட்சையில் வெற்றி பெற்றோம் என அறிவிக்கப்பட்டது. நாங்கள் ஒன்பதாம் வகுப்புக்குச் சென்றோம். ஆனால் ம. அன்ரனி ஒன்பதாம் வகுப்புக்கு வரவில்லை. அவன் பாடசாலைக்கு வராமல் நின்று கொண்டான்; நான் சின்னமடுவுக்குச் சென்று தேடினேன். யாழ்ப்பாணத்தில் வேலை செய்யப் போய்விட்டான் என்ற தகவல் கிடைத்தது. சில மாதங்களுக்குப் பின் நான் பனங்கிழங்கை விற்பதற்காக யாழ் நகரச் சந்தைக்குச் சென்றிருந்தேன். அம்மா நூறு பனங்கிழங்குகளை ஒரு உரப்பையில் போட்டுக் கட்டித் தந்திருந்தார். அப்போது நூறு பனங்கிழங்குகள் ஐந்து ரூபாய். எனக்கு அம்மாவிடமிருந்து ஐம்பது சதம் கொமிசன் போடப்பட்டிருந்தது. மணல் ஏற்றிப் போகும் ட்ரக்டரில் கிழங்குகளோடு ஏறிப் போய்விட்டேன். வழியெல்லாம் என் கொமிசன் ஐம்பது சதத்தை

எப்படியெல்லாம் செலவழிப்பது என்று திட்டம் போட்டுக்கொண்டே சென்றேன். கடைசியில் கொஞ்சம் திராட்சைப் பழங்கள் வாங்கி சாப்பிடலாமென முடிவுசெய்தேன். யாழ் பஸ்நிலையத்தின் முன்பாக வரிசையாகத் தேநீர்க்கடைகள் இருந்தன. அவற்றில் குலைகுலையாகத் திராட்சைப்பழங்கள் தொங்கின. ஐம்பது சதத்திற்கு தருவார்களா என்பது தெரியவில்லை. கேட்கவும் பயமாக இருந்தது. கடைகளைப் பார்த்துக் கொண்டே தயங்கித் தயங்கி நடக்கும் போதுதான் ம.அன்ரனியைக் கண்டேன். ம.அன்ரனி "ரஜினி கூல் பாரில்" மேசை துடைக்கும் வேலையில் இருந்தான். அழுக்கான சறமும், பனியனும் அணிந்திருந்தான். அவன் இப்போது கொஞ்சம் உடம்பு தெளிந்திருந்தான். அப்போது எனக்கு ஒரு ஆசை எழுந்தது. நானும் அவனுடன் வேலையில் சேர்ந்துவிடுவதென முடிவெடுத்தேன். "எவ்வளவு சம்பளம் தருகிறார்கள்?" என ம.அன்ரனியிடம் கேட்டேன். சாப்பாடு மட்டும்தானாம். தீபாவளிக்கு ஒருசோடி உடுப்புக் கொடுத்தார்களாம். மற்றப்படி சம்பளம் ஏதும் இல்லையாம். அங்கு வேலை செய்தால் வடை வாய்ப்பன் என்று விதவிதமாகச் சாப்பிடலாம் என்று தோன்றியது. முதலாளியோடு எனது வேலை விசயமாகப் பேசுவதாகவும் அடுத்தக்கிழமை வந்து தன்னைச் சந்திக்குமாறும் ம. அன்ரனி சொன்னான். அடுத்த கிழமை நான் போனபோது அந்தக் கடை எரிந்து கிடந்தது. அந்தக் கடைத் தொடரையே இராணுவம் எரித்து நாசப்படுத்தியிருந்தது.

ஆயிரத்துதொளாயிரத்து எண்பத்து ஐந்தாம் ஆண்டின் கடைசிப்பகுதி என நினைக்கிறேன். கோடம்பாக்கம் இரயில் நிலையத்தில் இருந்து பழவந்தாங்கல் இரயில் நிலையத்திற்குச் சென்றேன். நிலையத்தில் இறங்கி நண்பன் ஒருவனுக்காகக் காத்துக்கொண்டிருந்தேன். அந்த இடத்தில் நான் ம.அன்ரனியை எதிர்பார்க்கவில்லை. என்னைக் கண்டவுடன் ம. அன்ரனி என் கைகளைப் பிடித்துக் கொண்டான் "எப்படி இருக்கிறீர்கள் தோழர்?" என்று சுகம் கேட்டான். அவன் நின்றிருந்த பழவந்தாங்கல் ஏரியா, அவனின் இளந்தாடி, அவன் என்னைத் தோழர் என்று சிநேகிதமாய் அழைத்த முறை இவற்றை வைத்து அவன் என்ன இயக்கத்திற்கு வேலைசெய்கிறான் என்று கணக்குப் போட்டேன். கணக்குத் தப்பவில்லை. அவன் கள்ளங் கடடம் இல்லாமல் தன்னுடைய இயக்கம் பற்றிக் கூறினான். என்னைப் பற்றிக் கேட்டான். "வெளிநாடு செல்வதற்காக வந்துள்ளேன்" என்று பச்சைப் பொய் சொன்னேன். அவன் என்னை ஆச்சரியத்தோடு கண்கள் சுருங்கப் பார்த்தான். அவன் கண்களில் இருந்து ஏளனமா, இல்லை ஏக்கமா என்று எனக்கு இன்றுவரை தெரியவில்லை. பணம் ஏதும் இருந்தால் கொடுக்கும்படியும் தானும் சில தோழர்களும் இரண்டு நாட்களாய்

பட்டினியாகக் கிடப்பதாயும் ம.அன்ரனி சொன்னான். நான் அவனுடன் அதிகம் பேச விரும்பவில்லை. பணமும் கொடுக்க வில்லை.

ஆயிரத்துதொளாயிரத்து எண்பத்தொன்பதாம் ஆண்டு நான் கொழும்பில் தங்குமிடமோ, சாப்பாடோ இல்லாமல் அலைந்து கொண்டிருந்தேன். என் வயிற்றுக்குள் இருக்கும் அக்கொடிய மிருகமும் என்னைப் போலவே வளர்ந்திருந்தது. அந்த விலங்கு என்னைத் தின்று கொண்டிருந்த அந்தக் கணத்தில் நான் ம.அன்ரனி பற்றிய ஒரு செய்தியை அவனின் படத்துடன் பத்திரிகையில் படித்தேன். வவுனியா காவலரணில் இருந்த ம.அன்ரனி மறைந்திருந்த சுடப்பட்ட "சிணைப்பர்" தாக்குதலில் கொல்லப்பட்டானாம். அவன் கொல்லப்பட்டபோது அவன் திறந்த ஜீப்பினுள் அமர்ந்திருந்து சாப்பிட்டுக் கொண்டிருந்திருக்கிறான். அவனது இரத்தமயமான உடல் சோற்றுப் பருக்கைகளுக்கு நடுவே கிடந்ததாம். மறுபடியும் மறுபடியும் பத்திரிகைச் செய்தியைத் திருப்பித் திருப்பிப் படித்துப் பார்த்தேன். அவனின் வயிற்றில் குண்டு பாய்ந்திருப்பதாகவும் அவனுக்கு வயது இருபத்திரெண்டு எனவும் சூடுபட்ட உடனேயே அவனது உயிர் பிரிந்து விட்டது எனவும் எல்லாவற்றையும் விளக்கமாகப் பத்திரிகையில் எழுதியிருந்தார்கள். ஆனால் அவனின் வயிற்றினுள் இருந்த அந்த தேவாங்குக்கும் நரிக்கும் இடையேயான புசுபுசுவென்ற வெண் மயிர்கள் கொண்ட மிருகத்தைப் பற்றிய செய்திகள், குறிப்புகள் எதுவும் பத்திரிகையில் பிரசுரிக்கப் பட்டிருக்கவில்லை.

கருப்புப் பிரதிகள்

அண்மை வெளியீடுகள்

சேதுக் கால்வாய்த் திட்டமும் ராமேசுவரத் தீவு மக்களும்
குமரன் தாஸ்
விலை ரூ. 50

சாதி அரசியலாலும் சமவெளி மனிதர்களாலும் குறையாடப்படும் தீவு மீனவரின் வாழ்வு சார்ந்த உரையாடலுடன்....

இராமேசுவரத்தின் இராமநாதசாமி கோயிலை மய்யப்படுத்தி நிகழ்த்திவரும் பார்ப்பனர் இடைநிலைச் சாதியினரின் கூட்டுக் கொள்ளையை அரசியலை அம்பலப்படுத்துவதுடன்...

ராமனை வைத்து சேது சமுத்திரத்திற்கு புதைக்குழி வெட்ட முயலும் இந்துத்துவத்தையும் கவனங்களோடும், கரிசனத்தோடும் களஆய்வு தன்மை யோடும் கடுமையாக விமர்சனம் செய்யும் நூல்

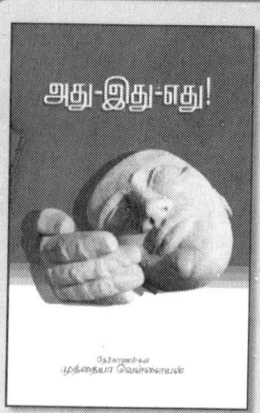

அது-இது-எது!
நேர்காணல்கள் முத்தையா வெள்ளையன்
விலை ரூ. 65

எழுதப்பட்ட வாக்கியங்களை விட உரையாடல் முக்கியமானது. விரிவான புரிதல்களை சாத்திய மாக்குவது. தமிழின் வரலாறு, இலக்கியம், சமூக அரசியல், நாடகம், மாற்று பால் நிலை, புலம்பெயர்ச் சூழல் என பல்வேறுபட்ட தளங்களில் இயங்கி வருகிற சிவத்தம்பி, சுபவீ, மௌனகுரு, வெண்ணிலா, டேவிட், மாத்தளை சோமு. அ.சிவசுப்பிரமணியன், ஆஷா பாரதி, யூமா வாசுகி, சிந்தாமணி உள்ளிட்ட 10 ஆளுமைகளுடனான நேர்காணல்களை தோழர் முத்தையா வெள்ளையன் இந்நூலில் பதிவு செய்துள்ளார். ஒற்றை என்கிற தட்டையான அரசியலை மறுத்து இயங்கி வருகிறச் சூழலின் முக்கிய பிரதி.

கருப்புப் பிரதிகளின்
கதைப் பிரதிகள்

1. **'ம்'** (நாவல்) – ஷோபாசக்தி, (இலங்கை – பிரான்ஸ்) 140.00
2. **திசையெங்கும் சுவர்கள் கொண்ட கிராமம்** (குறுநாவல்கள்) அழகிய பெரியவன் 120.00
3. **உறையும் பனிப்பெண்கள்** (சிறுகதைகள்) – சுமதி ரூபன் (இலங்கை – கனடா) 60.00
4. **எம்.ஜி.ஆர். கொலை வழக்கு** (சிறுகதைகள்) – ஷோபாசக்தி (இலங்கை – பிரான்ஸ்) 130.00
5. **பிரண்டையாறு** (சிறுகதைகள்) – மெலிஞ்சிமுத்தன் (இலங்கை – கனடா) 65.00
6. **சடையன்குளம்** – (நாவல்) – சிநீதர கணேசன் 250.00
7. **மௌனவதம்** (நாவல்) – அர்துரோ வான்வாகனோ தமிழில்: ராமானுஜம் 225.00
8. **கொரில்லா** (நாவல்) – ஷோபாசக்தி (இலங்கை – பிரான்ஸ்) 110.00
9. **தேசத்துரோகி** (சிறுகதைகள்) – சோபாசக்தி (இலங்கை – பிரான்ஸ்) 120.00
10. **அத்தாங்கு** (நாவல்) – மெலிஞ்சிமுத்தன் (இலங்கை – கனடா) 60.00
11. **வண்ணத்துப்பூச்சியும் சில மார்புகளும்** (சிறுகதைகள்) – தமயந்தி (இந்தியா) 75.00
12. **ஒரு பனஞ்சோலை கிராமத்தின் எழுச்சி** (நாவல்) (என்.கே. ரகுநாதன் இலங்கை) 210.00
13. **ஊரார் வரைந்த ஓவியம்** (குறுநாவல்) துரை குணா 40.00
14. **லெனின் சின்னத் தம்பி** (நாவல்) ஜீவ முரளி (இலங்கை – ஜேர்மன்) 200.00

கருப்புப் பிரதிகள்
பி55, பப்பு மஸ்தான் தர்கா, லாயிட்ஸ் சாலை,
சென்னை 600 005 பேசு: 9444272500
மின்னஞ்சல்: karuppupradhigal@gmail.com

கருப்புப் பிரதிகளின்
கவிப் பிரதிகள்

1. ஞாபக விலங்கு – அழகிய பெரியவன்
2. இருள் மிதக்கும் பொய்கை – தர்மினி (பிரான்ஸ்)
3. வெளிச்சம் என் மரணகாலம் – நெற்கொழுதாசன் (பிரான்ஸ்)
4. ஏதிலியைத் தொடர்ந்துவரும் நிலா – ம. மதிவண்ணன்
5. ரகசியத்தின் நாக்குகள் – நெற்கொழுதாசன்
   (இலங்கை – பிரான்ஸ்)
6. மணல்நதி – கதீர் (இலங்கை)
7. ஒரு பயணியின் போர்க்காலக் குறிப்புகள் –
   கருணாகரன் (இலங்கை)
8. சாவுகளால் பிரபலமான ஊர் – தர்மினி (இலங்கை – பிரான்ஸ்)
9. பிறத்தியாள் – பானுபாரதி (இலங்கை – நார்வே)
10. நமக்கிடையிலான தொலைவு – ம. மதிவண்ணன்
11. புலிபாய்ந்தபோது இரவுகள் கோடையில் அலைந்தன –
    மஜித் (இலங்கை)
12. நெரிந்து – ம. மதிவண்ணன்
13. கள்ளக்காதல் – ஆதிரன் – வசுமித்ர
14. ஆகவே நீங்கள் என்னைக் கொலை செய்வதற்கு
    காரணங்கள் உள்ளன – வசுமித்ர
15. போதலின் தனிமை – யாழன் ஆதி
16. காலிக்கோப்பையும் தானாய் நிரம்பும் தேநீரும் – யாழன் ஆதி
17. உம்மா: கருவண்டாய் பறந்து போகிறாள் – ஹெச்.ஜி. ரசூல்

கருப்புப் பிரதிகள்
பி55, பப்பு மஸ்தான் தர்கா, லாயிட்ஸ் சாலை,
சென்னை 600 005 பேச: 9444272500
மின்னஞ்சல்: karuppupradhigal@gmail.com